கருணாநிதி என்ன கடவுளா?

கருணாநிதி என்ன கடவுளா?

பழ.கருப்பையா

கிழக்கு

கருணாநிதி என்ன கடவுளா?
Karunanidhi Enna Kadavula?
by Pazha.Karuppiah ©

First Edition: March 2011
232 Pages
Printed at Repro Knowledgecast Limited, Thane.

ISBN: 978-81-8493-651-3
Title No: Kizhakku 623

Kizhakku Pathippagam
177/103, First Floor,
Ambal's Building, Lloyds Road
Royapettah, Chennai 600 014.
Ph: +91-44-4200-9603

Email : support@nhm.in
Website : www.nhm.in

Cover Images: Rahul Senthuran, Sathish Kumar

Kizhakku Pathippagam is an imprint of New Horizon Media Private Limited

காணிக்கை

அறிவுடையவர்களைத் தேடிச் சென்று பழகி அவர்களைப் போற்றும் விரிந்த மனம்; எதிலும் முன்னிலைப் படுத்திக் கொள்ளாத மாணப் பெரிய அடக்கம்; வியக்க வைக்கும் தேர்ந்த அரசியலறிவு; காதலிக்க ஒருத்தியைத் தேடிக் கொள்ளாமல் தமிழையே காதலித்து வாழும் அர்ப்பணிப்பு வாழ்க்கை!

கோவை கிருட்டிணகுமாருக்கு.

நூலாசிரியர் பற்றி...

தமிழன்னை பழ.கருப்பையாவின் நாவில் சம்மண மிட்டு அமர்ந்து கொண்டிருக்கிறாள் போலும்!

விமர்சனக் கட்டுரைகளைக் கவர்ச்சியாக எழுதுவது எப்படி?

இந்தக் கலையை ஆதிஅந்தம் கரைத்துக் குடித்த எழுத் தாளர்கள் ஒரு சிலரே! அவர்களில் ஒருவர் எனக்குத் தெரிந்தவர் அன்று கல்கி; இன்று பழ. கருப்பையா!

கல்கியிடம் நகைச்சுவை இருக்கும். பழ.கருப்பையா விடம் இலக்கிய ரசனையுடன் கூடிய நையாண்டி இருக்கும்!

பழ. கருப்பையா கடுகு வெடிப்பது போல் வெடித்து, நம்மை அறியாமல் கடகடவெனச் சிரிக்க வைத்துச் சிந்திக்கவும் வைத்து விடுவார்!

கே.வைத்தியநாதன்,
ஆசிரியர் - தினமணி

தினமணி
08.03.09 & 23.08.09

நேர்மையின் மறுவடிவம்

பழ.கருப்பையா 'ஜனதா கட்சி' என்று சொல்ல மாட்டார். சனதா என்றுதான் சொல்வார்! அந்த அளவுக்குத் தமிழ்மீது பற்றுடையவர்!

மகாத்மா காந்தியைத் தேசப் பிதாவாக போற்றுவது மட்டுமின்றி, அவர் வகுத்த பாதையிலேயே செல்ல வேண்டும் என்ற எண்ணம் உடையவர்!

அவருடைய தமிழ்நடை மிக நன்றாக இருக்கிறது என்பது மட்டுமின்றி, சொல்ல வந்ததை வெட்டு ஒன்று, துண்டு இரண்டாகச் சொல்லி விடுவார்! யார் என்ன நினைப்பார்கள் என்றெல்லாம் பார்த்துக் கொண்டிருக்க மாட்டார்!

என்னுடைய பத்திரிகையில் எழுதும்போதும், நான் என்ன நினைப்பேன் என்று கவலைப்பட மாட்டார்.

பழ. கருப்பையா மீது ஒரு சின்னத் தப்புக்கூடச் சொல்ல முடியாது! அவரது கருத்துக்கள் சிலரால் ஏற்கப்படலாம்; சிலரால் ஏற்கப்படாமல் இருக்கலாம்! அது வேறு!

ஆனால் அந்த மனிதர் நேர்மையின் மறுவடிவம். இது போல இருப்பவர்கள் பதவிக்கு வந்தால், அந்த அமைச்சரவையில் ஊழல் இருக்காது என்று சொல்லி விடலாம்!

சோ,

ஆசிரியர் - துக்ளக்

துக்ளக், 10.3.10

பொருளடக்கம்

சமூகம்

மொழி

பிற

அரசியல்

1

இரண்டாம் திராவிடச் சிசு

செயலலிதா!

திராவிடக் கழகத்தில் புயல் வீசுகிறது என்கிறார்கள். பெரியார் காலத்திலும் ஒருமுறை வீசியது. அதன் காரணமாகக் கழகத்தில் பிளவு ஏற்பட்டு அண்ணா ஒரு பெரிய கூட்டத்தோடு வெளியேறி விட்டார். அப்போது தொடங்கி தி.க. தன்னுடைய வீச்சை இழந்துவிட்டாலும், பெரியார் ஒரு வரலாற்று மனிதர் என்கிற ஒரே காரணத்தால், அந்த இயக்கம் அதற்குரிய வாசனையோடு அவர் காலம்வரை சிறிய அளவி லேனும் நடந்து கொண்டுதான் இருந்தது!

பின்பு வீரமணி காலத்திலும் ஓர் உடைவு ஏற்பட்டு, கோவை இராமகிருட்டிணன், கொளத்தூர்மணி, ஆனூர் செகதீசன், ஆனைமுத்து ஆகியோரும் வெளி யேறிவிட்ட பின்னர், தி.க.வின் ஒரே சமூகப் பணி கருணாநிதிக்குத் துணைமேளம் வாசிப்பது ஒன்று தான் என்றாகி விட்டது.

தென்னிந்திய நலவுரிமைச் சங்கமாகப் பிறப் பெடுத்து, நீதிக் கட்சியாக நாமகரணம் சூட்டப் பெற்று, சமீன்தார்கள் மடியிலே தவழ்ந்து, சுய மரியாதை இயக்கமாகக் கிளைத்தது! கடவுள் மறுப் பையும் பார்ப்பன எதிர்ப்பையும் மையமாகக் கொண்டு சில காலம் இயங்கிப் பின்பு திராவிடர் கழகமாகித் தன் கொள்கை வட்டத்தைப் பெரி தாக்கிக் கொண்டு, ‘திராவிட நாடு திராவிடர்க்கே’

என விரிவு பெற்று, அந்தக் கடை ஆந்திரத்திலும், கருநாடகத்திலும், கேரளாவிலும் எடுபடாமையால், 'தமிழ்நாடு தமிழர்க்கே' என்று மாற்றம் பெற்று, மைய அரசின் 16-ஆம் சட்டத் திருத்தத்தின் விளைவாக விடுதலைக் கோட்பாட்டை ஒரு செய்தித்தாளின் பெயரளவோடு சுருக்கிக் கொண்டது. யானை படுத்தாலும் குதிரை மட்டம் என்பதுபோல, என்ன இருந்தாலும் அவர் பெரியார் என்று மதிக்கப்பட்ட நிலை காரணமாக, அந்த இயக்கத்திற்கு இருந்த மரியாதையும் அவர் வாழ்க்கைவரை நீடித்து அவர் மறைவோடு முடிந்து விட்டது. திராவிட நாடு திராவிடர்க்கே என்று முழங்கிய இயக்கம், இன்று திராவிடர் கழகம் வீரமணிக்கே என்பதில் வந்து முடிந்து விட்டது!

பெரியார் விட்டுப் போனவை கொடி, கறுப்புச் சட்டை, அவருடைய நூல்கள் மற்றும் அறக்கட்டளை! இவைதாம் திராவிடர் கழகத்தின் எச்சங்கள்! அவருடைய நூல்களை அச்சிட்டுப் பரப்ப விடாமல் நூல் உரிமை அடிப்படையில் வீரமணி தடுப்பாணை பெற்று நிறுத்தி வைத்திருப்பதைப் பார்க்கப் பெரியார் இன்று உயிரோடு இருந்திருந்தால், வீரமணியின் மண்டையில் தன் கைத்தடியால் தட்டி, 'பெரிய பெரிய பதவிகளில் இருந்த சனாதனிகளும், இந்தியாவின் தலைமை ஆளுநராகவே இருந்த இராசகோபாலாச்சாரியும் எந்தத் தொந்தரவும் கொடுக்காமல் பரப்ப இசைந்த என்னுடைய சிந்தனைகளை நீ தடுத்து நிறுத்தி வைத்திருக்கிறாயே' என்று நொந்து வைதிருப்பார்!

வாழ்நாளில் எதற்கும் அழுதறியாத பெரியார், இராசாசி இறந்தபோது எரியூட்டப்பட்ட இடத்தில் குலுங்கிக் குலுங்கி அழுதார்! எந்தப் பார்ப்பனர்களையும், அவர்களின் கர்ப்பக்கிரகமான இராசகோபாலாச்சாரியையும் ஒழிப்பதைத் தன் வாழ்நாள் வேலைத்திட்டமாகப் பெரியார் கொண்டிருந்தாரோ, அந்த ஆச்சாரியார் இறந்து விட்டபோது, நம்முடைய பணி சுளுவாகி விட்டது என்றன்றோ மகிழ்ந்திருக்க வேண்டும்! மாறாக ஏன் குலுங்கிக் குலுங்கி அழ வேண்டும்? இராசாசிமீது பெரியாருக்கு இனந்தெரியாத பற்றும், அளவிட முடியாத மதிப்பும் இருந்ததே அவருடைய அடிவயிற்றிலிருந்து பீறிட்ட அழுகைக்குக் காரணம்!

ஆயிரம் ஆண்டுகளாக ஒரு சமூகத்தில் தொடர்ந்து அழுக்குப் படிந்து, அந்தச் சமூகம் கெட்டிதட்டிப் போய், ஒருவரை ஒருவர் பார்த்தாலே தீட்டு; தொட்டு விட்டால் அதைவிடத் தீட்டு என்கிற கொடிய நிலைக்குப் பேதப்படுத்தப்பட்டு விட்ட பிறகு, அவர்

களுடைய மொழி நீச பாஷை என்று இழிவுபடுத்தப்பட்டு விட்ட பிறகு, அந்த நிலைகளுக்கு எதிரான ஓர் இயக்கம் தோன்றியே தீரும் என்பது சவரக் கத்திபோல் கூர்மையான அறிவு படைத்த இராசாசிக்குப் புரியாதா என்ன?

என்னதான் அரிசன ஆலயப் பிரவேசச் சட்டங்களைத் தான் முதல மைச்சர் என்ற முறையில் கொண்டு வந்தாலும், சமூகத்தைத் தலைகீழாக மாற்றிப் புரட்டிப் போடும் இராமசாமி நாயக்கரின் பணி அதன் எல்லையைத் தொட்டுத்தான் நிற்கும் என்பது இராசா சிக்குப் புரிந்திருந்ததால், அவர் அந்த இயக்கத்தை உரிய வகையில் எடுத்துக் கொண்டு இயல்பாக நடந்து கொண்டார். இராசாசிக்கு இவையெல்லாம் புரியும் என்பது பெரியாருக்கும் புரிந்திருந்தது!

இவ்வளவு அறிவும் பெருந்தன்மையும் வாய்ந்த எதிரியாக இராசாசி இருந்ததால்தான், தமிழ்நாடே தன்னை ஈடுஇணையற்ற சிந்தனை யாளன் என்று புகழ்ந்த போதிலும், தன்னுடைய வாழ்க்கையின் ஒரு நெருக்கடியான கட்டத்தில் மணியம்மையைத் திருமணம் செய்து கொள்வது தொடர்பாக யோசனை கேட்டு இராசாசிக்கு மடலும் எழுதினார்; நேரிலும் திருவண்ணாமலையில் சந்தித்தார்!

ஆனால் பெரியாரின் இந்த இக்கட்டான நிலையைப் பயன் படுத்திக் கொள்ளவில்லை இராசாசி! ‘திருமணம் செய்வது என்று முடிவெடுத்து அந்தச் சின்னப் பெண்ணே சம்மதித்து விட்ட பிறகு, உங்களை யார் தடுக்க முடியும்?’ என்று பெரியாரை இராசாசி இன்னும் கொஞ்சம் வேகமாகக் கிளப்பி விட்டிருக் கலாம்! ஆனால் ‘திருமண எண்ணத்தைக் கைவிடுங்கள்; கேலிக்குரிய நிலையை அடைந்து விடுவீர்கள்; உங்கள் பொது வாழ்க்கை நாசமாகி விடும்’ என்று இடித்துச் சொல்கிறார் இராசாசி! ‘நாயக்கர் நாசமாய்ப் போனால் நமக்கு நல்லதுதானே; நாயக்கர் ஒரு பிராமணத் துவேஷி’ என்பது போன்ற கீழ்நிலைச் சிந்தனைகளை அறியாச் சான்றோன் இராசாசி!

ஆனால் இராசாசிதான் பெரியாரை இந்தப் பொருந்தாத் திரு மணத்திற்கு ஊக்குவித்து யோசனை சொல்லித் திராவிட இயக் கத்தைப் பிளவுபட வைத்து நாசமாக்கி விட்டார் என்று அண்ணா தொடங்கி, நெடுஞ்செழியன், சம்பத், கருணாநிதி வரை ஒருவர் மாற்றி ஒருவர் வசைமாரி பொழிந்தார்கள்.

‘குல்லூகப் பட்டர், குடிகெடுக்க வந்த குடிலர், திராவிடக் குடியைக் கெடுக்க வந்த குடிகேடி’ என்று கேட்கப் பொறுக்காத

சொற்களை எல்லாம் பொழிந்தார்கள்! தான் செய்யாத குற்றத் திற்குப் பழி சுமந்தார் இராசாசி. பேரறிஞரான இராசாசிக்கு இவையெல்லாம் ஒரு பொருட்டில்லை. உண்மைக்கு வலிமை இருந்தால், தன் பொறுப்பில் நின்று கொள்ளட்டும் என்று விட்டு விட்டார் இராசாசி! இப்படி நடந்து கொள்ள முடிகிற இன்னொரு ஆளைத் தமிழ்நாடு சந்தித்ததில்லை.

ஆனால் பெரியார் உண்மையை எடுத்துச் சொல்லியிருக்க வேண்டும்! சிந்தனையால், செயற்பாட்டால், பெருந்தன்மையால் எல்லாவற்றாலும் அவர் பெரியார்தான்! ஆனால், தான் செய்த குற்றத்திற்கு இராசாசி பழி ஏற்பது நியாயமில்லை என்பதால் நடந்த உண்மையைப் பெரியார் விளக்கியிருக்க வேண்டாமா? சாகும்வரை அந்த உண்மையைப் பெரியார் வெளிப்படுத்தவே இல்லை. எதிரியான இராசாசி நல்ல யோசனை சொல்லியும் தான் கேட்கவில்லை என்னும் செய்தி வெளிப்படுவது குறித்துப் பெரியார் வெட்கப்பட்டிருக்க வேண்டும்!

பெரியாருடைய பெருந்தன்மைக்கு இது குன்றிமணி அளவுக்குக் குறைவான செயல்தான்! பெரியார், இராசாசி இருவருமே இறந்து சில காலம் சென்ற பிறகு, பெரியாரே வெளியிட விரும்பாத இந்த இரகசியத்தை, உண்மை நிலை வரலாற்றுக்குத் தெரியாமல் போய்விடக் கூடாது என்னும் உயரிய நோக்கத்தில், பெரியாரின் திருமணத்தில் இராசாசி எதிர்ப்புக் குறித்த ஆவணங்களை வெளி யிட்டு உண்மையை நிறுவுகிறார் வீரமணி.

உண்மை தன்னை நிலை நிறுத்திக் கொள்ள நாற்பதாண்டுகள் தேவைப்பட்டிருக்கிறது!

அதேபோல் வீரமணி செயலலிதாவின் ஆட்சிக் காலத்தில் அவரை 'சமூகநீதி காத்த வீராங்கணை' என்று பட்டங் கொடுத்துப் பாராட்டியது வரலாற்றின் திருப்பமான ஒரு காலகட்டத்தில்தான்! ஒருவேளை வரலாற்றின் திருப்பத்தில்தான் தான் இதைச் செய்கிறோம் என்று வீரமணி உணராமலே செய்திருக்கக் கூடும்!

எந்தப் பார்ப்பனர்களை அழிக்கத் திராவிடர் கழகம் உண்டாக்கப் பட்டதோ, அந்த இயக்கத்தின் நிகழ்காலத் தலைவரான ஒரு பார்ப்பனப் பெண்மணியைச் 'சமூக நீதி காத்த வீராங்கணை' என்று பாராட்டியது இயக்கம் தோற்றுவிக்கப்பட்ட நோக்கத் தோடு முரண்பட்டதுபோல் தோன்றினாலும், வரலாற்றின் தேவைகள் பெரியார் காலத்திலேயே நிறைவு செய்யப்பட்டு

விட்டபிறகு, பகை உணர்ச்சி குன்றிப் பாராட்டும் போக்குகள் மேம்பட்டு நிற்பது இயற்கைதானே!

செயலலிதா தான் ஒரு பார்ப்பனப் பெண்தான் என்று நேருக்கு நேர் நின்று வெளிப்படையாக அஞ்சாமல் சட்டமன்றத்தில் பேசியபோது, கருணாநிதி தன்னுடைய கடைசி எதிர்ப்பாயுதமும் முனை ஒடிந்து போனதே என்று சுருண்டு படுத்து விட்டார்!

பெரியார், அண்ணா, MGR என்று பார்ப்பன எதிர்ப்பியக்கமாக வளர்ந்த ஒரு திராவிட இயக்கத்திற்கு ஒரு பார்ப்பனப் பெண்மணி தலைமை ஏற்க முடிவது ஒரு வரலாற்று விந்தையல்லவா! 1920-ல் தொடங்கிய பார்ப்பன எதிர்ப்பியக்கத் தேவை 1990-ல் முற்றுப் பெற்று விட்டது என்பதுதானே அதன் பொருள்!

ஒரு பார்ப்பனப் பெண் தன்னுடைய குலத்திற்கேயுரிய சூழ்ச்சி யின் காரணமாக ஒரு திராவிட இயக்கத்தைக் கைப்பற்றி விட்டார் என்பதெல்லாம் வெறும் பிதற்றல்! சூழ்ச்சி மனித குலத்திற்கே பொதுவான ஒரு குணம்தான்! அது தனித்த ஒரு சிலர்க்கே உரியதென்பது வசையுரை ஆகுமே தவிர அறிவான சொல்லாடல் ஆகாது!

எண்ணிக்கையில் குறைவானவர்கள் தன்னைச் சுற்றியுள்ளவர் களோடு போராட வேண்டிய கட்டத்தில், தங்களின் நிலை பேற்றுக்காகக் கூடுதல் அறிவைப் பெற்றே தீருவார்கள்! அது இயற்கை!

டார்வின் சொன்னதுபோல, ‘சூழலுக்குப் பொருந்தியவை வாழ் கின்றன; மற்றவை அழிகின்றன’ என்னும் கொள்கைக்கு ஏற்ப வேத காலம் தொட்டு இன்றுவரை அவர்கள் நிலைபெற்று நிற்ப தற்குக் காரணம் போராடியும் பொருந்தியும் போகிற (adaptability) அவர்களின் அறிவார்ந்த போக்கு!

செயலலிதாவின் திராவிட இயக்கத் தலைமை மீண்டும் தொடங்கிவிட்ட பார்ப்பன ஆளுமையின் அடையாளம் என்று கருணாநிதி சொல்வது தன்னல நோக்குடையது!

சங்கராச்சாரியார் காலில் அதிகார மையம் இருந்தால், அவருக்குப் பாதபூசை செய்து, அவருடைய கால்களைக் கழுவி, அதைத் தீர்த்தமென்று தன் தலைமேல் தெளித்துக் கொள்ளத் தயங்காதவர் கருணாநிதி!

ஆனால் திராவிட இயக்கத்தின் வெற்றி கருணாநிதி போன்றவர்கள் தமிழ்நாட்டை வேட்டைக் கடாக்குவதில் போய் முடிந்துவிட்டது. ஒரு கட்சியே தீவட்டிக் கொள்ளைக் கூட்டமாகக் கருணாநிதியால் உருவாக்கப்பட்டு விட்டது.

அந்தத் தீமையை ஒழிப்பதற்கு MGR வடிவில் புறப்பட்ட மாற்று இயக்கம் கடைசியில் செயலலிதாவின் தலைமையில் நிலை பெற்றது என்பது ஒரு தீமையை ஒழிப்பதற்கு ஆரியமும் திராவிடமும் ஒன்றையொன்று இணக்கப்படுத்திக் கொள்ளும் தேவையைக் காட்டுகிறது!

ஆரியமும் திராவிடமும் இருபதாம் நூற்றாண்டில் எதிர் எதிராக மோதிக் கொண்டதுபோல, சிந்து சமவெளி நாகரிகம் தொட்டு இந்த மோதல் போக்குகள் வரலாற்றில் தொடர்ந்து காணப்படுகின்றன. பௌத்தத்தையும், சமணத்தையும் எதிர்ப்பதற்கு ஒரு பொதுவான கூட்டணி தேவைப்பட்டபோது, வேறுபாடுகளைக் கைவிட்டு ஆரியமும் திராவிடமும் ஒன்றாக இணைந்தன. கி.பி. 5-ஆம் நூற்றாண்டில் தோன்றிய பக்தி இயக்கம் வலுவானது; பெரும் மாற்றத்தை ஏற்படுத்திய ஒன்று! சைவமும் வைணவமும் தழைத்தோங்கக் காரணமான இயக்கம் அது!

சைவ இயக்கம் தழைத்தோங்க ஞானசம்பந்தர் என்னும் சீர்காழிப் பார்ப்பனர் திருநாவுக்கரசருக்கு இணையாகத் தலைமை ஏற்றார். பிறப்பால் பார்ப்பனர் ஒருவர் வேதத்திற்கு அப்பாற்பட்டு நடைபெறும் ஒரு திராவிடச் சமயத்திற்குத் தலைமை ஏற்றது பின்னால் வந்த ஆதிசங்கரருக்குப் பிடிக்கவில்லை. அவரைத் 'திராவிடச் சிசு' என்று பழிக்கிறார். பிறப்பால் பார்ப்பனர் ஒருவர் சாதி மாற்றப்பட்ட வரலாறு இது. அவருடைய சைவ சமயத் தலைமை காரணமாகவே ஞானசம்பந்தன் என்னும் பெயர் திராவிடர் இல்லங்களிலெல்லாம் வழங்குகிறது. வரலாற்றில் 'இரண்டாம் திராவிடச் சிசு' செயலலிதாதான்!

பக்தி இயக்கத் திருப்பத்தில் ஞானசம்பந்தர் நிலைபெற்றது போல, திராவிட இயக்கத் திருப்பத்தில் செயலலிதா நிலை பெற்று நிற்கிறார்! இன்னொரு சமயமான வைணவத்திற்குப் பார்ப்பனரல்லாதாரான நம்மாழ்வார் தலைமை ஏற்பதை மனப்பூர்வமாக உடன்படுகிறார் பார்ப்பனரான இராமாநுசர். தாழ்த்தப்பட்ட மக்களுக்குத் 'திருக்குலத்தார்' என்னும் ஏற்றமான பெயரளித்து, வைணவராக்கி, ஆரிய திராவிடச் சமநிலையை

மனப்பூர்வமாக உண்டாக்கியதோடு, ஆழ்வார்களின் பாசுரங்களுக்குத் திராவிட வேதம் என்றே பெயர் கொடுத்ததோடு, பெருமாள் உலாச் செல்லும்போது அவருக்கு முன்னே தமிழையும் பின்னே வடமொழியையும் வரவைத்த இராமாநுசர் பெரும் புரட்சியாளர்; தொழத் தக்கவருங்கூட!

சைவத்திற்கு ஏற்பட்ட பார்ப்பனத் தலைமையும், வைணவத்திற்கு ஏற்பட்ட பார்ப்பனரல்லாத தலைமையும் ஆரிய திராவிடச் சமூகங்களால் மிக இயல்பாக ஏற்றுக் கொள்ளப்பட்டன! அதற்குக் காரணம் பக்தி இயக்கத்தின் பகைப்புலம் வெளியே இருந்தது. ஆகவே ஒருவரை ஒருவர் தழுவும் நிலை மிக இயல்பாக ஏற்பட்டு விட்டது.

ஆனால் இருபதாம் நூற்றாண்டு ஆரிய திராவிட மோதலில் பகைப் புலம் ஒருவருக்கு ஒருவரே! ஆகவே இதனுடைய கசப்புக் கூடுதலானது. அந்த மோதலுக்கான வரலாற்றுத் தேவை முற்றுப் பெற்று விட்ட பிறகும்கூட அதனுடைய கசப்பு இன்னும் எஞ்சி நிற்கிறது.

திராவிட இயக்கம் திரிபுற்று, அசுரத்தன்மை பெற்று, பொது வாழ்வில் கொள்ளை அடித்தல் இயல்பு வாழ்க்கையாகி, பண்பாடு சீரழிந்து, எந்த இனத்தின் மேன்மைக்காகத் திராவிட இயக்கம் தோன்றியதோ, தன்னுடைய பதவியைக் காப்பாற்றிக் கொள்ள அந்த இனத்தையே ஈழத்தில் கருவறுக்க உடந்தையாக இருந்ததுவரை எண்ணற்ற பொறுக்கவொண்ணாத் தீமைகளுக்கு உறைவிடமான கருணாநிதி தலைமையிலான இயக்கத்தை முற்றுப் பெறச் செய்ய, ஞானசம்பந்தன் திராவிடச் சமயத்திற்குத் தலைமை ஏற்றதுபோல், திராவிட அரசியலுக்கு செயலலிதா தலைமை ஏற்றது வரலாற்றுத் திருப்பத்தின் குறியீடாகும்!

செயலலிதாவை சமூகநீதி காத்த வீராங்கனை என்று வீரமணி சொல்லியது, வரலாற்றுத் திருப்பத்தின் தாக்கத்தில் தன்னை அறியாமல் சொல்லிய ஒரு வரலாற்றுக் குறிப்பாகும்.

ஆதிசங்கரர் மொழியில் சொன்னால் முதலாம் திராவிடச் சிசு ஞானசம்பந்தர்; இரண்டாம் திராவிடச் சிசு செயலலிதா!

துக்ளக், 04.11.09

2

எடியூரப்பாவுக்கே சிலை வைக்கலாம்!

பதினெட்டு ஆண்டுகளாகப் பெங்களூரில் தூசி அடைந்து மூடிக் கிடந்த வள்ளுவன் சிலை கருநாடக முதலமைச்சர் எடியூரப்பா மனம் வைத்ததால் தூசி நீக்கப்பெற்று வெளிச்சத்தைப் பார்க்கும் வாய்ப்பினைப் பெற்றிருக்கிறது என்று பாராட்டிய கருணாநிதி, வள்ளுவன் சிலையைத் திறந்துவிட்டதால் இனி கன்னடர்கள் திருக்குறள் படிப்பார்கள்; 'முறைமை'என்று ஒன்றிருப்பதைக் குறள் வாயிலாக அறிவார்கள்; இனி பெரு வெள்ளம் வந்தால்தான் காவிரியில் தண்ணீர் வரும் என்னும் நிலை மாறி இயல்பாகவே வரும் என்ற உறுதியினை மட்டும் அளிக்க முடியவில்லை.

'இந்தப்பதினெட்டுஆண்டுகளில், காவிரியில் நீர் ஓடாவிட்டாலும் கங்கையில் பெருவெள்ளம் ஓடி வடிந்தும் விட்டது; கருணாநிதி குடும்பத்து உதயா தொலைக்காட்சி பெங்களூரில் காலூன்றி, வாட்டாள் நாகராசும் மெச்சும் வண்ணம் வளர்ச்சி பெற்று நிலைபெற்று நின்று விட்டது. வாட்டாள் நாகராசின் உள்வட்டத்திற்குள் கருணாநிதியின் குடும்பத் தொலைக்காட்சியால் நுழைய முடிந்திருக்கிறது; வள்ளுவர் சிலையால் முடியவில்லை என்பதில் என்ன வியப்பிருக்கிறது? கருணாநிதி மருமகனின் சட்டையில் பை இருக்கிறது; வள்ளுவருக்குச் சட்டையே இல்லையே!

வள்ளுவன் சிலை திறக்கப்படும்வரை பெங்களூரில் எந்தப் பொது நிகழ்ச்சியிலும் கலந்து கொள்வதில்லை என்று பதி னெட்டு ஆண்டுகளுக்கு முன் கருணாநிதி செய்திருந்த சபதம் முடிவுக்கு வந்துவிட்டதாக அவர் கூறியபிறகுதான் மங்கம்மா சபதம்போல், பாஞ்சாலி சபதம்போல், கருணாநிதிக்கும் ஒரு சபதம் இருந்ததே தெரியவந்தது!

பாஞ்சாலியைத் 'தொடைமீது வந்து இரு' என்றான் துரியோ தனன். 'அப்படிச் சொன்னவனின் தொடையைப் பிளந்து அவனு டைய உயிரை மாய்ப்பேன்' என்று சபதம் செய்தான் வீமன். 'அவனுடைய இரத்தத்தை என்னுடைய முடியில் தடவிச் சீவிக் குழல் முடிப்பேன்; அதுவரை முடியேன்' என்று பதினான்கு ஆண்டுகள் விரித்த கூந்தலோடு வாழ்ந்து ஒரு நாள் சபதம் முடித்தாள் பாஞ்சாலி.

திருத்த முடியாக் கொடுமைக்குக் கணக்குத் தீர்ப்பதற்கு உரைக்கப் படுவதே சபதம்; அதைச் சூளுரை என்று இன்பத் தமிழ் கூறும்.

சபதங்களில் சமரசமில்லை; பரிவர்த்தனை கிடையாது. ஆனால், கருணாநிதியின் சபதம் பரிவர்த்தனைத் தன்மை கொண்டது. ஆகவே அது சபதத்தன்மை அற்றது. ஆனாலும் பாஞ்சாலி சபதத் திற்கு நிகராகக் 'கருணாநிதி சபதமும்' புகழ்பெற வேண்டுமென் பது அவருடைய ஆசை. அவருக்கு எதில்தான் ஆசையில்லை?

காற்றை நுழைய விடுவதில்லை என்று கங்கணம் கட்டிக் கொண்டு வாயில்களை அடைத்துக்கொள்ளும் பேதையால் காற்றுக்கென்ன இழப்பு? அந்தப் பேதைதான் புழுங்கிச் சாவான்!

செய்வன எவை, தவிர்வன எவை என்னும் வேறுபாடு அறியாத வனே பேதை! 'கேட்டினைக் கைக்கொண்டு ஊதியத்தைக் கை நழுவ விடுகின்றவன்'(831) என்று பேதைக்கு விளக்க மளிப்பான் வள்ளுவன்!

அறிவினில் தமிழ் அறிவு, கன்னட அறிவு, செருமானிய அறிவு, பிரெஞ்சு அறிவு என்று பேதப்படுத்தி அதைப் புறக்கணிக்கும் மனப்பான்மையிலிருந்து கன்னடர்கள் விடுபடவில்லை என்றால் மீண்டும் காட்டுமிராண்டிக் காலத்திற்குள் நுழையவேண்டிய நிலை வரும் என்று சர்வக்ஞர் அறிவு கொளுத்தத் தவறிவிட்டார் போலும்!

ஏசுவினுடைய அறிவை யூத அறிவென்றும், நபிகளின் அறிவை அரபு அறிவென்றும், புத்தனின் அறிவை நேபாள அறி வென்றும், இமானுவெல் காண்ட், எகல், காரல் மார்க்சின் அறிவை செருமானிய அறிவென்றும் வெறுக்கவும் புறக்கணிக் கவும் முடிகிற முட்டாள்களால்தான் வள்ளுவனின் அறிவைத் தமிழறிவு என்று புறக்கணிக்கவும் வெறுக்கவும் முடியும்!

இது மனிதப் புலமை இல்லை; தெய்வப் புலமை என்று குறளில் ஒளிவீசும் முரணறுக்கும் அறிவைப் பார்த்துப் பிளந்த வாயை மூடாமலேயே செத்துப்போனான் பல்துறை அறிவுப் பரிமே லழகன். சி.யு. போப் திருக்குறளைப் படித்து உரை எழுதிவிட்டுத் தன்னுடைய கல்லறையில் 'தமிழ் மாணவன்' என்று எழுதும்படி சொல்லிவிட்டுப் போனான். கம்பனும் இளங்கோவும் திருக் குறளுக்கு எழுதிய விரிவுரைதான் அவர்களின் காப்பியங்கள்.

அந்த வள்ளுவன் இரண்டடியில் எழுதினானாம்; சர்வக்ஞர் மூன்றடியில் எழுதினாராம். இதுதான் வேறுபாடாம். ஒரு கட்டுரையாசிரியர் கூறுகிறார்! சீத்தலைச் சாத்தனார் இருந்திருந் தால், இந்தக் கட்டுரையாசிரியரின் பேதைமையைக் கண்டு அவரின் பேனாவை வாங்கித் தன்னுடைய தலையில் குத்திக் கொண்டிருப்பார். 'வரிசையறிதலோ அரிது' என்பான் கபிலன். தரமில்லாதவர்கள் தரப்படுத்த முனையும்போது ஏற்படும் விளைவு இது!

தங்கமும் பித்தளையும் சமம் என்பவன் தங்கத்தை இழிவுபடுத்து கிறான் என்பது ஒன்று. அதன் தரம் தெரியாததால் அதைத் தவற விட்டுவிடுகிறான் என்பது மற்றொன்று.

வள்ளுவனின் சிலைக்கு எதிர்ப்பு வந்த அன்றே அவர்களின் பேதைமையை எண்ணிச் சிரித்துவிட்டுக் கருணாநிதி அந்தச் சிலை திறப்பு முயற்சியை அத்தோடு கைவிட்டிருக்க வேண்டும்!

அழுக்கைக் கழுவிக்கொள்ள விரும்பும் எவனும் தண்ணீரைத் தேடி அடைந்து கொள்வதுபோல, தன்னை மேம்படுத்திக் கொள்ள விரும்பும் எந்தக் கூட்டமும் அதற்குத் தேவையான பேரறிவா ளனைத் தேடி அடைந்து கொள்ளும்!

வெறும் சிலைக்கு ஒரு சபதம் செய்ததற்குப் பதிலாக முதல மைச்சர் கருணாநிதி இந்தப் பதினெட்டு ஆண்டுகளில் திருக் குறளின் கன்னட மொழிபெயர்ப்பை ஒவ்வொரு கன்னடனும்

அடையுமாறு செய்து, அது அவர்களின் நோய்க்கு மருந்து என்பதை அவர்களே அறிந்து கொள்ளும் வாய்ப்பினை ஏற்படுத்தியிருந்தால், அவர்களே தங்கள் முயற்சியால் வள்ளுவனின் சிலையை நிறுவ முயன்றிருப்பார்கள்; அப்போது தன்னுடைய சபதம் நிறைவேறி விட்டதாக முதல்வர் கருணாநிதி மகிழ்வதிலும் விழா எடுப்பதிலும் மிகப்பெரிய நியாயம் உண்டு. அரிசிக்கு உமியைச் சரிவிலையாகக் கொண்டு பரிவர்த்தனை செய்துகொண்டதற்குக் கருணாநிதிக்கு விழா என்ன வேண்டியிருக்கிறது?

வள்ளுவருக்குச் சரிநிகராக சர்வக்ஞரை இறக்குமதி செய்து கொள்ளும் பரிவர்த்தனை உத்தியைக் கருணாநிதி கடைப்பிடிப்பதற்குப் பதினெட்டு ஆண்டுகள் காத்திருக்கத் தேவையில்லையே! இதைச் செய்வதற்கு ஓர் அர்த்தமில்லாத சபதம் வேறு! தொழுது நிறைவேற்றிக் கொள்ளப்படுபவை சபதங்கள் என்று அழைக்கப்படுவதில்லையே! கருணாநிதி இந்தச் சபதத்தை நினைவுபடுத்தாமல் அப்படியே மறக்கவிட்டுத் தன்னுடைய கௌரவத்தையாவது காப்பாற்றிக் கொண்டிருக்கலாமே!

ஆனால் திராவிட இயக்கத்தின் மூலதனமே அடையாள அரசியல் தானே! அடையாள அரசியல் என்பது நாட்டைக் குறிக்கோள்வழி உய்க்காமல் அடையாளங்களைப் பெருக்கி ஏய்ப்பது!

திருக்குறள் விலங்கு நீர்மையினரை மனிதர்களாக்குவதற்கு எழுதப்பட்ட நூல். ஆனால் திராவிட இயக்கத்தார்க்கு அது ஓர் இன மான நூல்மட்டுமே! அஃதாவது பின்பற்றும் கட்டாயமில்லாத ஓர் அடையாள நூல்; அவ்வளவுதான்! 133 அடிக்குச் சிலை வைக்கப்படுவது திருக்குறளுக்குப் பெருமைதான்; அதன் பிறகு நாட்டின் ஒழுக்கம் ஓரங்குலமாவது கூடியிருக்கிறதா? மன்னவன் எவ்வழி அவ்வழி மக்கள்!

1969 தொடங்கி நாட்டின் மூலமந்திரம் இலஞ்சம்தான்; ஒரு இலட்சம் கோடி அலைக்கற்றை ஊழல் மன்னர்களெல்லாம் இன்பத் தமிழர்கள்தாம்! கருணாநிதியின் உடன்பிறப்புகள்தாம்! திராவிட இயக்க அரசியலில் திருக்குறள் முற்றாகத் தோற்றுவிட்டது!

திருக்குறளைத் தோற்கடித்துவிட்டவர்கள்தாம் நாடுவிட்டு நாடு திருவள்ளுவர் சிலைகளைத் திறந்து, அவருடைய புகழைப் பெருக்கும் அடையாள அரசியலில் முழுமூச்சாகத் திகழ்கி

றார்கள். இதற்குச் சண்டைகள் வேறு; உள்ளீடில்லாத சபதங்கள் வேறு.

பெங்களூர்ப் பேச்சில் மட்டுமன்று; கருணாநிதியின் தேசியம் குறித்த அண்மைக்காலப் பேச்சுகள், அவருடைய தலைகீழ் மாறுதல்களைப் புலப்படுத்துகின்றன. என்னையும் எடியூரப்பா வையும் இந்தியர்கள் என்னும் உணர்வு பிணைக்கிறது என்னும் கருணாநிதியின் பெங்களூர்ப் பேச்சு டக்கர் பேச்சு!

சட்டம் பாய்கிறதே என்று திராவிட இயக்கம் தன்னுடைய பிரிவினைக் கொள்கையைக் கைவிட்டது புரியக்கூடியதுதான்! ஆனால் அதற்காகத் தேசியத்தின் தலையாய ஊதுகுழலாகவே கருணாநிதி மாறிவிடுவார் என்பது நாம் புரிந்துகொள்ள முடியாதது!

கருணாநிதி எதையுமே உண்மையாக நம்பியவரில்லை; எல்லாமே அவருக்குப் பிழைப்புவாதம்தான்.

எடியூரப்பா நாம் முதலில் இந்தியர், பிறகுதான் கன்னடர் என்று பேசியிருக்கிறார்! இந்த வண்டி வெகுகாலத்திற்கு ஓடாது. அவர் இன உணர்வுக் கொள்கையை சியாம் பிரசாத் முகர்சியிடம் கற்றுக்கொள்ளப் போயிருக்கக்கூடாது. அவருடைய இரத்தத் துடிப்பில் கற்றுக் கொண்டிருக்க வேண்டும்.

எடியூரப்பாவும் நானும் திராவிடர்கள் என்றல்லவா கருணாநிதி பேசியிருக்க வேண்டும்! மொழிவழியில் தமிழர்கள்; இன வழியில் திராவிடர்கள்தானே நாம்! ஒரு தாய் வயிற்று மக்க ளுக்குள் ஏன் இந்தச் சண்டைகள் என்று கேட்பதற்கு இனவழித் தொடர்பு சுட்டப்படுவதுதானே இயற்கையாக இருக்கும்! காரண மில்லாமல் தாவுவாரா கருணாநிதி!

இந்தியாவை நிலவழியாக ஒருமைப்படுத்தியவன் வெள்ளைக் காரன். விடுதலைக்குப் பிறகு முதலாளித்துவத்தின் விரிந்த சந்தைத் தேவை இந்திய ஒருமைப்பாட்டைக் கெட்டிப்படுத்தி வைத்திருக்கிறது!

அவருடைய குடும்பத் தொலைக்காட்சி பம்பாயிலும் லக்னோ விலும் சண்டீகரிலும் கால்பதிக்க முனைந்து கொண்டிருக்கிறது. இந்திய ஒருமைப்பாட்டின் கட்டாயத்திற்கான முதலாளித்துவத் தின் விரிந்த சந்தைத் தேவை தென்னிந்தியாவின் புதுமுதலாளி யான கருணாநிதிதிக்கு மாத்திரம் விலக்களிக்க முடியாதே!

ஐம்பதாண்டுகளுக்கு முன்பு டால்மியாவுக்குக் கல்லக்குடியில் என்ன வேலை என்று கேட்டார் கருணாநிதி. இப்போது கருணா நிதிக்கு லக்னோவில் என்ன வேலை என்று கேட்கக் கூடும்தானே!

அவசரம் அவசரமாக வீறுகொண்ட இந்தியராகிவிட்டார் கருணாநிதி!

எப்படியோ தொலையட்டும்! மூன்று நூற்றாண்டுகளுக்கு முன்னர் உலகநீதி என்னும் புகழ்பெற்ற நீதிநூலை எழுதினான் உலகநாதன். சர்வக்ஞரைப்போல் அவனும் தன்னுடைய பெயரை நூலின் இறுதியில் பாடிக்கொண்ட தற்காதலன்! தெய்வப் புலமைத் திருவள்ளுவனிடம் இத்தகைய எளிய போக்குகள் எப்படி இருக்க முடியும்?

நமக்கு மேல்துண்டு மட்டும்தானா தேவை? கைக்குட்டையும் தேவைதானே! சர்வக்ஞரும் இருந்துவிட்டுப் போகட்டுமே!

இந்த மேடைக் கலப்பும் சிலைப் பரிவர்த்தனையும் காவிரித் தாவாவில் தமிழர்கள் நியாயமாக அடையவேண்டிய நீர்ப் பங்கீட்டைப் பழைய வழமைப்படிப் பெற்றுத் தருமென்றால் அதைப் பெற்ற பிறகு சர்வக்ஞர் என்ன சர்வக்ஞர்? எடியூரப்பா வுக்கே மேட்டூர் தொடங்கிப் பூம்புகார்ச் சங்கமம் வரையிலும் சிலை வைக்கலாமே!

தினமணி, 19.08.09

3

கெட்டி தட்டிப் போய்விட்டது

பா.ச.க.

ஒரு கட்சிக்காரர் எதிர்த்தரப்பினர் ஒருவரைப் பாராட்டினார் என்பதற்காக கட்சியை விட்டு நீக்கப்பட்டு விட்டார் என்னும் செய்தி நடுநிலையிலிருந்து பார்க்கிற யார் யாருக்கும் செரிக்க முடியாத ஒன்றாகும்! அண்மையில் பாரதிய சனதா கட்சியின் தலைவர்களில் ஒருவரான சசுவந்த் சிங் பாகிசுதானைத் தோற்றுவித்த முகமது அலி சின்னாவைச் சமயச் சார்பற்றவர் என்று சொல்லிவிட்டாரென்றும், வல்லபாய் பட்டேலை பிரிவினையோடு தன்னுடைய நூலில் தொடர்புபடுத்திவிட்டார் என்றும் குற்றம்சாட்டிக் கட்சியை விட்டு நீக்கி விட்டனர்.

இசுலாமியர்களும் இந்துக்களும் வேறு வேறு; அவர்களின் நடை, உடை, பாவனை, பழக்க வழக்கங்கள் ஆகிய அனைத்தும் வேறு வேறு; அவர்கள் கடைப்பிடிக்கின்ற சட்டங்கள் வேறு வேறு என்றெல்லாம் நாட்டை உடைத்து, அதன் காரணமாக இரு தரப்பாரின் ரத்தமும் ஆறாகப் பெருகி ஓடக் காரணமாகி, கடைசியில் மத அடிப்படையிலான பாகிசுதானைப் பிரித்துக் கொண்டு போன சின்னா எப்படி மதச் சார்பற்றவராக இருக்க முடியும் என்னும் கேள்வியே சசுவந்த் சிங்கின் 'கல்தா'வுக்குக் காரணம்!

பாகிசுதான் பிரிவினைக்கு சின்னா முதன்மைக் காரணம்தான். ஆனால், ஒரு கட்டத்திற்குப் பிறகு

நேருவும், வல்லபாய் பட்டேலும் துணைக் காரணங்கள் அல்லவா! சின்னாவைத் தலைமுழுகி விட்டு மீதமுள்ள இந்தியாவை எல்லா அதிகாரங்களோடும் நிம்மதியாக ஆளலாம் என்று ஒரு கட்டத்தில் இவர்கள் இருவரும் கருதியது வரலாற்று உண்மைதானே!

பெருவாரியான இந்துக்களும் சிறுபான்மை இசுலாமியர்களும் சமநிலையில் சேர்ந்து வாழ்வதற்குச் சனநாயகம் இடங்கொடுக் காது என்று சின்னா அஞ்சினார். சனநாயகம் என்பது எண்ணிக் கையை மட்டுமே அடிப்படையாகக் கொண்டது. ஆகவே எண்ணிக்கையில் குறைந்தவர்கள் அஞ்சுவது இயல்பு தானே!

நேருவும் சின்னாவும் ஒரே தரத்திலுள்ள அறிஞர்கள்தாம். ஆனால் தலைமையமைச்சராக வர நேருவால்தானே முடியும். காந்தி தலைமையமைச்சர் நாற்காலியை சின்னாவுக்கு வழங்கிப் பிரிவினையைத் தடுக்க முயன்றார். காந்தியின் வார்த்தை கல் வெட்டு; வார்த்தைப் பிறழ்ச்சி என்பதை வாழ்க்கை முழுவதிலும் அறியாதவர் காந்தி. இந்தியா அந்த மகாத்மாவின் காலடியில் சொக்கிக் கிடந்தது எல்லா வகையிலும் நியாயமே. காந்திக்கு மேல் சிறந்த தலைவன் ஒரே ஒருவன்தான் உண்டு; அவன் காந்தியைப் படைத்தவன்!

சமயச் சார்பற்ற இந்தியா என்று என்னதான் டமாரங்கள் முழங்கி னாலும் இங்கே அதிகாரமில்லாத அலங்காரப் பதவிகளைத் தானே அப்துல் கலாம்கள் வகிக்க முடியும். காந்தியின் உறுதி மொழி ஒருபுறமிருக்கட்டும். இப்போதுள்ள பிரச்னை சின்னா அதிகார நாற்காலியில் உட்காருவது குறித்ததன்று. முசுலிம்கள் நிலையாக அதிகாரத்தை அடைவது குறித்தது.

சிக்கல் தெளிவாகப் புரிந்துவிட்ட நிலையில், இந்தியா உடையா மல் இருக்கப் புதிய வழிகளுக்கான முயற்சிகள் நடந்தன.

சிறுபான்மை என்னும் அச்சம் அகற்றப்பட 1946-ல் இந்தியாவுக்கு வந்த வெள்ளை அரசாங்கத்தின் காபினெட் தூதுக் குழு ஒரு நிகரற்ற யோசனையை முன்வைத்தது. அந்தந்த மாநிலங்களுக்கு எல்லா அதிகாரங்களையும் வழங்கிவிட்டு, மூன்று அதிகாரங்களை மட்டும் மத்திய அரசில் வைத்துக் கொள்வது என்பதுதான் அந்த யோசனை. இந்த யோசனைக்கு காந்தி இசைவாகத்தான் இருந்தார். சின்னாவும் சிறு சிறு திருத்தங்களுடன் அந்த யோசனையை ஏற்கத் தயாராகிவிட்டார்.

காபினெட் தூதுக் குழுவின் யோசனைப்படி முசுலிம் மாநிலங் களான கிழக்கு வங்கம், கிழக்குப் பஞ்சாப், சிந்து, பலுசிசுதான் ஆகிய முசுலிம் மாநிலங்களை முசுலிம்களே ஆண்டு கொள் வார்கள். மத்தியப் பிரதேசத்தையும், உத்திரப் பிரதேசத்தையும் இன்னபிற மாநிலங்களையும் இந்துக்களும், இன்பத் தமிழ் நாட்டைத் 'திராவிடக் குடும்பங்களும்'ஆளும் நிலை ஏற்படும்.

அரசியல் சட்டத்தில் வரையறுக்கப்படாத அதிகாரங்களும் மாநிலங்களையே சாரும் என்பதால், மத்திய அரசு ராணுவம், அயல்நாட்டு விவகாரம் என்று நாட்டின் ஒருமைப்பாடு, பாது காப்பு போன்றவற்றில் மட்டுமே கருத்துச் செலுத்த முடியும்.

மாநிலங்கள் முற்றான தன்னாட்சியுடனும், மத்திய அரசு ஓர் இணைப்பு அரசாகவும் திகழும் என்பதுதான் காபினெட் தூதுக் குழுவின் பரிந்துரை. இதில் யாருடைய ஆதிக்கமும் யாரின்மீதும் படராது.

இதிலே மிகப்பெரிய விந்தை என்னவென்றால் எந்த வெள்ளைக்கார அரசு 1907-ல் வங்கத்தை இந்து வங்கம் என்றும் முசுலிம் வங்கம் என்றும் பிரித்து வகுப்பு வாதத்துக்கு வித்திட்டு வெறுப்பை வளர்த்துக் குளிர் காய்ந்ததோ, அதே வெள்ளைக்கார அரசு காபினெட் தூதுக் குழுவை 1946-ல் அனுப்பி, அதே வங்கப் பிரிவினை நாட்டுப் பிரிவினையாகிவிட வேண்டாம் என்பதற்குக் கடும் முயற்சி செய்தது.

1907-ல் தலைமை ஆளுநராக இருந்து வங்கத்தை மத அடிப் படையில் பிரித்தவன் கர்சன் என்னும் வெள்ளைக்காரன். கர்சனின் வங்கப் பிரிவினைதான் பெரிய அளவுக்கு விடுதலைப் போராட் டத்தை முடுக்கிவிட்ட வரலாற்று நிகழ்ச்சி. 1907-ல் வங்கத்தை மத ரீதியாகப் பிரிப்பதற்கு நீ யார் என்று கேட்டவர்கள், காபினெட் தூதுக்குழுவின் பரிந்துரையைப் புறக்கணித்து 1947-ல் வங்கத்தை மட்டுமன்று, பஞ்சாபையும் பிளந்து, முசுலிம் பாகிசுதான் ஏற்பட இசைந்து நின்றது காலத்தின் கேலிதானே!

காபினெட் தூதுக்குழுவின் பரிந்துரை ஏற்கப்பட்டிருந்தால், இந்திய ஒருமைப்பாடு காக்கப்பட்டிருக்கும். ஆர்.எசு.எசு. விரும் பியவண்ணம் 'அகண்ட பாரதம்' நிலைபெற்றிருக்கும். ஆசியா வில் மட்டுமென்ன; அகிலத்திற்கே இந்தியாதான் பெரிய நாடாக இருந்திருக்கும். சீனா வாலைச் சுருட்டிக் கொண்டு நமக்குச் 'சலாம்' சொல்லாதா?

இவையெல்லாம் நடக்க முடியாமல் போனதற்கு யார் காரணம்? உறுதியாகக் காந்தியும் சின்னாவும் காரணமில்லை. காபினெட் தூதுக் குழுவின் பரிந்துரைகளை, 1946 சூலை மும்பை அகில இந்திய காங்கிரசு மாநாட்டுக்குப் பிறகு, ஒதுக்கித் தள்ளிய தோடன்றி அவற்றுக்கு எதிராக வெடித்துக் கிளம்பிய நேருவே காரணம். அதன் விளைவாக, வேதாளம் மீண்டும் முருங்கை மரம் ஏறிவிட்டது; சின்னா மீண்டும் பாகிசுதான் பல்லவிக்குப் போய்விட்டார்.

சசுவந்த் சிங் என்ன பிழையாகச் சொல்லிவிட்டார்? அவர்மீது பாய்ந்து பிறாண்டுகிறார்களே... சின்னா சமயச் சார்பற்ற கொள்கையுடையவர் இல்லையா?

உலக முசுலிம்களின் தலைவர் கலீபா. அவர் அந்தப் பொறுப் பிலிருந்து இறக்கப்பட்டபோது, முசுலிம் அல்லாத காந்தி கவலை கொண்டார். அலி சகோதரர்களைச் சேர்த்துக் கொண்டு கிலாபத் இயக்கம் நடத்தினார். ஆனால், முசுலிமான சின்னா கலீபாக்கள் தேவையில்லை என்றார். காங்கிரசின் வேலை கலீபாக்களைக் காப்பாற்றுவது அல்ல என்றும் சொன்னார். சின்னா சமயச் சார்பற்ற கொள்கையினர்தானே! அவர் இன்னும் கொஞ்சகாலம் வாழ்ந்திருந்தால் இந்துக்களின் நாடு சமயச் சார்பற்றதுபோல், முசுலிம் மக்களின் நாடும் சமயச் சார்பற்றதாக அறிவிக்கப்பட்டிருக்கும்.

சசுவந்த் சிங் புத்தகத்திற்கு குசராத் முதலமைச்சர் மோடி தடை விதித்திருக்கிறார். சின்னாவைப் புகழ்ந்ததும் குற்றமாம்; பட்டேலையும் நேருவையும் இடித்துரைத்ததும் குற்றமாம்.

கொக்கோகமும், காமசூத்திரமும் வெளியிட அனுமதி உள்ள நாட்டில், ஒரு சாதாரண அரசியல் கருத்துக்காக சசுவந்த் சிங்கின் புத்தகத்தைத் தடை செய்த மோடி அரசின் செயல், நாடே வெட்கித் தலை குனிய வேண்டிய அநாகரிகமான செயலாகும்.

நெருக்கடிநிலைக் காலத்தில் எழுத்துச் சுதந்திரம் பறிக்கப் பட்டபோது கொதித்தெழுந்த பாரதிய சனதா கட்சி, அதே செயலை அவர்களுடைய கட்சி முதலமைச்சர் செய்யும்போது வாளா இருப்பது ஏன்? தலைமையமைச்சர் பொறுப்புக்கு அறிவிக்கப்பட்ட அத்வானி செயலற்றுப் போய்விட்டதைத் தானே இது காட்டுகிறது?

சசுவந்த் சிங் சின்னாவைப் பாராட்டியதற்குக் கொடுத்த விலை கட்சி நீக்கம். இதே வேலையை நாடாளுமன்றத் தேர்தலுக்கு முன்னர் அத்வானி செய்தார். அவர் பாகிசுதானுக்கே போய் சின்னாவைச் சமயச் சார்பற்றவர் என்று பாராட்டி விட்டு வந்தார். வந்தவுடன் அவருடைய தலைப்பாகையைப் பிடுங்கி ராசுநாத் சிங்குக்குச் சூட்டி விட்டார்கள். தலைவர் பதவி மாற்றம் என்பது தலைப்பாகை மாற்றம்போல் அவ்வளவு சாதாரணமாக இருக்கிறது.

இவ்வளவுக்கும் அத்வானி சாதாரணத் தலைவரில்லை. பாபர் மசூதி இடிப்பின்போது உடனிருந்தவர்; அதற்குத் தூண்டு விசையாக இருந்தவர் என்று அவரைக் குற்றம் சொல்வார்கள். அப்படிப்பட்டவர் பாகிசுதானுக்கே சென்று சின்னா சமயச் சார்பற்றவர் என்று இதுவரை பாரதிய சனதா முகாமில் யாரும் சொல்லி அறியாத ஓர் உண்மையைச் சொன்னார் என்றால், அது அரசியல் குறிப்புடையது மட்டுமன்று; அரசியல் திருப்பத்திற்கு இடப்பட்ட வித்துமாகும்!

அத்வானி தன்னைப் புகழ்ந்துவிட்ட காரணத்தால், புளகாங்கிதம் அடைந்து சின்னா சமாதிக்குள் புரண்டு படுக்கப் போவதில்லை. பாராட்டையும் பழிப்பையும் இறந்தவர்கள் அறிய மாட்டார்கள்.

பாகிசுதானின் பிரிவினையை எதிர்த்துக் கொதித்துக் கிளம்பிய ஒரு கட்சியில், ஆர்.எசு.எசு.சில் இருந்து நாற்றுப் பிடுங்கி நடப் பட்டவரான அத்வானி, பாகிசுதானுக்கே போய் அந்தப் பிரிவினையின் காரணகர்த்தாவைப் பாராட்டிவிட்டு வந்தது, பூமியே ஆடியதுபோன்ற அதிர்ச்சியைத் தந்தது பழைய கட்சிக் காரர்களுக்கு.

ஒரு கட்சி தில்லி செங்கோட்டையில் அமர வேண்டுமானால் எல்லாத் தரப்பிலிருந்தும் பிரதிநிதித்துவம் வேண்டும். நாட்டின் பத்து விழுக்காடு மக்கள் எதிர்ப்பார்களேயானால், அது அந்தக் கட்சியின் ஆட்சிப் பயணத்திற்கு மிகப்பெரிய தடையாகும்.

தமிழ்நாட்டில் பல தொகுதிகளில் இவர்கள் 500 லிருந்து 1000 வாக்குகள்தாம் பெற முடிகிறது. இது நகராட்சி உறுப்பினரா வதற்கே போதுமானதில்லை.

ஒவ்வொரு மாநிலத்திலுமுள்ள முதன்மைக் கட்சிகள் இவர் களோடு கூட்டுச் சேர இவர்கள் வைத்திருக்கின்ற வாக்கு வங்கி

மோசமானதாக இருக்கிறது. போனால் போகட்டும்; நிரம்பக் கெஞ்சுகிறார்களே என்று யாராவது சேர வந்தால், கல்லைக் கட்டிக் கொண்டு கிணற்றில் குதித்த கதையாக ஆகி விடுகிறது. பாரதிய சனதாவுக்குத் தமிழ்நாடு போன்ற மாநிலங்களில் சொந்தமாக வாக்கு வங்கி இல்லாவிட்டாலும், எதிர்ப்பு வாக்கு வங்கி எப்போதும் மாறாமல் இருக்கிறது. அந்த எதிர்ப்பு வாக்கு வங்கி சேர வந்தவர்களையும் சேர்த்துச் சீரழித்து விடுகிறது.

அதனால்தான் தெலுங்கு தேசம், திமுக மற்றும் அஇஅதிமுக, ஒரிசாவின் பட்நாயக் கட்சி, முன்பு இணைந்திருந்த உத்தரப் பிரதேசத்து மாயாவதி, இன்றோ நாளையோ அறுத்துக் கொள்ள நேரம் பார்க்கும் பீகாரின் நிதீசு குமார் என்று பல மாநிலக் கட்சிகள் பாரதிய சனதாவைப் பற்றிக்கொண்ட நோய், நம்மையும் தொற்றிக் கொண்டுவிடக் கூடாது என்று பயந்து ஓடுகிறார்கள்; அப்புறம் அத்வானி எப்படிச் செங்கோட்டையில் கொடி ஏற்ற முடியும்?

ஆர்.எசு.எசு. பாரதிய சனதாவின் அடிமட்ட அமைப்பாக இருக்க லாம். ஆனால், அடிமட்ட அமைப்புகளுக்கு வாக்காளர்களின் மனநிலை புரியாது. வீர சவர்க்கார் காலத்திலேயே அவர்கள் இருப்பார்கள். வீரசவர்க்காருக்குப் பிறகு கங்கையிலே ஏராள மான வெள்ளம் ஓடி வடிந்தும் விட்டதே!

தமிழ்நாட்டில் திராவிடக் கட்சிகளுக்குத் தாய்க் கழகம் திராவிடர் கழகம்தான். ஆனால், கருணாநிதி குச்சி எடுத்து, ‘ஆடுடா ராமா’ என்றால் வீரமணி குட்டிக்கரணம் போடவில்லையா? சிறு பான்மை மக்கள் எப்போதும் பாதுகாப்புக் குறித்த அச்சத்தின் காரண மாக இறுக்கமாக ஒன்று சேர்ந்து விடுவார்கள்! பெரும்பான்மை மக்களுக்கு அத்தகைய நெருக்கடி எதுவும் கிடையாது. பாபர் மசூதி இடிப்பு முசுலிம்களைப் பாரதிய சனதாவுக்கு எதிராக இணைத்தது இயற்கையே. நம்முடைய ஊர்ப் பள்ளிவாசலுக்கும் இத்தகைய நிலை ஏற்பட்டால் என்ன செய்வது என்னும் எண்ணம் அவர்களை அச்சுறுத்திக் கெட்டிப்படுத்திவிடும்!

கடந்த நாடாளுமன்றத் தேர்தலில் பாரதிய சனதாவின் தோல் விக்கு அத்வானியே காரணம் என்று அவர் தலையை இப்போது உருட்டுகிறார்கள். கூட்டணி வலிமையே தேர்தல் வலிமை என்று ஆகிவிட்ட காலத்தில், பாரதிய சனதாவின் மதவாதக் கொள்கையே பிற கட்சிகளெல்லாம் இதனோடு சேரத்தடை என்று உண்மை நடப்பை இனங் கண்டு கொள்ளாமல், பழைய தலைவர்களெல்

லாம் வெளியேற வேண்டும் என்று பேசுவதால் இழப்பு யாருக்கு? கட்சிக்குத்தானே! அடிப்படை உண்மை புரியாமல் மொட்டை யாக இளைஞர்களை அழையுங்கள் என்றால், இதென்ன ஓட்டப் பந்தயமா? 80 வயது அத்வானியின் அறிவும், அனுபவமும், முடிவெடுக்கும் திறனும் முப்பது வயது இளைஞருக்கு இருக்க முடியுமா? தந்தையின்கீழ் பயிற்சி பெற்றுத் தகுதி பெறும் மகனைப்போல், இளைஞர்களும் பயிற்சி பெற்றுப் படிப்படி யாகத்தான் வர வேண்டும்.

பாரதிய சனதா கட்சியைப் புதிய தடத்தில் வழிநடத்தப் பாகிசு தானில் முடிவெடுத்த அத்வானி, நெருக்கடி காரணமாக அந்த முடிவில் பின்தங்கியதுதான் நாடாளுமன்றத் தேர்தல் தோல்விக்குக் காரணம். சோசலிசம் பேசிய காங்கிரசு முதலாளித்துவத்துக்கு அடி வருடுகின்ற கொள்கையை அரங்கேற்றவில்லையா? இது தலைகீழ் பல்டி ஆகாதா? திராவிடக் கருணாநிதி தேச பக்தர்கள் எல்லாம் கிடு கிடுக்கும் அளவுக்கு அதிதீவிர தேசியவாதி ஆகவில்லையா? இது தலைகீழ் பல்டி ஆகாதா? அதுபோல் அத்வானி தன்னுடைய மனதில் பாகிசுதானில் பூத்த சமயச் சார்பின்மைக் கொள்கைக்கு மாறுவது காலத்துக்கேற்ற மாற்றம்தானே? சிறந்ததைச் சிந்தித்தும் செயல்படுத்த முடியாத தலைமை குற்றமுடையது என்பான் வள்ளுவன்.

வயிற்றுப் பசியோடு தூங்கச் செல்கிறவன் இந்துவானால் என்ன? முசுலிமானால் என்ன? பசிக்கு என்ன மதவேறுபாடு? பசித் தீயை அணைப்பதற்குத்தானே அரசியல்!

சாதியைத் திருமணங்களோடு நிறுத்திக் கொண்டு, மதத்தை வழி பாட்டுத் தலங்களோடு நிறுத்திக்கொண்டு, பசியை முன்னிறுத்தி நடத்துவதுதானே முறையான அரசியல்! அதற்கு மட்டும்தானே அரசியல் கட்சிகள் வேண்டும். அதற்கு வெளியே உள்ள காரணங் களுக்காகப் பிறந்த அரசியல் கட்சிகளெல்லாம், மழைக்காலக் காளான்கள்போல, மறுமறு பொழுதுகளில் அழிந்து விடாவோ?

பழைய அமைப்புகள் காலத்திற்கேற்றவாறு தம்மைப் புதுப்பித்துக் கொண்டால் மட்டுமே காலத்தோடு போராடி வளர முடியும்! காலத் தோடு பொருந்த மறுப்பவை அல்லது இயலாதவை அழியும்!

துக்ளக், 09.09.10

4

திராவிடர் கழகம் திருமடமானது!

பெரியார் தோற்றுவித்த தன்மான இயக்கம் என்பது அடிப்படையில் ஒரு நாத்திக இயக்கம்! இந்தியத் தத்துவ ஞானம் சார்வாகத்தை (atheism) ஒரு மதமாகவே கருதுகிறது. தத்துவஞானம் என்பதே உண்மையைத் தேடுவதுதானே! உண்மையைக் கடவுள் இருப்பாகவும், மறுப்பாகவும் அவரவர் பார்வைக்கேற்றவாறு சொன்னார்கள்!

கடவுள் உண்டு என்று சொல்வது ஒரு மதமென்றால், கடவுள் இல்லை என்று சொல்வதும் ஒரு மதந் தானே! கண்ணால் காணவில்லை; ஆகவே கடவுள் இல்லை என்று சொல்பவன் தர்க்கவாதத்தில் (logic), காட்சி அளவையை (Perception) மட்டுமே எந்த ஒன்றைப் பற்றியும் அறிவதற்குரிய அளவு கோலாகக் கொள்கிறான்!

அப்படியல்லாமல் கடவுள் உண்டு என்று சொல் பவன் தர்க்கவாதத்தில் 'கருதல் அளவையின்' (inference) வாயிலாகக் கடவுளின் இருப்பை அறிகிறான். பானை இருக்குமானால் அதை வனைந்த ஒரு குயவன் இருந்தே தீருவான் என்பது அவர்களின் வாதம்! 'காணப்பட்ட உலகைக் கொண்டு காணப்படாத கடவுளுக்கு உண்மை கூற வேண்டுதலின்' (குறள்:1) என்று வள்ளுவனின் கடவுள் நம்பிக்கைக்கு அரண் அமைப்பான் பல்துறை அறிஞன் பரிமேலழகன்!

பெரியாருடைய நாத்திகவாதத்தை இன்னொரு வகையாகப் பொருள்முதல்வாதம் (materialism) என்று கூறுவர். எந்தப் பொருள்முதல்வாதத்தை முற்போக்குச் சிந்தனை என்று பெரியார் நாடெங்கும் பெருமையுடன் முழங்கி, நாட்டிலுள்ள வர்களை எல்லாம் நாத்திகர்களாக்க முயன்றாரோ, அந்தச் சிந்தனையைச் தேக்கமடைந்த சிந்தனை என்று மார்க்சியம் புறந்தள்ளி விடுகின்றது!

வெற்றான கடவுள் மறுப்பை, முதிர்ச்சியடையாத பொருள் முதல்வாதத்தை காரல் மார்க்சு இயங்கியல் பொருள்முதல்வாதம் (dialectical materialism) கொண்டு மறுக்கிறார். பெரியாருடைய மறுப்புக்கு மறுப்பு மார்க்சியம்!

'அறிதோறும் அறியாமை கண்டற்றால்' (குறள் 110) என்னும் நிகரற்ற அறிவு விளக்கத்தைக் காமத்துப் பாலில் பேசுவான் வள்ளுவன்! அறிய அறியப் பழைய அறிவு அறியாமையாய்த் தெரிகிறது.

வேதம் தோத்திரங்களின் திரட்டு; உபநிடதமோ முற்ற முழுக்க மெய்த் தேட்டம்; தெளிவின் பிழிவு! ஒன்றைவிட இன்னொன்று வளர்ச்சி நிலை! மோசேயினை (Moses) விட ஏசு வளர்ந்த நிலைதானே!

ஆகவே அறிவுப் பயணம் முடிவடையாத பயணம்! அறிவு காலந் தோறும் வளர்ந்து செல்வது; சில சமயங்களில் ஒரு காலத்திற்குப் பொருந்தியது இன்னொரு காலத்திற்குப் பொருந்தாமல் போகக் கூடும்! ஆகவே, இந்திய ஞானிகள் எல்லாக் கருத்துக்களையும் கருதுகோள்கள் (concepts) என்ற அளவில் ஒன்றன் பக்கத்தில் ஒன்றாக நிலைபெற அனுமதித்தனர். இங்கே 'பட்வாக்கள்' (fatwa) கிடையாது. ஒரு கருத்தைக் கொள்வதற்காகவோ, மறுப்பதற் காகவோ கூட்டம் கூட்டமாகக் கொல்லப்படும் வழக்கம் 2000 ஆண்டு வரலாற்றில் மதுரையில் சமணர்கள் கழுவேற்றம் நீங்க லாக, ஏறத்தாழ இல்லை என்றே சொல்லலாம்!

பெரியார் பிள்ளையார் சிலைகளை உடைத்தார். அதை ஒரு பொருட்டாகக் கொள்ளவில்லை தமிழ்நாடு. இத்தகைய எதிர்ப் பினையும் ஒரு கருதுகோள் என்னும் அளவில் உட்கொண்டு, அமைதிப்படுவதற்கு தமிழ்நாடு இரண்டாயிரம் ஆண்டுகளாகப் பக்குவப்படுத்தப்பட்டிருக்கிறது.

ஆனால் ஒன்றிரண்டு ஆண்டுகளுக்கு முன் இந்து மதத்தைத் தாங்கள்தாம் தாங்கி நிற்பதாகக் கருதிய ஒரு சில முதிர்ச்சியற்ற அதிதீவிரவாதிகள் திருவரங்கத்தில் பெரியார் சிலையை சிறிது சேதப்படுத்திவிட்டபோது, பெரியாரின் பெருந்தொண்டர் முதல மைச்சர் கருணாநிதி கொதித்தெழுந்தாரே! இத்தகையவர்கள்மீது சட்டம் கடுமையாகப் பாயும் என்றும், தேவைப்பட்டால் குண்டர் சட்டமும் பாயும் என்றும், எதைப் பொறுத்தாலும் பெரியாரை அவமதிப்பதைத் தன்னுடைய அரசு பொறுக்காது என்றெல்லாம் கருணாநிதி சீறியதற்குக் காரணம், அந்தச் சிலை தங்கள் நாத்திக மதத்தின் 'மூலவர்' சிலை என்பதால்தானே!

பிள்ளையார் சிலையை உடைத்தபோது தமிழ்நாடு அதை எப்படி அமைதியாக எதிர்கொண்டது என்பதைக் கருணாநிதி எண்ணிப் பார்த்திருப்பாரேயானால், திராவிட இயக்க நாத்திக மதம், இன்னும் பக்குவப் படவில்லை என்பது புரிந்திருக்குமே!

தங்கள் மூதாதையர்கள் சிலரின் ஆவி சில மரங்களில் வந்து தங்குவதாகக் குறிகேட்டு அந்த மரங்களில் மஞ்சளும் குங்குமமும் பூசி, அவற்றிற்கு மாலையிட்டுப் பக்தி மார்க்கத்தினர் வழிபாடு செய்வது போல, பெரியார் சிலைக்கு மாலையிட்டும், பெரியார் சமாதிக்கு மலர்வளையம் வைத்தும் கும்பிடுகிறாரே கருணாநிதி, அவற்றிற்குள் வந்து பெரியாரின் ஆவி தங்குவதாக கருணாநிதிக்கு எவனும் குறி சொன்னானா? கருணாநிதியின் இந்தப் பழக்கத்திற்கு இந்தியச் சமயங்களின் தாக்கம்தானே காரணம்! அல்லது ஒருவேளை செத்துப்போன மனிதர்களை வணங்கும் பழக்கம் சுயமரியாதை இயக்கத்திற்கும் உண்டா? கருணாநிதியைக்கூட முழுமையான சுயமரியாதைக்காரராக உருவாக்காமல் போய் விட்டாரே பெரியார்! வீரமணியால் என்ன செய்ய முடியும்?

பெரியாரின் சிலையைச் சேதப்படுத்தினால் சுயமரியாதை இயக்கம் அழிந்து விடும் என நினைத்த இந்துமத அதிபற்றாளர் கள் முழுமையான பேதைகள்! பெரியார் சிலையிலா வாழ்கிறார்? அவருடைய சிந்தனைகளில் அல்லவா!

தனக்கும் தன் ஆட்சிக்கும் மஞ்சள்தான் ராசி என்று எவ்வளவு கேலிகளுக்கிடையேயும் மஞ்சள் துண்டையே அணியும் கருணா நிதி, இந்துமத அதிபற்றாளர்களைப் போல் முட்டாள்தனமாகப் பெரியாரின் சிலையைச் சிதைக்கவில்லைதான்; ஆனால் பெரியாரையே சிதைக்கிறார்; பெரியார் கட்டிய இயக்கத்தையே

சிதைக்கிறார்! பெரியாரின் பகைவன் இந்துமத அதிபற்றாளனா? கருணாநிதியா?

முதலமைச்சர் கருணாநிதி, 'டேய் பூசாரி! பராசக்தி எந்தக் காலத் திலடா பேசினாள்? அவள் பேச மாட்டாள்; அது கல்' என்று அன்று எழுதிய வசனம் குறித்து இன்றுவரை புளங்காகிதம் அடைகிறாரே! அதே அடிப்படையில் பார்த்தால் தேசியக் கொடி வெறும் கந்தைதானே!

விடுதலை நாளன்று கோட்டையில் தேசியக் கொடியை ஏற்றி வைத்து, கையைத் தூக்கி வணக்கம் செலுத்துகிறாரே முதல்வர் கருணாநிதி அது பாவனைதானே! கந்தை எப்படித் தேசமாக முடியும்? 'கந்தை' தேசமாவதை ஒப்புக் கொள்ளும் பகுத்தறிவு, 'கல்' பராசக்தியாவதை ஒப்புக் கொள்ளாதா?

ஒரு கந்தை கொடி என்ற பெயராலே தேசமாக முடியுமென்றால், அதை அவமதிப்பது தேசத்தை அவமதிப்பது ஆகுமென்றால், பெரியாரின் கற்சிலைக்கு மான அவமானம் கற்பிக்க முடியு மென்றால், பிள்ளையாரின் சிலைக்குத் தெய்வத்தன்மை கற்பிப் பது எந்த வகையில் பிழை? பிள்ளையாருக்கு ஒரு நியாயம்; பெரியாருக்கு ஒரு நியாயமா?

எந்த ஒரு சிந்தனையும் எல்லாக் காலங்களுக்கும் உரியதன்று! பெரியாருடைய சிந்தனைகள் மனிதர்களிடையே பிறப்பால் கற்பிக்கப்பட்ட மேல்கீழ் என்னும் பேதங்களை அறுக்க வந்த சிந்த னைகள்! அவை ஒரு காலத் தேவை என்பதால்தான் அவர் காலத்தில் அவை முறுக்கேறி நின்றன! அவர் காலத்திற்குப் பிறகும் அவை தேவை என்றால் அவற்றால் தம் வலிமையிலேயே வீறு கொள்ள முடியும்! அதற்குப் பணம் எதற்கு? அறக்கட்டளை எதற்கு?

காந்தி ஒரு கட்டத்தில் ஒரு தேவைக்காகத் 'திலகர் நிதி'என்னும் பெயராலே ஒரு கோடி நிதி சேர்த்து அந்தத் தேவைக்காகச் செலவ ழித்து முடிந்து விட்டார். காந்தி நினைத்தால் பலகோடி நிதி சேர்க்க முடியுமென்றும், அதனுடைய வட்டியிலே பின்னால் வருகின்ற வர்கூட நாளாசரியான காரியங்களை எளிதாகச் செய்ய முடியு மென்றும் யோசனை சொன்னபோது, அதைக் காந்தி உடன்பட வில்லை. பணம் வைத்து விட்டுப் போனால் நிறுவனம் தன்னலக் காரர்களிடம் மாட்டிக் கொண்டு விடும். பணம் இல்லாவிட்டால் நிறுவனம் ஒழுங்கானவர்களிடம் இருக்கும்; கொள்கையாவது மிஞ்சும் என்று காந்தி சொன்னார்!

போராட்டம் நடத்தி மக்களைத் திரட்டுவது, தன் கொள்கை நிலை பெறத் தான் சிறைக்குப் போய்த் தன்னை வருத்திக் கொண்டு மக்களின் கவனத்தை ஈர்ப்பது, நீதிமன்றத்தில் அமர்விலிருக்கும் நீதிபதியை எதிர்த்து அவரிடமே அறிக்கை தாக்கல் செய்வது என்று எல்லாவற்றிலும் காந்தியைத் திட்டிக் கொண்டே காந்தியைப் பின்பற்றிய நேரிய பெரியார், அறக் கட்டளை விவகாரத்தில் மட்டும் ஏனோ சைவ வைணவ மடங் களைப் பின்பற்றிவிட்டார்!

இரண்டாயிரம் வேலி, நான்காயிரம் வேலி என்று இவ்வளவு சொத்துகளும் இந்தத் திருமடங்களுக்கு இல்லாவிட்டால், திரு மடங்கள்தாம் இருக்காதே தவிர, சைவமும் வைணவமும் இருக்கும்! தங்களுடைய சொத்துகள் இறைப்பணிக்கு என்று எழுதி வைத்து விட்டுப் போனவர்கள், பண்டார சன்னதிகள் பாண்டியாக் கார்களில் போவதற்கும், அவர்கள் சொகுசு வாழ்க்கை வாழ்வதற்கும்தான் தங்கள் சொத்துகள் பயன்படு கின்றன என்று அறிய நேரிட்டால், அவர்களின் ஆவி அமைதி யடையுமா?

எந்தக் கொள்கையும் வலிவுடையதாக இருந்தால், அந்தக் கொள்கை நிறைவேற்றத்திற்கான பணத்தை, அந்தக் கட்டத்தில் அந்த நிறுவனத்தை நடத்துபவன் தேடிக் கொள்வான். அந்தக் கொள்கை தங்களின் காலத்தேவையாக இருந்தால், மக்களும் அவ்வப்போது அதற்கு வேண்டிய பணத்தைக் கொடுப்பார்கள்; அந்தக் கொள்கையும் தன் வலிவிலேயே நிற்கும்!

பெரியார் செய்த மாபெரும் தவறு பல ஆயிரம் கோடி பெறுமான முள்ள சொத்தைச் சுயமரியாதை அறக்கட்டளையாக உருவாக்கி விட்டுப் போனதுதான்!

இதுபோன்ற விவகாரங்களில் பெரியார் காந்தியைப் பின் பற்றாமல் சைவ, வைணவ மடங்களைப் பின்பற்றியது மிகப் பெரிய கேடாய் அமைந்து விட்டது.

தன்னுடைய ஆட்சியைக் காப்பாற்றிக் கொள்ளச் சோனியாவின் கட்டளைப்படி ஈழத்தைச் சுடுகாடாக்கும்போது உடந்தையாக இருந்த கருணாநிதிக்குத் திராவிடர் கழகத்தை உடந்தையாக்கித் தமிழின அழிவுக்கு வீரமணி துணை போனதற்குக் காரணம் அறக் கட்டளைக்குச் சேதாரம் வந்துவிடக் கூடாது என்பதனால்தான்!

அறக்கட்டளையைக் காப்பாற்ற வீரமணி கொள்கையைக் காவு கொடுக்க நேரிட்ட கொடுமையை எண்ணிப் பெரியார் சமாதிக்குள் ஒருமுறை நெளிந்திருப்பார்!

இப்போது திராவிடர் கழகத்தில் பெரிய சன்னிதானம் வீரமணி; இளைய சன்னிதானமாகத் தன் மகனுக்கு இளவரசுப் பட்டம் கட்டியிருக்கிறார். அப்படித்தானே நடக்க முடியும்! பக்க வாத்தியம் வாசிக்கிறவர்கள் பக்கத்தில் இருக்கத்தானே செய்வார்கள்! யானை உண்ணும்போது சிதறுகின்றவை எறும்புகளுக்கு ஆகுமே! ஒத்துப்போகாதவர்களுக்கு வெளிவாயில் திறந்தே இருக்கிறது!

திராவிடர் கழகம் திருமடமானது ஒரு சோகந்தான்!

துக்ளக், 18.11.09

5

கருணாநிதியின் தராசு!

ஈழத்தில் போர் நிறுத்தம் செய்ய வேண்டும் என்பதற்காக எழுந்து நிற்கமுடியாத நிலையிலும் சக்கர நாற்காலியில் அமர்ந்தவாறு முதல்வர் கருணா நிதி தானே தலைமை ஏற்று ஓர் ஊர்வலம் நடத்தி இருக்கிறார். பாவம்! எத்தனை முறைதான் ஊர் வலம் நடத்துவார்? எத்தனை முறைதான் அனைத்துக் கட்சிக் கூட்டம் கூட்டுவார்? எத்தனை முறைதான் சட்டமன்றத்தைக் கூட்டி ஒரே தீர் மானத்தைப் போடுவார்? நாடகக்காரர்கள் 'இன்றே இந்த நாடகம் கடைசி' என்று அறிவிப்பது போல, சட்டமன்றத்திலும், 'இந்தத் தீர்மானம் இதுவே கடைசி' என்றெல்லாம் போட்ட தீர்மானத்தையே திரும்பப் போட்டு உலகத்தினர் நகைக்கும் நிலைக்கு உள்ளாகியும்கூட கருணாநிதி திருந்தவில்லையே!

பேயோட்டுகிற பூசாரி பேய்க்குக் கெடு வைத்து வேப்பிலை அடிப்பதுபோல, தன் கட்சி நாடாளு மன்ற உறுப்பினர்களின் இராசினாமாக் கடிதங் களைத் தன் பைக்குள் வாங்கி வைத்துக்கொண்டு, இரண்டு வாரத்திற்குள் போர் நிறுத்த ஏற்பாடு செய்யவில்லை என்றால் தில்லிச் செங்கோட்டை யிலிருந்து விரட்டப்படும் நிலை ஏற்படும் என்று உடுக்கை வேகமாகக் கருணாநிதி தட்ட, நாடகம் சூடு பிடித்தது. பதினான்காம் நாள் என்ன நடக்கும் என்று நாடே திகிலோடு பார்த்துக் கொண்டிருந்தது.

பதினான்காம் நாளும் வந்தது. டில்லிப் பேயிடமிருந்து சிறப்புத் தூதர் பிரணாப் கோபாலபுரத்திற்கே வந்தார். தூதர் பூசாரியிடம் 'உடனே சார்ச் உடுக்கைக் கீழே போடாவிட்டால், சென்னை செயின்ட் சார்ச் கோட்டையைப் பிடித்திருக்கிற பேயையும் சேர்த்துக்கொண்டு வெளியேற நேரிடும்' என்றார். அவ்வளவு தான்; பூசாரி உடுக்கையைக் கீழே போட்டுவிட்டார்! கருணா நிதிக்குப் புரிகிற மொழியில் சொன்னால் எதையும் எளிதாகப் புரிந்து கொண்டு விடுவார்!

ஈழத் தமிழர்களின் ஆவி முக்கியமா? குடும்ப ஆட்சி முக்கியமா? இப்படித் தெளிவாகக் கேட்டால் குழப்பமில்லாமல் முடி வெடுத்துவிடுவார் கருணாநிதி!

வந்த சிறப்புத் தூதர் பிராணாப் முகர்சி கருணாநிதி வீட்டில், 'போர் நிறுத்தம் செய்யும்படி நாம் இலங்கையைக் கேட்க முடியாது' என்று நேரடியாகக் கருணாநிதி முகத்திற்கு முகம் சொல்லி விட்டதோடு, தமிழ்நாட்டு மக்களுக்கும் முகத்திலடித்தாற் போலச் சொல்லிவிட்டுப் போய்விட்டார்!

மேலும் இந்திய இராணுவ இராசாங்க அமைச்சர் இலங்கைக்கு ஆயுதம் வழங்குவது இந்துமாக்கடல் பகுதியில் இந்திய அரசின் மேலாண்மையை நிலைப்படுத்துவதோடு தொடர்புடையது என்று பெங்களூர் வந்தபோது வெளிப்படையாகவே சொன்னார்! டில்லிப் பெரிய இடம் எதற்கும் வெட்கப்படவில்லை! தமிழர் களை ஒரு பொருட்டாகவே கருதவில்லை!

இவற்றிற்கெல்லாம் பின்னால் கங்கையில் நிறைய வெள்ளம் பாய்ந்து வழிந்தோடிவிட்டது. சிங்கள இராணுவம் நுழைந்த போது கிளிநொச்சி நகரமே அந்த மக்களால் கைவிடப்பட்டு, பேயறைந்த நகரம்போல மனித நடமாட்டமே அற்றுப் போயிருந்தது.

இதுவரை பொத்திப் பொத்திக் காத்த தங்களுடைய வீடுவாசல், சொத்துசுகம், வயல்வரப்பு அத்தனையையும் விட்டுவிட்டு, உயிரைக் கையில் பிடித்துக்கொண்டு முல்லைத் தீவுக் காட்டுக் குள் போய் ஒளிந்து கொண்டவர்கள் ஒருவரா இருவரா? இரண்டு லட்சம் பேர்!

இரண்டாயிரம் விடுதலைப் புலிகளை அழிப்பதாகச் சொல்லிக் கொண்டு இரண்டு இலட்சம் தமிழர்களைச் சிங்களக் காடை

யர்கள் கொல்லவும், ஈழ மண் தமிழர்களின் இரத்தத்தால் செஞ் சகதியாக மாறவும் துணைபுரியும் காங்கிரசு அரசையும், அதில் அங்கம் வகிக்கும் தி.மு.கவையும் சொரணையுள்ள எந்தத் தமிழனாவது மன்னிப்பானா?

நாளொரு ஆர்ப்பாட்டம், பொழுதொரு ஊர்வலம் என்று விடாமல் நடத்திக்கொண்டே இருந்தால், 'பாவம் கருணாநிதி என்ன செய்வார்! டில்லியிலுள்ள அந்தப் பெண்மணிதான் கேட்க மாட்டேன் என்கிறாரே!' என்று தன்மீது தமிழ்மக்கள் இரக்கம் கொள்ளும்படி செய்துவிட முடியும் என்று கருணாநிதி திண்ண மாக நம்புகிறார்! இதுதான் கருணாநிதியின் அரசியல் பாணி!

அப்பாவி ஈழத் தமிழர்களுக்கு நிகழ்ந்துள்ள இவ்வளவு கொடுமைகளுக்கும் காங்கிரசு அரசு மட்டும் காரணம் இல்லை; அந்த அரசில் அங்கம் வகிக்கும் கருணாநிதியும்தான் காரணம் என்பது கூடவா மக்களுக்குப் புரியாது?

இந்தியாவை மன்மோகன்சிங் தனித்தா ஆள்கிறார்? அவர் சம அதிகாரம் பெற்ற மந்திரிசபைச் சகாக்களின் வரிசையில் முதலில் நிற்பவர் (first among the equals). எந்த முடிவையும் அவர் தனித்து எடுக்க முடியாது. நாட்டை ஆள்வது மன்மோகன்சிங் என்றோ கருணாநிதி என்றோ சொல்வது ஒரு சம்பிரதாயமே தவிர, அரசியல் நிருணயச் சட்டம் இவர்களுக்கு வீசம் அளவுக்கு அதிகாரத்தைக்கூடக் கூடுதலாகக் கொடுக்கவில்லையே! எந்த ஒரு முடிவையும் மந்திரிசபைதான் எடுக்க முடியும்; மந்திரி சபை தான் நாட்டை ஆள்கிறது. அந்த முடிவுகள் நாடாளுமன்றத்தால் அங்கீகரிக்கப்படுகின்றன.

மந்திரிசபை மட்டத்திலேயே இந்தியா இலங்கைக்கு ஆயுத உதவிகளையும் இராணுவ நுட்ப உதவிகளையும் செய்வதைக் கருணாநிதி தடுத்திருக்க முடியும். அடுப்பில் விறகை உருவிவிட் டால், கொதிப்பது அடங்கிவிடும் என்று சாதாரணப் பெண்கள் அறிந்திருப்பதை அசாதாரணமான அரசியல்வாதி கருணாநிதி அறியமாட்டாரா? அதைச் செய்யத் தவறியவர்களை மக்கள் மன்னிக்க மாட்டார்கள்; மன்னிக்கவும் கூடாது!

சிங்கள அரசில் மந்திரிப் பதவி வகிக்கும் கருணாகூட ஒரு தமிழன் தான். அவனும் தன் கட்சிக்குச் சில நியாயங்கள் பேசுகிறான். அவனும் விடுதலைப் புலிகளை அழிப்பதாகச் சொல்லிக்

கொண்டுதான் அப்பாவித் தமிழ்மக்கள் அழிவதற்குச் சிங்களக் காடையர்களுக்குத் துணை போகிறான். இவனைப் பெற்றவள் புறநானூற்றுத் தாயாக இருந்தால், இவன் பாலுண்ட இரு முலைகளையும் அறுத்தெறிந்திருப்பாள்.

யூத இனம் கொத்துக் கொத்தாக அரக்கன் இட்லரிடம் அழிந்து பட்டதுபோல, ஈழத் தமிழினம் இராசபக்சேவிடம் கூட்டம் கூட்டமாக அழிகிறது. இலங்கை அரக்கர்களின் நாடு. பத்துத் தலைக்குப் பதிலாக ஒரு தலை என்பதுதான் மாறுதல்!

ஐ.நா. சபை கண்ணீர் வடிக்கிறது; ஐரோப்பிய நாடுகள் பரிவு கொள்கின்றன; அமெரிக்காகூடப் பரிந்து பேசுகிறது! தில்லி அரசு மட்டும் இரங்க மறுக்கிறது. யாரோடோ உள்ள பழைய பகையை அப்பாவி மக்களிடம் தீர்த்துக் கொள்ள நினைப்பது காட்டு மிராண்டித்தனம் அல்லவா!

தில்லி அரசின் நெஞ்சூக்கத்துக்குக் காரணம் என்ன? தமிழ் நாட்டுத் தமிழர்கள் சோற்றால் அடித்த பிண்டங்கள் என்னும் எண்ணம்தானே! தமிழ்நாட்டின் தலையாய தலைகள் விலைச் சீட்டு ஒட்டிய பண்டங்கள் என்னும் கருத்துத்தானே!

பொற்கோயிலுக்குள் இராணுவத்தை அனுப்பியதை மன்னிக்க முடியாத சீக்கியக் காவலாளி இந்திரா காந்தியைச் சுட்டுக் கொன்றான். நாடு பதைபதைத்தது. தில்லிக் காங்கிரசு ஆட்சி சீக்கிய இனத்தைப் பழி தீர்த்துக் கொள்ளக் களத்தில் இறங்கியது. சீக்கியர்கள் நான்காயிரம் பேர் படுகொலை செய்யப்பட்டனர்.

சீக்கிய இனம் காங்கிரசை மன்னிக்கவில்லை.

இருபத்தைந்து ஆண்டுகள் கழித்து டைட்லரைச் சீக்கியர்கள் மறந்திருப்பார்கள் என்று எண்ணிய ப. சிதம்பரத்தின் உள்துறை அமைச்சகத்தின் கீழ் செயல்படும் மத்திய புலனாய்வுத் துறையைக் கொண்டு, டைட்லர் குற்றமற்றவர் என்று அறிவிக்கச் செய்து உச்ச நீதிமன்றத்தில் உள்ள வழக்கை மூடிவிட முயன்றார்கள்!

பொறுப்பானா தன்மானச் சீக்கியன்? செய்தியாளர்கள் கூட்டத் தில் ஒரு சீக்கியனால் ப. சிதம்பரத்தின் மீது ஒரு புதைமிதியடி (Shoe) வீசப்பட்டது.

உடனே 'மன்னித்து விட்டேன்' என்று பதறினார் ப. சிதம்பரம். அவர் என்ன ஏசுவா? சீக்கிய இனத்தின் சினம் சிதம்பரத்தை

வெலவெலக்க வைத்து விட்டது. இன்னொரு முறை சென்னை யில் இதுபோல் நடந்தாலும் மன்னித்துவிடுவாரா? இயலாத இடத்தில் சினத்தைக் காட்டச் சிதம்பரத்தால் முடியவில்லை! மறுநாள் பஞ்சாப் தீப்பிடித்து எரியும் என்பது உள்துறை அமைச் சருக்குத் தெரியாதா? இயலாமையை நற்பண்பாக மாற்றிக் காட்டும் போக்கு சிதம்பரம் போன்ற நிகழ்கால அரசியல்வாதி களுக்கே உரியது!

டைட்லர் தேர்தல் களத்திலிருந்து உடனடியாகக் காங்கிரசால் தூக்கி வீசப்பட்டு விட்டார். அதைப் பற்றி மன்மோகன்சிங் கருத்துச் சொல்கிறார்: ‘சீக்கிய உணர்வுகளுக்குக் காங்கிரசு காட்டும் மரியாதை இது! திருத்திக் கொள்ளாமலே போவதைவிடக் காலங்கடந்தாவது திருத்திக் கொள்வது நல்லதுதானே!’

மன்மோகன்சிங் சொந்தமாக எடுத்த ஒரே ஒரு முடிவு சீக்கியர் களுக்கு ஆதரவாக நின்ற இந்த ஒன்றே ஒன்றுதான்! மாறாகப் போனால் தலைமையமைச்சர் என்றாலும் பொற்கோயிலில் செருப்புத் துடைக்க வைத்துவிடுவார்கள்!

சீக்கிய இனத்திற்குக் காட்டும் மரியாதையைக் காங்கிரஸ் ஏன் தமிழினத்திற்குக் காட்டவில்லை? இனத்திற்கு ஒரு நெருக்கடி என்னும் நிலையில் சீக்கியத் தலைவர்கள் விலை போவதில்லை. சீக்கிய தலைவர் குரு கோவிந்த் சிங்: தமிழினத்தின் தலைவரோ விலை போகின்ற கருணாநிதி!

பிரபாகரனைக் கைது செய்யப்போகும் இராசபக்சே அவரை மரியாதையாக நடத்தவேண்டும் என்று முதலமைச்சர் கருணா நிதி கேட்டிருப்பது பிரபாகரனின்மீது கொண்ட அன்பைக் காட்ட வில்லை; கருணாநிதி மனத்திலுள்ள அழுக்கைக் காட்டுகிறது!

தமிழினத்தை அழித்தொழித்த இராசபக்சே என்னும் பெயர் அலெக்சாண்டருக்கு நிகராகத் தெரிகிறது கருணாநிதிக்கு! பதுங்கு குழிக்குள்ளும் பாதுகாப்பு வளையத்திற்குள்ளும் அஞ்சி வாழும் இராசபக்சே அலெக்சாண்டரா?

சிங்கள அரசில் அங்கம் வகிக்கிற துரோகி கருணாவைவிட எந்த விதத்தில் வேறுபட்டவர் கருணாநிதி?

விடுதலைப் புலிகள் இராசீவ் காந்தியைக் கொன்று ஒரு பெரிய நாட்டைப் பகைத்துக்கொண்டது தற்கொலைக்கு நிகரான ஒரு

மாபெரும் இராசதந்திரப் பிழை. தன் வலியும், மாற்றான் வலியும், துணை வலியும் தூக்கிப் பார்க்காத ஒரு பேதைமைச் செயல் அது! இராசபக்சே அரியணை ஏறும் வகையில் விடுதலைப் புலிகள் தேர்தல் நேரத்தில் கையாண்ட உத்தி என்று இன்னும் எத்தனை எத்தனையோ பிழைகள் ஓர் இயக்கத்தின் வரலாற்றில் நிகழ்ந்து விடுகின்றன. அதற்காகவெல்லாம் தமிழினத்தையே அழித்து ஈழத்தையே சுடுகாடாக்கி விடலாமா?

சீக்கியக் காவலாளி இந்திரா காந்தியைக் கொன்று விட்டதற்காக பஞ்சாபையே சுடுகாடாக்கி விடலாமா?

முதுகெலும்பற்ற இந்தியர்களை நிமிர்த்தி வைக்க இறைவனால் அருளப்பட்ட கொடையான தொழத்தக்க காந்தியைக் கொன்றதற்காகக் கோட்சேயை மட்டும்தானே தூக்கில் போட்டார்கள்!

சீக்கியக் காவலாளியும் கோட்சேயும் விடுதலை இயக்கத்தினர் அல்லர்!

பொழுது விடிந்து பொழுது போகிறவரை போர்க்களத்தில் சாவோடு மோதி வாழும் ஒருவன், கைது செய்யப்பட்ட பிறகு கருணாநிதி பரிந்துரையால் இராசபக்சே தரப்போகும் மரியாதையை எண்ணியா வாழ்வான்? மரியாதை வெற்றி தோல்விகளில் இல்லை; கொண்ட கொள்கையைப் பற்றி நிற்பதில் இருக்கிறது! அழுத்தப்பட்ட மக்களின் விடுதலை இயக்கத்திற்குத் தோல்வி என்பதே கிடையாது. அது தன் எல்லையை அடைந்துதான் முற்றுப்பெறும்!

சுகபோகங்களை அடையத் தான் ஆளவேண்டும்; தனக்குப் பின் தன் மகன் ஆளவேண்டும் என்று எண்ணி வாழ்பவர் கருணாநிதி. விடுதலையை அடையத் தான் சாகவேண்டும்; தனக்குப் பின் தன் மகன் சாகவேண்டும் என்று எண்ணி வாழ்பவன் விடுதலை வீரன்!

வீரர்களை அளக்கக் கருணாநிதியின் தராசு தகுதியற்றது!

புளியை நிறுக்கும் தராசு வேறு; பொன்னை நிறுக்கும் தராசு வேறு!

கருணாநிதி புளி; விடுதலை வீரன் பொன்!

தினமணி, 13.04.09

6

எழுதப்படாத ஒரு வரிக் கொள்கை!

‘மாறன் உடன்பிறப்புகளுக்குச் சொந்தமான சுமங்கலி கம்பி வட இணைப்பு நிறுவனத்தை அரசு கையகப்படுத்திக் கொள்ள வேண்டும்’ என்று செய்தியாளர் கூட்டத்தில் சொல்லப்பட்டது என்ற வுடன், அப்படிச் சொன்னவர் முன்னாள் முதல்வர் செயலலிதாவாகத்தான் இருக்க வேண்டும் என்னும் எண்ணத்தில் தொடர்ந்து படித்தால், மிகப் பெரிய வியப்பு அப்படி அடித்துச் சொன்னவர் உமாசங்கர் என்னும் அரசு அதிகாரி. இரண்டு தலையோடு ஒரு கன்றுக்குட்டி பிறந்த செய்திபோல், முதுகெலும் போடு பிறந்த ஒருவர் அரசு அதிகாரியாகச் செயல் பட்டுக் கொண்டிருப்பது விந்தையிலும் விந்தை யல்லவா!

நம்முடைய வியப்பு அடங்குவதற்குள் அந்த அதிகாரி உமாசங்கர் அந்தப் பொறுப்பிலிருந்து தூக்கி எறியப்பட்டு விட்டார். கருணாநிதி ஆட்சி யில் இதுபோல் நடக்காவிட்டால்தான் வியப்பே தவிர, நடந்தது வியப்பில்லை! முதலமைச்சர் கருணாநிதி தற்பொழுது மாறன் உடன்பிறப்பு களோடு பகையா உறவா என்றெல்லாம் தெரிந்து கொள்வதில் அக்கறை இல்லாமல், உமாசங்கர் தானொரு அரசு அதிகாரி என்ற அக்கறையில் மட்டும் கடமையாற்றுவதை நம்முடைய முதல மைச்சர் உடன்படமாட்டார். அவர் பதினான்காம்

லூயி மன்னனைப்போல, 'அரசா...? அது நான் தான்' என்ற எண்ணமுடையவர்!

கோயம்புத்தூரில் 80 கிலோ மீட்டர் தொலைவுக்கு அரசுக் கம்பிவட இணைப்பைச் சிதைத்து விட்டார்கள் என்றும், அதனால் 10 கோடி ரூபாய்க்கு அரசுச் சொத்து சேதப்பட்டு விட்டதென்றும், அதைச் செய்தது கலாநிதி மாறனின் சுமங்கலி கம்பிவட இணைப்பு நிறுவனம்தான் என்றும் காவல் நிலையத்தில் குறிப்பிட்டுப் புகார் வேறு கொடுத்திருக்கிறார். இது போல் இன்னும் பல அரசு முகவர்கள் பல்வேறு காவல் நிலையங்களில் புகார் கொடுப்பதற்குப் பக்க பலமாக வேறு இருந்திருக்கிறார். பொறுப்பாரா முதலமைச்சர்?

சேதப்படுத்தப்பட்டது அந்த அதிகாரியின் சொந்தச் சொத்து இல்லை! அரசுச் சொத்தைக் காக்காவிட்டால்தான் குற்றம்; காப்பது கடமை என்று உணர்ந்திருக்கிற அரசு ஆட்சிக்கட்டிலில் இல்லையே!

அரசு நிறுவனத்தோடு போட்டியிட்டு வெல்ல முடியும் என்னும் நம்பிக்கை மேலே குறிப்பிட்ட சுமங்கலி நிறுவனத்திற்கு இல்லை. காரணம் அரசு நிறுவனத்திற்கு மக்கள்தாம் முக்கியமே தவிர இலாபம் அன்று. ஆகவே தனி முதலாளிகளின் தொழில் முறையில், வன்முறை ஒரு பகுதி என்பதால் அரசு கம்பிவட இணைப்புகள் சிதைக்கப்பட்டிருக்கின்றன. 'தூய போட்டி' என்று பொருளாதாரம் சொல்வதெல்லாம் தூய ஆட்சியில்தான் இருக்க முடியும்!

இதில் வேடிக்கை என்னவென்றால் கொதிப்படைய வேண்டிய முதலமைச்சர் கொதிப்படையவில்லை. இது குறித்து அந்த அதிகாரி உமாசங்கர், காவல்துறையின் மாநிலத் தலைமை அதிகாரி கே.பி.செயினுக்கு ஒன்றுக்கு மூன்று மடல்கள் தீட்டியும் அவர் புகாரைப் பதிவு செய்யும்படி கீழ்நிலையினரைத் தூண்டவுமில்லை; நடவடிக்கை எடுக்கவுமில்லை! எல்லாப் புகார்களும் கிணற்றில் போட்ட கற்களாயின!

கோயம்புத்தூர் வடவள்ளியில் சுமங்கலி கம்பிவட நிறுவனத்தினர் இருவர் அரசு கம்பி வடத்தைச் சிதைத்துக் கொண்டிருந்த போது, கையும் களவுமாகப் பிடித்து ஒப்படைக்கப்பட்டிருக்கின்றனர். அதற்கும் எந்தப் பயனுமில்லை! ஏற்கனவே அரசு கம்பிவட நிறுவனத்திற்கு 300 முகவர்கள் நியமனம் பெற்றி

ருந்தனர். ஒரு இலட்சம் வீடுகள் தங்கள் தொலைக்காட்சிகளுக்கு அரசு கம்பிவட இணைப்பைப் பெற்றிருந்தன.

இத்தகைய முறையான நியாயமான போட்டியைத் தனியார் நிறுவனம் எதிர்கொள்ள முடியவில்லை. ஆகவே சுமங்கலி கம்பிவட நிறுவனம் துடைத்தெறியப்படும் நிலையை எய்தியது!

சன் தொலைக்காட்சி தனக்கேற்பட்ட அவலநிலையை எதிர்த்துக் கடுமையாகப் போராடத் தொடங்கியது! அதன் விளைவாகக் கொஞ்ச காலம் அழகிரியின் ராயல் கம்பிவட நிறுவனம் சன் தொலைக்காட்சியின் நிகழ்ச்சிகளைக் காட்ட முடியாமல் தடுமாறியது. அதற்குப் பதிலடியாக, சன் நிறுவனம் தன்னுடைய திரைப் படங்களை மதுரைப் பகுதியில் திரையிட முடியாமல் தடுமாறியது!

பதிலுக்கு முன்னாள் முதல்வர் செயலலிதா, வை.கோ. ஆகியோரின் முழுநீளப் பேச்சுகள் சன் தொலைக்காட்சியில் முதலிடம் பிடித்தன. சட்டக் கல்லூரியில் நிகழ்ந்த காட்டு மிராண்டித்தனம் சன் டி.வி.யில் திரும்பத் திரும்பக் காட்டப் பட்டது. இவ்வளவு கொடுமைகளையும் கைகட்டிக் காவல் துறையினர் வேடிக்கை பார்த்துக் கொண்டிருந்த நிகழ்ச்சி அரசின் கையாலாகாத்தனத்தை வெளிச்சம் போட்டுக் காட்டியது. இதனால் சன் நிறுவனத்தின் ஆற்றல் பெருகியது. இவை யெல்லாம் கருணாநிதியை மிரட்டப் போதுமானவைதான்! ஆனால் அரசை மிரட்டப் போதுமானவை அல்ல!

அரசென்பதே கருணாநிதியாக இருக்கும்போது, அவருக்கு எதுவும் இயலக் கூடியதுதான்!

கொடுக்கல் வாங்கலில் ஏற்படும் கோபதாபங்கள் அவற்றிற்கான காரணம் தீரும்போது தீர்ந்து விடக்கூடியவைதான்! சன் நிறுவனத்தின் பழைய பங்கு மாற்றங்களெல்லாம் ‘மறு தீர்வுக்கு’ உள்ளாயின! பெரும் பணம் கைமாறியது! அக்காள் பேரனாயினும் வாயும் வயிறும் வேறுதான்! இவற்றின் விளைவாக சுமங்கலி கம்பிவட நிறுவனத்திற்கு வந்த சுருக்கு, அரசு கம்பிவட நிறுவனத்தின் கழுத்துக்கு மாறிவிட்டது. உமாசங்கர் போன்ற நேரிய அதிகாரிகள் வெட்டுக் காய்களாக்கப்பட்டனர்.

கருணாநிதியின் ஆத்திரத்திற்குப் பிறந்தது அரசு கம்பிவட நிறுவனம். ஆத்திரம் இப்போது தீர்ந்துவிட்ட நிலையில் அந்த நிறுவனத்திற்கான தேவையும் தீர்ந்துவிட்டது.

இப்போது கோவையில் 300 முகவர்களில் வெறும் 20 முகவர்கள் தாம் அரசு கம்பிவட இணைப்பு நிறுவனத்தில் ஒட்டிக் கொண்டிருக்கின்றனர். மீதமுள்ள 280 முகவர்கள் சுமங்கலி கம்பிவட நிறுவனத்தினரால் உறிஞ்சிக் கொள்ளப்பட்டு விட்டனர். இப்போது அரசு நிறுவனத்தின் உயிர்ப்புக் கொஞ்சம் கொஞ்சமாக அடங்கிக் கொண்டிருக்கிறது.

அரசுச் சொத்து என்பது எல்லாருக்கும் சொந்தமானது. எல்லாருக்கும் சொந்தமானது என்றால் யாருக்கும் சொந்தமானதில்லை என்று பொருள்போலும்! எல்லாரும் வேடிக்கைதானே பார்க்கின்றனர்.

'உங்களுக்கு உழைக்க எங்களுக்கு உத்தரவிடுங்கள்' என்பது தேர்தலில் கருணாநிதி வாக்குக் கேட்கும் பாணி. மக்களும் உத்தரவிட்டார்கள். தொலைக்காட்சித் சேவையை மக்களுக்குக் குறைந்த கட்டணத்தில் தர மக்கள் வரிப் பணத்தில் உருவான ஓர் அரசு நிறுவனத்திற்கு முதல்வர் தலைமையிலேயே இறுதிச் சடங்குகள் தொடங்கி விட்டன!

இனி மீண்டும் சுமங்கலி நிறுவனம் ஏகபோகமாகிவிடும். உடனடியாக இல்லாவிட்டாலும் கொஞ்சம் கொஞ்சமாக அவர்கள் வைத்தது சட்டமாகிவிடும்! அவர்களின் தயவு இல்லாமல் எந்தத் தொலைக்காட்சியும் இயங்க முடியாத நிலை ஏற்படும். கூட்டணிக் கட்சிகளும் எதிர்க்கட்சிகளும் அப்போது கூக்குரலிடும்!

தனியார் நிறுவனங்களின் அசுரப் பிடியிலிருந்து மக்களை விடுவிக்கும் வகையில், 2006 சனவரியில் அனைத்துக் கம்பிவட இணைப்புகளையும் அரசே எடுத்துக் கொள்வதற்கான மசோதாவை அன்றைய செயலலிதா அரசு சட்டமன்றத்தில் கொண்டு வந்து பெரும்பான்மை ஆதரவுடன் நிறைவேற்றியது. மக்களுக்கு ஏறத்தாழ 50 ரூபாய்க் கட்டணத்தில் தொலைக்காட்சி இணைப்பை வழங்குவது அரசின் நோக்கம்!

அந்த மசோதா சட்டமன்றத்தின் பார்வைக்கு வைக்கப் பட்டவுடனேயே கருணாநிதி கொதிப்படைந்தார். அவரும் சன் தொலைக்காட்சி உரிமையாளரும், மைய அமைச்சருமான தயாநிதிமாறனும் ஆளுநர் பர்னாலாவைச் சந்திக்கப் பதை பதைத்து ஓடினர். அந்த மசோதா நிறைவேற்றத்திற்கு ஆளுநர் இசைவு வழங்கிவிடக் கூடாது என்று மட்டுமன்று; அதைக் கிடப்பில் போட்டு விடவேண்டும் என்றும் மன்றாடினார்கள்.

பர்னாலா அந்த வசதிமிக்க ஆளுநர் மாளிகையில் வசதியாகச் சயனிப்பதற்கு வழி ஏற்படுத்திக் கொடுத்தவர்களில் ஒருவர் கருணாநிதி. ஆகவே ஆளுநர் திருப்பிக் கொடுக்க வேண்டிய பழைய பாக்கி ஒன்று இருந்தது. நேரமறிந்து அதை வசூலிக்க வந்து விட்டார் கருணாநிதி!

அந்தத் தீர்மானத்தை ஆளுநர் ஏதாவது காரணம் சொல்லி மறுத்தனுப்பி விட்டால், அதை இரண்டாவது தடவை செய லலிதா அரசு நிறைவேற்றி, பர்னாலாவின் கையெழுத்துக்கே வேலையில்லாமல் செய்திருக்கும்! ஆகவேதான் அந்தத் தீர்மானத்தை செயலலிதா அரசு முடியுங்காலம் வரையில், கிடப் பில் போட்டு விடுவது என்று தீர்மானிக்கப்பட்டது. மக்களைப் பற்றி யாருக்கென்ன கவலை?

எந்தச் சுமங்கலி நிறுவனத்தைக் காப்பாற்றப் பதைபதைத்துப் பர்னாலாவிடம் ஓடினாரோ, அதே நிறுவனத்தை அழிக்க, அவரே அரசு கம்பிவட நிறுவனத்தைத் தொடங்கியது காலத்தின் கேலி தானே!

பழைய நிறுவனங்களை நாட்டுடைமையாக்காமல், புதிய அரசு நிறுவனத்தைப் பத்தோடு பதினொன்றாகக் கருணாநிதி தொடங் கியதன் நோக்கம், செயலலிதா செய்ததை ஏற்கனவே எதிர்த்து விட்டு, அதையே திரும்பச் செய்வது அவமானகரமானது என்னும் எண்ணத்தில்தான்! இதில் மானம் பார்க்காமல் கருணாநிதி செயல்பட்டிருந்தால் தனியார் நிறுவனங்களின் பற்கள் பிடுங்கப் பட்டிருக்கும்! அரசு கம்பிவட இணைப்பு நிறுவனத்தின் மூலம் அளப்பரிய நன்மைகளை மக்கள் பெற்றிருப்பார்கள்!

சுமங்கலி போன்ற நிறுவனங்களை நாட்டுடைமையாக்கிய செயலலிதா அரசின் அதே திட்டத்தை அரசு அதிகாரி உமாசங்கர் அரசுக்குப் பரிந்துரைத்த போது முதலமைச்சர் கருணாநிதி அன்று தூங்கி இருக்க மாட்டார்!

கருணாநிதி நடைமுறைக் காரியவாதி என்பதால், எந்த நோக் கத்திற்காகச் சண்டை ஏற்படுகிறதோ, அந்த நோக்கம் ஒரு கட்டத்தில் நிறைவேற முடியும் என்பதால், எப்போதும் பின் வாங்குவதற்குக் கொஞ்சம் இடம் வைத்துக் கொள்வார்! செயலலிதாவின் நாட்டுடைமைச் சட்டத்தில் பின்வாங்குவதற்கு இடம் கிடைக்காது என்பதும் கருணாநிதி புதிய அரசு

நிறுவனத்தைப் பத்தோடு பதினொன்றாகத் தொடங்கியதற்குக் காரணம்! அரசு நிறுவனத்தை வேண்டாமென்றால் எப்போது வேண்டுமானாலும் கைகழுவி விடலாம்! இதுபோன்ற செயல்களில் பலிகடா ஆக்கப்படுபவர்கள் மக்கள்தாம்!

கருணாநிதியின் பகை நாட்டின் பகை; அவருடைய உறவு நாட்டின் உறவு. அவருடைய தனி உறவுகளில் சிக்கல் ஏற்படும் போது, பகையும் நட்பும் மாறி அமைவதுண்டு. அப்போது நாடும் மாறிக் கொள்ள வேண்டும்!

அவருடைய குடும்பத்தின் நலன்களிலேயே நாட்டின் மொத்த நலன்களும் அடக்கம் என்பது கருணாநிதி அரசின் எழுதப்படாத ஒரு வரிக் கொள்கை!

தினமணி, 04.02.09

7

கருணாநிதியின் புதிய மனுநீதி!

அண்மையில் முன்அனுபவமே இல்லாத தகுதியற்ற இரண்டு தனியார் நிறுவனங்களுக்கு அலை வரிசைத் தொகுப்பினை மைய அமைச்சர் ஆ.இராசா ஒதுக்கீடு செய்ததில் ஏறத்தாழ ரூ. 60,000 கோடி அரசுக்கு வருவாய் இழப்பு ஏற்பட்டது குறித்து நாடே அல்லோகலப் பட்டுக் கொண்டிருக்கிறது. இந்தப் பணத்தைக் கொண்டு தமிழ்நாடு முழுவதும் எத்தனையோ அரசு இலவச மருத்துவமனைகளைத் தோற்றுவித்திருக்கலாம்.

பேறுகாலப் பெண்கள் அரசு மருத்துவமனைகளில் போதிய படுக்கைகள் இல்லாமல், தரையில் கோரைப் பாயில் ஈனுவதும், வரிசையில் நிற்கும் மற்ற பெண் களுக்கு அந்தக் கோரைப் பாயை வழங்குவதற்காக, மறுநாளே அந்தப் ‘பச்சை மண்ணை’ துணியில் சுற்றிக் கொண்டு வெளியேறுமாறு அரசு மருத்துவ மனைகளில் கட்டாயப் படுத்தப்படுவதும், இத்தகைய பெண்களில் குறிப்பிட்ட அளவினர் தாழ்த்தப் பட்ட வகுப்பினரே என்பதும், ஓய்வெடுப்பதற்கே ‘அப்பல்லோ’ மருத்துவமனைக்கு அரசுச் செலவில் செல்லும் முதல்வர் கருணாநிதிக்குத் தெரியாது!

இந்த அறுபதாயிரம் கோடியை வைத்துக் கொண்டு ஒவ்வொரு ஒன்றியத்திலும் ஓர் ‘அரசு அப்பல் லோவையே’ தோற்றுவிக்கலாம்! ரூபாய் ஒன்றுக்கு

ஒரு கிலோ அரிசி என்பதையே மாற்றி ஒவ்வொரு கிலோ அரிசியும் இலவசம் என்று அறிவிக்கலாம்! ரூ. 58 விலையுள்ள நான்கு நாட்களுக்குக் கூடப் போதாத மளிகைச் சாமான் பொட்டலத்தை வெறும் எட்டு ரூபாய்ச் சலுகையில் ரூ. 50க்கு விற்பதற்குப் பதிலாக, ரூ. 1000 மதிப்புள்ள மளிகைச் சாமான் பொட்டலத்தை, நாற்பது விழுக்காடு ஏழைகளுக்கு, அவர்களின் தேவையை ஓரளவு நிறைவு செய்யும் வண்ணம், முற்றிலும் இலவசமாகவே வழங்கலாம்!

அல்லது அமைச்சர் ஆ. இராசா 'காற்றுள்ள போதே தூற்றிக் கொள்ள முற்பட்டதன் பயன் எந்த அளவினதாயினும் அதை ஒவ்வொரு தாழ்த்தப்பட்ட வகுப்பினனுக்கும் தலைக்கு இரண்டாயிரம் ரூபாய் வீதம் பங்கிட்டுக் கொடுத்திருந்தால், அவர்களின் வயிற்றுப் பாட்டுக்கு இரண்டு மாதத்திற்காவது வழி பிறந்திருக்கும்!

அலைவரிசைக் கற்றையினை, 'முதலில் வந்தவனுக்கு முதலில் வழங்குவதற்கு' இதென்ன கோயில் பிரசாதமா? அதை வாங்கிய இருவரும் மறுநாளே பல்லாயிரம் கோடி பார்த்து விட்டார்கள் என்றால், அதற்குப் பின்னணியில் ஒரு மாபெரும் ஊழல் நடந்திருக்க வேண்டும் என்று மக்களால் உய்த்துணர முடியாதா?

'முதலில் வந்தவனுக்கு முதலில் வழங்குவது' முறையற்றது; ஆகவே போட்டிகள் மூலம் மட்டுமே அரசு ஒப்பந்தங்கள் அமைய வேண்டும் என்று தெளிவாக உயர்நீதிமன்றம் தீர்ப்புச் சொன்ன பிறகும், பழைய முறையே பின்பற்றப்பட்டது என்று கருணாநிதி தாங்கிச் சொல்வதில் என்ன பொருளிருக்க முடியும்?

ஆ.இராசாவுக்கு முன்பிருந்த தயாநிதிமாறன் பின்பற்றிய முறையைத்தான் இவரும் பின்பற்றினார் என்று முதல்வர் கருணாநிதி சொல்கிறார். தயாநிதிமாறன் கருணாநிதியின் பேரன் தானே? அவரென்ன கரம்சந்திர மோகன்தாசு காந்தியா?

அவருக்கு முன்பும் இதே முறைதான் பின்பற்றப்பட்டதாம்! ஒரேயடியாக வெள்ளைக்காரன் இந்தியாவை ஆண்டபோதே இந்தமுறைதான் பின்பற்றப்பட்டது என்று கருணாநிதி சொல்லி யிருந்தால், சிரிப்பவர்கள் வாய்விட்டுச் சிரிக்க வசதியாக இருந்திருக்குமே!

பாரதீய சனதாவின் அருண்சோரியைக் குறிப்பிட்டுக் காட்டுகிறார் கருணாநிதி! அருண்சோரி காலத்தில் இந்த அலைவரிசைத்

தொகுப்பின் பயனாளிகள் வெறும் முப்பத்தைந்து இலட்சம் பேர்; இன்று அந்தப் பயனாளிகள் முப்பந்தைந்து கோடிப் பேர்; ஆண்டுக்கு ஒரு கோடிப் பேர் வேறு பெருகுகின்றனர். இதிலென்ன முன்னோர் முறை?

பயனாளிகளின் எண்ணிக்கை நூறு மடங்கு கூடியிருக்கும்போது, அரசின் வருவாயும் அதற்குத்தக கூட வேண்டும் என்பது எந்தக் குறைந்த அறிவுள்ளவனுக்கும் புலப்படுமே! பகுத்தறிவு பேசும் முதலமைச்சருக்குப் புலப்படாதா?

இரண்டு நாட்களுக்கு முன்னர் உளுந்தூர்ப்பேட்டை அருகே உள்ள நெடுஞ்சாலையில், தொடர்வண்டி கடந்து செல்வதற்காக ரயில்வே கதவுகள் மூடப்பட்டிருந்த நிலையில், நான் அங்கு சற்று நேரம் நிற்க வேண்டியதாயிருந்தது.

இரண்டு பெண்கள் பனங்கிழங்குக் கட்டுகளோடு ஓடிவந்தார்கள். ஒருத்தி சிறு பெண்; வெளிறிய பாவாடை சட்டை; எண்ணெய் அறியாத சிக்குப் பிடித்த தலைமுடி. அவள் பின்னால் இன்னொருத்தி ஓடி வந்தாள்; அவள் சற்றே பெரிய பெண்; ஆனால் அதே ஏழ்மைக் கோலம்!

வேகமாக முந்தி வந்த சிறியவள் பனங்கிழக்குக் கட்டை முதலில் வண்டிக்குள் நீட்டினாள். ‘என்ன விலை?’ என்று கேட்டேன்; ‘கட்டு அஞ்சு ரூபாய்’ என்றாள். அதற்குள் இன்னொரு பெண்ணும் மூச்சிறைக்க ஓடிவந்து, ‘ஐயா! அதைவிடப் பெரிய கிழங்கு; இதை வாங்கிக்கிங்க’ என்றாள்!

‘முதலில் வந்தவளுக்கே முதல் உரிமை’ என்னும் ஆ.இராசாவின் கொள்கைப்படி, ‘முதலில் அவள்தானே வந்தாள்; அவளிடமே வாங்கிக் கொள்கிறேன்’ என்றேன்!

‘அவ வச்சிருக்கிற கிழங்கு சூம்பிப் போனது; என் கிழங்கு நல்லா விளைந்த கிழங்கு; கிழங்கைப் பார்த்து வாங்க மாட்டீங்களா?’

பிறகுதான் கிழங்குகளின் தரவேறுபாடு தெரிந்தது. ‘இரண்டு பேரும் ஒரே கிராமமா? என்று கேட்டேன். ‘அவ எனக்குச் சின்னம்மா மகள்தான்’ என்று சொன்னாள். இரண்டு பேருமே தாழ்த்தப்பட்ட வகுப்பினர்தான் என்றும், இரண்டு பேரும் ஐந்து வகுப்பு வரை படித்திருக்கிறார்கள் என்றும் தெரிந்து கொண்டேன்.

‘அவ ஒனக்குச் சொந்தந்தானே! அவளோட ஏன் போட்டி போடுறாய்?’

‘வியாபாரமின்னு வந்திட்டா, சொந்தமெல்லாம் பார்க்க முடியுமா? அவ வீட்டு உலை வேறே; என் வீட்டு உலை வேறே!’

‘முதலில் வந்தவளுக்கு முதல் உரிமை’ என்ற ஆ. இராசாவின் கொள்கையைப் பின்பற்றப்போய், வாங்கிய சவுக்கடி போதும் என்று முடிவுக்கு வந்த நான், ‘உன்னுடைய கிழங்கு கட்டு என்ன விலை?’ என்று கேட்டேன்.

‘இருபத்தைஞ்சு ரூபாய்’ என்றாள்.

‘அவள் ஐந்து ரூபாய் என்கிறாள்; நீ இருபத்தைந்து ரூபாய் என்கிறாயே’ என்றேன்.

‘அவ அஞ்சு கிழங்கைக் கட்டி வச்சுகினு, அஞ்சு ரூபாய் இங்குறா; எங் கட்டிலே இருபத்தைந்து கிழங்கு இருக்கு; கிழங்கு கூடுதலாக இருந்தா, ரூபாயும் கூடுதலா இருக்குமிங்கிறதுகூட உங்களுக்குத் தெரியாதா ஐயா?’ என்று பெரிய பெண் கேட்டாள்.

இரண்டாவது சவுக்கடி இன்னும் பலமாக விழுந்ததை உணர்ந்தேன்; மிரண்டு போனேன்!

இருபத்தைந்து ரூபாயைக் கொடுத்து அந்தப் பெரிய கட்டை வாங்கிக் கொண்டு, ‘பேசாமல் ஆ.இராசாவுக்குப் பதிலாக அதே சமூகத்தைச் சேர்ந்த உன்னை மந்திரியாக்கி இருக்கலாம்’ என்று நான் சொல்ல, என்ன சொல்கிறேன் என்று புரியாவிட்டாலும், ‘உன்னை மந்திரியாக்கி இருக்கலாம்’ என்று நான் சொன்னதைக் கேட்டு அந்தப் பெண் வெட்கப்பட, ரயில்வே கதவுகள் திறந்து விட்டபடியால் நான் புறப்பட்டு விட்டேன்.

சிறிய கட்டுக்கும், பெரிய கட்டுக்கும் ஒரே விலை இருக்க முடியாது என்று பனங்கிழங்கு விற்கும் எளிய பெண்ணுக்குத் தெரிந்த உண்மை, மைய அமைச்சர் ஆ.இராசாவுக்குத் தெரியா விட்டால் குற்றமில்லை.

தமிழர்களின் தலைவர் என்று இடையிடையே அறிவிப்பு வெளியிட்டுக் கொள்ளும் முதலமைச்சர் கருணாநிதிக்கு தெரியா விட்டால், அரியானாவில் உள்ளவன் தமிழர்களின் அறிவு குறித்து ஐயப்பட மாட்டானா?

இந்த அலைக்கற்றைத் தொகுப்பு உரிமம் வழங்கியது குறித்து, மத்திய ஊழல் கண்காணிப்புத் துறை தன்னுடைய அதிருப்தியைக் கடுமையான முறையில் வெளியிட்டிருக்கிறது.

உத்திரப்பிரதேசத்தில் முலாயம் சிங்கிற்கு அடுத்ததாக உள்ள அந்தக் கட்சியின் தலைவர் அமர்சிங், 'இந்த அலைக்கற்றைத் தொகுப்பு ஒதுக்கீடு குறித்த உண்மைகளையோ, ஊழல்களையோ வெளிக் கொணராமல் இருப்பதற்காக, அதற்குத் தொடர்புடைய நிறு வனங்கள் பெருந்தொகை ஒன்றை அவருக்கு இலஞ்சமாக வழங்க முன்வந்ததாகவும், அதை வாங்க மறுத்து, எல்லா உண்மை களையும் தலைமையமைச்சரிடம் சொல்லிவிட்டதாகவும், அதற்குப் பிறகும் நடவடிக்கை இல்லையே' என்றும் கண்டித்து இருக்கிறார்!

தாழ்த்தப்பட்ட மக்கள் இருந்த நிலையிலேயே இருக்கிறார்கள். ஆனால் பூசாரிகளின் நிலை வேறு; தொடைக்கறி பெரிய பூசாரிக்கு என்றால், ஆட்டை வெட்டிய சின்னப் பூசாரிக்கு சந்துக்கறி, தலை, குடல், எலும்பு போன்ற எல்லாம் கிடைக்கும்!

தாழ்த்தப்பட்டவர்கள் தங்களின் பிரதிநிதிகள் மூலம்தான் நன்மை பெற முடியும் என்னும் அடிப்படையிலேயே தொகுதிகள் தனித்து ஒதுக்கப்பட்டன. அந்த வகையில்தான் ஆ.இராசா அமைச்சரானார்! ஆனால் அறுபது கோடி ரூபாய் வருவாய் இழப்பு என்பது கொஞ்சமா நஞ்சமா?

தாழ்த்தப்பட்ட மக்களில் தூய்மையே வடிவான கக்கன் போன்ற பெருமக்கள் இன்னும் இருக்கிறார்கள்; என்றும் இருப்பார்கள்! ஆனால் இன்னொரு கக்கனைத் தேர்வு செய்யக் கருணாநிதி ஒன்றும் காமராசர் இல்லையே! தாழ்த்தப்பட்ட மக்களுக்குத் தொண்டு செய்யப் பதவியும் ஒரு தடை என்றவுடன், அதையும் கூடத் தூக்கி எறிந்து விட்டார் அம்பேத்கர்! காந்தி இன்னொரு முறை பிறந்தால், தாழ்த்தப்பட்ட வகுப்பில்தான் பிறக்க வேண்டும் என்று தன்னுடைய விழைவினைச் சொன்னார்! மனித குலத்தை உய்விக்க வந்த எம்மான் காந்தியோ, மேதை அம்பேத்கரோதான் மீண்டும் பிறந்து வர வேண்டும் போலும்!

இவற்றையெல்லாம்விட மிகப் பெரிய கொடுமை, ஆ.இராசா வுக்குத் திரண்டு வந்த எதிர்ப்பைக் கண்டு அஞ்சி, தாங்கிப் பிடிக்க முடியாத கருணாநிதி, சாதி இசைத் தட்டைப் புரட்டிப் போட்டார்!

தாழ்த்தப்பட்ட வகுப்பைச் சேர்ந்தவரான ஆ.இராசா, இவ்வளவு பெரிய இடத்தை அடைந்திருப்பதைப் பொறுத்துக் கொள்ள முடியாதவர்கள் அவர்மீது பாய்கிறார்கள் என்றார். எதுவும் நடக்காதென்றால், கடைசியாகச் சாதியைக் கெட்டியாகப் பிடித்துக் கொள்வதுதான் கருணாநிதியிடம் தொட்டில் தொட்டு இருந்து வரும் பழக்கம்!

ஏதோ தாழ்த்தப்பட்டவர்களிலேயே ஆ.இராசாதான் முதன் முதலாக மந்திரி ஆனவரா? இதற்கு முன்னே இந்த வகுப்பு மந்திரிகளைப் பாராட்டியவர்களெல்லாம், இப்போது ஏன் பொறுக்க முடியாதவர் களாகி விட்டனர் என்று மாற்றிச் சிந்தித்துப் பார்த்தால் உண்மையும் விளங்கும்; தன்னுடைய சாதிச் சிந்தனையில் உள்ள கேடுபாடுகளும் கருணாநிதிக்குத் தெரிய வரும்!

ஆ.இராசா எந்த வகுப்பினரானால் என்ன? குற்றம் செய்தவர்கள் குற்ற வகுப்பினர்; அவ்வளவுதானே!

பார்ப்பனர்கள் குற்ற நடத்தையில் ஈடுபட்டால், குறைவான தண்டனைதான் கொடுக்க வேண்டும் என்று மனுநீதி சொன்னது! கடந்த காலங்களில் அதற்கெதிராக ஒரு கொதிப்பு ஏற்பட்டது. ‘ஒரு குலத்திற்கு ஒரு நீதியா?’ என்ற கேள்வி எழுந்தது!

தவறு செய்கின்றவன் தன் கட்சியினனானால், அதில் தனக்குப் பங்கும் இருந்தால் அவனைக் காப்பாற்ற அவனுடைய முழுச் சாதியையும் இழுத்துக் கொள்வார் கருணாநிதி.

தமிழ்நாட்டில் பதவியிலிருப்பவன் எவனுக்குச் சாதியில்லை? எந்தச் சாதிக்குச் சங்கமில்லை?

எவன் தப்புச் செய்தாலும், அவனைத் தண்டிப்பது ஒட்டு மொத்தச் சாதியைத் தண்டிப்பதாகும் என்பதுபோல் கருணாநிதி பம்மாத்துச் செய்வது அவருடைய அழுகிய சிந்தனையின் விளைவே!

பழைய மனுநீதியை மனு எழுதினார்; புதிய மனுநீதியைக் கருணாநிதி எழுதிக் கொண்டிருக்கிறார்!

தினமணி, 16.12.08

8

இதுதானே சட்டத்தின் ஆட்சி!

வெள்ளைக்காரன் நமக்குச் செய்த நன்மைகளில் தலையாயது அவன் நமக்கு வழங்கிய ‘சட்டத்தின் ஆட்சி முறை’ என்று சொல்வார்கள்! எழுதி வைக்கப்பட்ட சட்டம் என்றால் எல்லாருக்கும் ஒன்றுதான் என்பதால் அந்தச் சட்டத்தின்படி தீர்ப்புச் சொல்லும்போது இன்னார் இனியார் என்னும் பாகுபாடு அற்றுப் போகிறது என்றும் அதைப் புகழ்வார்கள்! நீதியும் நிருவாகமும் பிரிக்கப் பட்டதன் நோக்கமே நீதி பாதிக்கப்படக் கூடாது என்பதால்தான் என்பது அவர்களின் உச்சகட்டப் பாராட்டு!

ஆனால் காரல் மார்க்சு இவற்றிற்கு நேர்மாறாகச் சொல்லுவான்! ஒரு முதலாளித்துவச் சமூகத்தில் சட்டம் என்பது வசதியுடையவர்களின் பாதுகாப்பு அரண்தான்! மேட்டுக்குடியினர்க்குக் கைகட்டிச் சேவகம் செய்வதுதான் சட்டத்தின் தலையாய பணி! நீதி, சட்டம், காவல், ஆட்சி என்று எல்லாமே ஒற்றை நோக்கமுடையவைதாம் என்பான் பேரறிஞன் மார்க்சு!

வசதியுடையவர்கள் கொலை செய்துவிட்டால், காவல்துறையை வளைத்துக் கொள்ளலாம்! அதற்கு அடுத்த கட்டமாகத் தேவைப்பட்டால், அரசு வழக்கறிஞரை வளைத்துக் கொள்ளலாம்! கொலை

செய்யப்பட்டவர் பெரிய ஆளாக இருந்து, பெரிய அளவில் கூச்சல் எழுமானால், அந்த வேகம் தணிகிறவரை காத்திருந்து ஆட்சியாளரையே வளைத்துக் கொள்ளலாம்! நீதிபதிகளை வளைப்பவர்களும் உண்டு; ஆனால் நீதித்துறை மற்றவற்றின் அளவுக்கு மோசமாகப் போய்விடவில்லை!

தா. கிருட்டிணன் ஒரு மந்திரியாய் இருந்தவர்; உட்கட்சி விவகாரத்தால் கொலை செய்யப்பட்டார் என்று கூறப்பட்டது. செயலலிதாவின் ஆட்சியில் கருணாநிதி மகன் அழகிரி கைது செய்யப்பட்டார்! காவல்துறை முனைப்பாகச் செயல்பட்டது. கொலைத் திட்டம் தீட்டியவர்கள், அதனை நடைமுறைப் படுத்திய கூலிக் கொலையாளிகள், அந்தக் கொலை யாருடைய தூண்டுதலின் பெயரில் அரங்கேற்றப்பட்டதோ அவர்கள். இப்படி யாருமே விட்டு வைக்கப்படவில்லை! குற்றப் பத்திரிகை தயாரானது; ஏறத்தாழ எண்பது சாட்சிகள் சேர்க்கப்பட்டு இருந்தார்கள்!

ஆட்சி மாற்றம் ஏற்பட்டது; கருணாநிதி முதலமைச்சரானார். அவருடைய ஆட்சி எல்லைக்கு வெளியிலுள்ள நீதிமன்றத்திற்கு வழக்கு மாற்றப்பட்டது. இவையெல்லாம் ஆட்சியாளனின் அதி காரத்திற்கு நீதி உட்பட்டதன்று என்று காட்டுவதற்காகத்தான்!

வழக்கு அடுத்தடுத்த நாளில் துரிதகதியில் நடத்தப்பட்டது. ஏறத்தாழ எண்பது சாட்களில் ஒன்று நீங்கலாக, மற்ற சாட்சிகள் 79 பேரும் பல்டி அடித்து விட்டார்கள். ‘பிறழ் சாட்சிகளாய்’ மாறிய வர்களில் தா.கிருட்டிணன் குடும்பத்தைச் சேர்ந்தவர்களும் உண்டு.

அரசுத் தரப்பு வழக்கறிஞர் வழக்கைத் தகுந்த சாட்சியங்களுடன் மெய்ப்பிக்கத் தவறிவிட்டார் என்று அந்த ஆந்திர நீதிபதி வழக்கைத் தள்ளுபடி செய்துவிட்டார்! கொலையாளிகள் என்று வரிசைப்படுத்தப்பட்ட பதினாறு, பதினேழு பேரும் ஒருவர் பாக்கி இல்லாமல் விடுதலை ஆகிவிட்டார்கள்!

இவர்கள் கொலையாளிகள் இல்லை என்று சொல்வதோடு நீதிமன்றத்தின் வேலை முடிந்துவிட்டது. ஒருவேளை தா.கிருட்டிணன் தன்னைத்தானே வெட்டிக் கொண்டு செத்தாரா என்பதை ஆராய்வது நீதிமன்றத்தின் வேலையில்லை!

நீதிதேவதை கண்ணைக் கட்டிக் கொண்டிருப்பது நியாயமானது தானே! இந்தக் கொடுமைகளை எல்லாம் நீதிமன்றத்தில் நின்று

கொண்டு நேருக்கு நேர் ஏன் பார்க்க வேண்டும்? நீதியையும் நிருவாகத்தையும் பிரித்து விடுவதனாலேயே நீதி மேலோங்கி விட முடியுமா? அறத்தின் ஆட்சி நடைபெற்றபோது அரசன் தன்னைத்தானே தண்டித்துக் கொண்ட வரலாறுகள் உண்டு! சட்டத்தின் ஆட்சியில் பெருமைப்பட என்ன இருக்கிறது?

காவல்துறைதானே புலன் விசாரணை செய்ய வேண்டும்; சாட்சி யங்களைக் கண்டறிய வேண்டும். அரசுத்தரப்பு வழக்கறிஞர் தானே அவற்றை வைத்து வழக்கினை முன்னின்று நடத்த வேண்டும்!

இவர்களை எல்லாம் பதவியில் நியமிக்கவும், அரசின் விருப்பத் திற்கு மாறாக நடந்தால் அவர்களை இடமாற்றம் செய்து தூக்கி வீசவும் வல்லது அரசுதானே! ஆட்சியாளனுக்கு அந்தக் குறிப் பிட்ட வழக்கில் சுயநோக்கம் எதுவும் இல்லை என்றால் ஒரு வேளை நீதி பிழைத்துக் கொள்ளவும் கூடும்!

இப்போதைய அமைச்சர் கோ.சி. மணிமீது மாற்றுக் கட்சி ஆட்சியில் ஊழல் வழக்குத் தொடுக்கப்பட்டது. சொந்தக் கட்சி ஆட்சிக்கு வந்ததும், அந்த வழக்கு நீதிமன்றத்தில் தள்ளுபடி ஆனது. அரசுத்தரப்பு வழக்கறிஞர் மெய்ப்பிக்கத் தவறி விட்டது தான் காரணம் என்று நீதிமன்றம் சுட்டிக் காட்டியது!

முன்னாள் அமைச்சர் செல்வகணபதியின் சுடுகாட்டுக் கொட்டகை ஊழல் வழக்கு அவர் ஆளுங்கட்சிக்கு மாறியவுடன் ஊற்றி மூடப் பட்டது. அரசு வழக்கறிஞர் மெய்ப்பிக்கத் தவறி விடுவது வாடிக்கைதானே! அதேபோல் பழைய மந்திரி இந்திரகுமாரி ஆளுங் கட்சிக்கு மாறி ஊழல் வழக்கிலிருந்து விடுதலையாகி விட்டார்! அனிதா ராதாகிருட்டிணன் ஆளுங் கட்சிக்கு மாறியதற்கும் அதுதான் காரணம்!

இதிலே மிகப்பெரிய வியப்பு என்னவென்றால், இவர்களெல் லாம் விடுதலையானவுடன், 'நீதி வென்றது' என்று வேறு சொல்லிக் கொண்டார்கள். நீதிதேவதை தன்னுடைய கண்ணை மறைக்கும் துணிக்கு இன்னொரு முடிச்சுக் கூடுதலாகப் போட்டுக் கொண்டிருப்பாள்!

மு.க.அழகிரியைப் பற்றிக் குறைவாக எழுதிய காரணத்தால் ஒரு செய்தித்தாள் (தினகரன்) அலுவலகத்தில் அதன் உரிமை யாளர்கள் மீது கொண்ட கோபம் காரணமாக அங்கே வேலை

பார்க்கும் மூன்று பேரை உயிருடன் எரித்துக் கொன்று விட்டார்கள். மதுரைக் காவல்துறை அதிகாரிகள் அந்தக் கொடுஞ் செயல் எந்தவிதத் தொந்தரவும் இல்லாமல் நிறைவேறுவதற்குப் பாதுகாப்பு வேறு வழங்கினார்கள்!

அந்தச் செய்தித்தாள் உரிமையாளர் மைய அமைச்சர் தயாநிதி மாறன் என்பதால் அவர் குடியரசுத் தலைவரிடம் போகப் போவதாகச் சூளுரைத்தார். மறுநாள் அவருடைய மந்திரிப் பதவி கருணாநிதியால் பிடுங்கப்பட்டது. மந்திரிப் பதவியின் மகிமை மூன்று உயிர்களை விடக் கூடுதலானது என்பது தயாநிதி மாறனுக்கு உணர்த்தப்பட்டது. அவருடைய சுமங்கலி கேபிள் நிறுவனத்திற்கு எதிராக அரசு கேபிள் நிறுவனம் ஒன்று உடனடியாக உருவாக்கப்பட்டது. அவ்வளவுதான்; இன்னும் பத்துப் பேரைத் தன்னுடைய செய்தி அலுவலகத்தில் காவு கொண்டாலும் தகும் என்ற முடிவுக்கு தயாநிதி மாறன் வந்ததுமல்லாமல், ஒரேயடியாக ஒடுங்கியும் போய் விட்டார்.

ஆனால் இதிலே ஒரு பெரிய வியப்பு. அந்த மூவர் எரிப்பு வழக்கும் முறைப்படி விசாரிக்கப்பட்டது. நம்முடைய காவல் துறை மாநில அரசுக்குக் கட்டுப்பட்டது என்று மத்திய புலனாய்வுத் துறையினர் விசாரிக்க வேண்டும் என்று கோரிக்கை வைக்கப் பட்டது. மத்திய புலனாய்வுத் துறை இந்திரலோகத்திலிருந்து இறங்கி வந்ததா? அதுவும் ஓர் அரசுக்குக் கீழேதானே இருக்கிறது! வழக்கம்போல் வழக்கு தள்ளுபடியானது!

நாய்களில் வேறுபாடு இல்லை; வளர்ப்பவன் அரசனா பிச்சைக்காரனா என்பதற்குத் தக அதன் பழக்கவழக்கங்கள் அமைகின்றன!

ஆட்சியாளர்கள், அதிகாரிகள், நீதிபதிகள் மூவரும் இணைந்து செயல்பட்டால்தான் நீதி நிலை பெற முடியும்! ஆட்சியாளர்கள் தவறானவர்களாக இருந்தால், தவறான அதிகாரிகளே முன்னிலைப் படுத்தப்படுவார்கள்! இவர்கள் இருவரும் கூட்டணி சேர்ந்துவிட்டால், நீதி தனித்திருந்து செய்யப்போவது என்ன?

ஒரு கட்டிடம் கட்டுவதற்கு விதிமுறைகள் இருக்கின்றன. அந்த விதிமுறைகள் பின்பற்றப்படவில்லை என்றால் அவற்றை நகராட்சியினரே இடித்து விடுவார்கள்! சென்னை தி.நகரில் ஒரு வணிக நிறுவனம் (சரவணா) ஒரு சின்னஞ் சிறிய சந்தில் அனுமதிக்கப்பட்டதற்கு மேல் இரண்டு மாடி கூடுதலாகக் கட்டி,

அக்கட்டிடத்தில் தீப்பிடித்து, தீயணைப்பு வண்டி உள்ளே செல்ல முடியாத நிலை ஏற்பட்டு, அங்கு வேலை பார்ப்பவர் இறந்து, அதற்குப் பின்பு நீதிமன்றம் சட்டமீறல் பகுதிகளை இடிக்கச் சொல்லி ஆணையிட்டது!

நம் வீட்டுக்கு முன்னால் மணல் கொட்டப்பட்டிருந்தால் நகர் மன்ற உறுப்பினரும், நகர்மன்ற அலுவலரும் காசு வாங்க வந்து விடுகிறபோது, இரண்டு மாடி ஊருக்கு நடுவில் விதிமுறை மீறிக் கட்டப்பட்டிருப்பது தொடர்புடைய அதிகாரிகளுக்குத் தெரியா மலா இருக்கும்?

இதுபோன்ற செல்வச் சீமான்களின் விதி மீறிய கட்டிடங்கள் சென்னை முழுவதும் விரவிக் கிடக்கின்றன. தீப்பிடித்த பிறகும், இரண்டு பேர் கதிமோட்சம் அடைந்த பிறகும், நீதிமன்றம் குறுக்கிட்டு இடிக்கச் சொன்ன பிறகுங்கூட, பிற விதிமீறிய கட்டிங்களை நீதிமன்றக் குறுக்கீட்டிலிருந்து காப்பதற்காக, நாம் தவமிருந்து பெற்ற கருணாநிதி அரசு 2007-க்கு முன்பு விதிமீறிக் கட்டப்பட்ட கட்டிடங்களைக் காப்பதற்காக ஒரு அவசரச் சட்டம் பிறப்பித்துக் கொண்டிருக்கிறது. இனி நீதிமன்றம் குறுக்கிட முடியாது. எவ்வளவு அசிங்கமான முடிவுகள் வெளிப்படை யாகவே எடுக்கப்படுகின்றன பாருங்கள்!

கிழக்குக் கடற்கரையில் 500 மீட்டருக்குள் எந்தக் கட்டிடமும் கட்டக் கூடாது என்பது விதி. அது காற்றைத் தடுக்கும் என்ப தனால் மட்டுமன்று; ஆழிப் பேரலை வந்து தாக்கினால் பேரழிவு ஏற்படும் என்பதுங்கூட!

உதகமண்டலத்தில் விதிமீறிக் கட்டப்பட்ட கட்டிடங்கள்தாம் வெள்ளத்தை அதன் போக்கில் ஓட விடாமல் தடுத்து, பெரிய நிலச்சரிவை உண்டாக்கி ஏராளமான ஏழைபாழைகள் இறந்து போனார்கள்!

ஒவ்வொரு முறையும் இது போன்ற மனித அழிவுகள் நிகழும்போது, தொடர்புடைய மந்திரி, அதிகாரிகள் ஆகியோர் நீதியின் முன் நிறுத்தப்பட்டுத் தண்டிக்கப்பட்டால் அறிவு வரும்! ஆனால் இதற்கு முன்பு எவனைத் தண்டித்திருக்கிறது நீதி இவர்களைத் தண்டிப்பதற்கு!

விதி மீறிய கட்டிடங்களிலிருந்து படுகொலைகள் வரை, அனைத்துமே அரசியலின் ஒரு பகுதி என்று நினைப்பவர்கள்

ஆட்சிக் கட்டிலில் இருக்கும்போது, நீதியும் நிருவாகமும் பிரிந்திருந்தாலென்ன? சேர்ந்திருந்தாலென்ன? நிருவாகம் அனுமதித்தால்தானே நீதி மூச்சுவிட முடிகிறது!

சட்டத்தின் ஆட்சி என்பது என்ன? அரச குடும்பத்தில் பிறந்தவர்கள், அரசின் கையை நனைப்பவர்கள், அரசுக்கு ஆதரவாய்த் திகழுகிறவர்கள் மட்டும் சட்டத்தை வளைத்துக் கொள்ளலாம் என்பதுதானே சட்டத்தின் ஆட்சி!

தினமணி, 03.03.10

9

கருணாநிதி என்ன கடவுளா?

கருணாநிதி செம்மொழி மாநாட்டை முடித்து விட்டு ஓய்வு பெறப் போவதாகச் சொன்னாலும் சொன்னார்! அடுத்த முடிசூட்டு விழாக் குறித்த பரபரப்பு செய்தி நாட்டைக் கலக்கத் தொடங்கி விட்டது. தேர்தலை முன்கூட்டியே சந்திப்பார் கருணாநிதி என்கிறார்கள்! பொதுத் தேர்தல் என்பது இடைத் தேர்தல் அல்லவே! எத்தனையோ நிலை மாற்றங்களும், அணி மாற்றங்களும் ஏற்படுவது மட்டுமன்று; கடுமையான விலைவாசி உயர்வு; நான்காண்டு காலமாக நாடு இருளில் மூழ்கிக் கிடக்கும் அவல நிலை; ஆறுகளை எல்லாம் கட்டாந் தரைகளாக்கி, மலைகளை எல்லாம் தரை மட்டமாக்கிக் கொழுத்து விட்ட ஒரு ஆட்சியை மக்கள் தரைமட்டமாக்க வேண்டிய தேர்தல் அது!

தமிழ்நாட்டில் MGR காலமும், காங்கிரசுக் காலமும் நீங்கலாக, ஆட்சி மாறி மாறியே அமைந்திருக்கிறது. அவ்வாறு நிகழ்ந்து இன்றைய எதிர்க்கட்சித் தலைவர் ஆளுங்கட்சித் தலைவராகும் நிலையில், கோபாலபுரத்தில் பாதி புழல் சிறைக் கோட்டத் திற்கு மாறும் நிலை ஏற்படும்! 'அடித்து வைத்திருப் பதைக்' காப்பாற்றிக் கொள்வதுதான் ஒவ்வொரு வரின் முழு நேர வேலையாக இருக்கும்!

இப்போதைய ஆட்சி முடிவதற்குள் மணிமுடியை மாற்றிச் சூட்டக் கருணாநிதி முன்வந்தால், அது

பலத்த விளைவுகளை ஏற்படுத்தி, கட்சியைக் கடகடக்கச் செய்துவிடும்! கருணாநிதி ஆட்சியைக் கைவிடுவது என்பது அவரை அறியாதவர்கள் முன்வைக்கும் வாதம்!

இப்போது சக்கர நாற்காலியில் சட்டமன்றம் செல்லும் கருணாநிதி, படுத்த படுக்கையாகச் செல்லும் நிலை ஏற்பட்டாலும், படுத்துக்கொண்டே சட்டமன்றத்திற்குச் சென்று புதிய வரலாறு படைப்பாரே ஒழியப் பதவியை விடுதல் என்பது கருணாநிதியிடம் நடக்கவே நடக்காத ஒன்று!

பதவியிலிருந்து இறக்கப்பட்டால் ஒழியப் பதவியை விடுவதற்கான மனப்பழக்கம் உடையவரில்லை கருணாநிதி! தனக்குப் பின்னால் யார் என்பதற்குத்தான் மகன் என்பது விடையே தவிர, தன் கண்ணோடு சாவியைக் கொடுத்து விட்டு, மகன் வாயைப் பார்த்துக்கொண்டு, எஞ்சிய காலத்தைப் பாயில் படுத்துக்கொண்டு பழைய நினைவுகளை அசை போடும் அளவுக்கு உலக அனுபவம் இல்லாதவரா கருணாநிதி?

ஆரியர்களுக்கு நான்கு வேதங்கள் இருக்கும்போது, திராவிடர்களுக்கு ஒரு வேதமாவது வேண்டாமா என்னும் குறையைப் போக்கத்தான் முத்தமிழ் அறிஞர் கருணாநிதி பராசக்திக்கு வசனம் எழுதித் தமிழை மானக்கேட்டிலிருந்து காப்பாற்றினார் என்று கூவிக்கூவிப் பாடும் புதுக் கவிஞர்களெல்லாம், ஆட்சி இல்லாத நிலையில் அடுத்த நொடியே அத்தாணி மண்டபங்களை மாற்றிக்கொண்டு விடுவார்கள் என்பதை அறியாதவரா கருணாநிதி? தன்னுடைய பலம் கோபாலபுரத்தில் இல்லை; கோட்டையில்தான் இருக்கிறது என்பதை எல்லாரையும் விட நன்கு புரிந்தவர் கருணாநிதி!

கருணாநிதியைச் சாணக்கியர் என்று சொல்லி அவரை மகிழ்விப்பவர்கள் இருக்கிறார்கள்! எதிரியின் வலிமையைத் தன் மன விருப்பத்திற்கேற்றவாறு மதித்து மகிழாமல், உள்ளவாறு உணர்வதுதான் சாணக்கியம்! ஆனால், கருணாநிதி MGRன் வலிமையை வெறுந்திரைப்படக் கவர்ச்சியினால் வந்த வலிமை என்று குறைவாக மதிப்பிட்டு, இன்னொரு மாற்று நடிகனை அவருக்கு எதிராக உருவாக்குதன் மூலம் MGRஐச் சாய்த்து விடலாம் என்று தப்பாகக் கணக்கிட்டுத் தன் மகன் மு.க.முத்துவை உருவாக்கி மோத விட்டதில், 'முகரை' உடைந்தது முத்துவுக்கில்லை; மு.கருணாநிதிக்கு!

அதன் காரணமாகப் படம் தோற்றால் குற்றமில்லை; ஆட்சியை அல்லவா தோற்றார் கருணாநிதி! அதற்குப் பிறகு ஓராண்டா ஈராண்டா? பதினான்கு ஆண்டு காலமல்லவா வனவாசம் போக நேரிட்டது! உட்கார இடமில்லாமல், மேலவைக்குப் போனார்; மேலவையும் கலைக்கப்பட்டதே! MGR வங்கக் கடலோரம் நீள் துயில் கொண்ட பிறகுதானே, மீண்டும் அரசியலையே கருணா நிதியால் நினைத்துப் பார்க்க முடிந்தது! இதுவா சாணக்கியம்?

இன்றும் கருணாநிதியின் அரசு சிறுபான்மை அரசுதானே! நாதி யற்றுப்போன கருணாநிதியின் அரசை எற்றுவதற்கு எவ்வளவு நேரமாகும் காங்கிரசுக்கு? கருணாநிதியைச் சார்ந்து இன்றைய காங்கிரசு அரசும் இல்லையே! இவ்வளவு அனுபவமுடைய தானே பொய்க்காலில் நிற்கும்போது, தன் மகனுக்குக் கருணாநிதி எப்படி முடிசூட்டுவார்?

கருணாநிதி கீழேயும் மேலேயும் ஆட்சியிலிருந்து, அடித்த பல ஆயிரங்கோடி ரூபாய்களை வைத்து, அவருடைய குடும்பங்கள் சொல்லொணா வகையில் செழிப்புற்றதுபோல, கட்சியும் வலிவு பெற முடிந்தது. அதிகாரத்தை வைத்துப் பணம் திரட்டல்; பணத்தை வைத்து அதிகாரத்தைப் பெறல் என்னும் நச்சுச் சுற்று கருணாநிதியால் தமிழக அரசியலில் தோற்றுவிக்கப்பட்டது. தமிழ்நாட்டு அரசியலுக்குக் கருணாநிதி வழங்கிய கொடை இது என்று வரலாறு வரிந்து வரிந்து எழுதும்!

அவரிடமிருந்து பல ஆயிரங்கோடி ரூபாய்கள் அவருடைய குடும்பங்களுக்குள் பங்கிடப்பட்டது போல, அரசியல் அதிகார மும் பங்கிடப்பட்டது. தமிழ்நாடு வடக்கு, தெற்காகப் பிரிக்கப் பட்டு இரு மகன்களும் பொறுப்பாக்கப் பெற்றனர்! தமிழ்நாட்டு ஆட்சியில் ஒரு மகனும், மைய ஆட்சியில் இன்னொரு மகனும் அமர்த்தி வைக்கப்பட்டனர். மகள் பாராளுமன்றத்திற்கு நிய மனம் பெற்றார்! அண்ணா காலத்திற்குப் பிறகு இரா. செழியனை மெல்ல அகற்றிவிட்டு அந்த இடத்தில் தன்னுடைய அக்காள் மகன் முரசொலி மாறனை அமர்த்தி மந்திரியாக்கியது போல, மாறனின் மகன் தயாநிதி மாறனையும் தில்லியில் மந்திரி யாக்கினார் கருணாநிதி!

தன்னுடைய சுற்றம் முழுவதையும், கோபாலபுரத்தில் பக்கம் பக்கத்தில் குடியேற்றியது போல, தன்னுடைய முதல் சுற்றம், இரண்டாம் சுற்றம் என்று வரிசைப்படி அவர்களின் நிலை

களுக்கும் உறவுக்கும் தகப் பதவிகளையும் பங்கிட்டவர் கருணாநிதி! ஒரு குடும்பத்திற்குள்ளேயே அதிகார மொத்தமும் இருந்து விட்டால், வெளிப்போட்டி இருக்காது என்பது கருணாநிதியின் எண்ணம்! ஆனால் அதற்குப் பிறகு குடும்பத் திற்குள்ளேயே குத்து வெட்டு நடக்கும் என்பது வரலாற்றின் அடிமட்ட மாணவர்களுக்கே தெரியுமே!

இருப்பது ஒரு முதலமைச்சர் நாற்காலிதானே? இரண்டு மகன்களின் குறியும் ஒன்றின் மீதுதான் என்றால் எப்படிச் சிக்கறுக்க முடியும்?

கருணாநிதி பல மோசமான அரசியல் செல்நெறிகளை (Trend) உண்டாக்கியதுபோல, அழகிரி 'திருமங்கலம் சூத்திரம்' என்னும் புதிய செல்நெறியை உண்டாக்கவில்லையா? அழகிரிக்கு ஆங்கிலம் தெரியாது; அது ஒரு குற்றமா? கருணாநிதி குடும்பத் தில் யாருக்கு ஆங்கிலம் தெரியும்? மேலும் இந்தியா என்ன இங்கிலாந்தா? பத்தாண்டு காலமாகப் பாரதிய சனதாவும், காங்கிரசும் கருணாநிதியின் தயவால் ஆட்சியில் இருந்தும், கண்ணையே திறக்காமல் ஓராண்டுக் காலம் படுத்த படுக்கையாக இருந்த முரசொலி மாறனை இலாகா இல்லாத மந்திரியாக வைத்துக் கொள்ளத் தன்னுடைய செல்வாக்கைப் பயன்படுத்திய கருணாநிதி, இந்தியப் மொழிகளை எல்லாம் ஆட்சி மொழி களாக்க தன்னுடைய செல்வாக்கைப் பயன்படுத்தியதுண்டா? அப்படிச் செய்திருந்தால் தமிழுக்கு மட்டுமா வாழ்வு வந்திருக்கும்? அழகிரிக்குமல்லவா வந்திருக்கும்!

'வாயில்லாத சீவனாக' ஓர் அரசில் அங்கம் வகிப்பதற்கு அழகிரி என்ன இனமானப் பேராசிரியரா? மானம் என்பதற்கு நிலை தாழாமை என்று பல்துறை அறிஞன் பரிமேலழகன் விளக்கம் எழுதுவான்! தன்னுடைய மானத்தையே காத்துக்கொள்ள முடியாதவர் இனத்தின் மானத்தை எப்படிக் காப்பார் என்று அன்பழகனிடம் யாராவது கேட்டிருக்கிறார்களா?

'கருணாநிதியைத் தவிர யாரையும் தலைவராக ஏற்க மாட்டேன்' என்று அழகிரி சொன்னதன் பொருள், 'நீ விலகி நில்; நான் பார்த்துக் கொள்கிறேன்' என்பதுதான்!'

கி.பி. 2000ல் அழகிரியைத் தி.மு.க.வை விட்டு விலக்கி வைத்து அறிக்கை வெளியிட்டார் பொதுச் செயலாளர் அன்பழகன்!

அன்பழகனின் மீது விவரம் தெரிந்த அழகிரி கோபம் கொள்ள வில்லை! நாளைக்கு அழகிரி முதல்வராக வந்தாலும், இரண்டாம் எண் இருக்கையை அன்பழகனாலும் விடமுடியாது; ஒரு காட்சிப் பொருளாகக் காட்டுவதற்குரிய பழம்பொருளை அழகிரியாலும் தூரத் தள்ளி விடமுடியாது!

தன்னுடைய நீக்கத்திற்குப் பின்னணியில் இருந்த தன் தகப்பனார் கருணாநிதியோடேயே மோதிப் பார்த்தவர் அழகிரி! தி.மு.க.விற்கு எதிராக 2001ல் போட்டி வேட்பாளர்களை நிறுத்திப் பணமும் செலவழித்துக் கலங்க அடித்தவர் அழகிரி! கட்சிக்கு ஏற்பட்ட சேதத்திற்கு அஞ்சி அழகிரியிடம் சமாதானத்தை விலை கொடுத்து வாங்க வேண்டிய கட்டாயத்திற்கு உள்ளானார் கருணாநிதி!

மைய மந்திரிப் பதவியில் இருக்க விருப்பமில்லை அழகிரிக்கு! தலைவராகலாம் என்று நினைக்கிறார்!

'தி.மு.க. என்ன சங்கர மடமா?' என்பது கருணாநிதியின் புகழ் பெற்ற சொல்லாட்சி! சங்கர மடத்தில் நியமனம் பெற ஒருவர் 'ஸ்மார்த்த பிராமணராக' இருக்க வேண்டும்! தி.மு.க.வில் நியமனம் பெற கருணாநிதியின் குடும்பத்தவராக இருக்க வேண்டும்! என்ன வேறுபாடு? நினைத்தாலும் வீரபாண்டி ஆறுமுகம் ஆக முடியுமா?

'அப்படியானால் தேர்தல் நடக்கட்டும்; தலைவரைக் கட்சி முடிவு செய்யட்டும்' என்று வெளிப்படையாக அந்த அறை கூவலை அழகிரி ஏற்றுக்கொண்டு விட்டாரே!

'நீயாக ஏன் முடிவு செய்கிறாய்? குடும்பத்திற்குள்ளாவது சன நாயகம் வேண்டும்' என்பது அழகிரியின் கூக்குரல்!

'என் மக்கள் இருவருக்கும் இடையே மோதல் என்றால் என் இதயத்தில் இரத்தம் வடியும்' என்று எதற்குப் புலம்புகிறார் கருணாநிதி? யார் தோற்றாலும் யார் வென்றாலும் கோபால புரத்திற்கு அது மொத்தத்தில் வெற்றிதானே!

1961 ல் சம்பத்; 1972ல் MGR; நெருக்கடி நிலைக் காலத்தில் நெடுஞ்செழியன்; ஈழப் போரின்போது வைகோ என்று ஒவ் வொருவரையாக வெளியேற்றிக் கட்சியைக் குடும்பச் சொத்தாக மாற்றிவிட்ட பிறகு, குடும்பத்திற்குள்ளேயாவது சனநாயகம் வேண்டும் என்று அழகிரி கோருவது அதிசயமானது என்றாலும் நியாயமானதுதானே!

முதல்வருக்கான போட்டி நடக்கப் போவதில்லை; கருணாநிதி நாற்காலியை விட்டு இறங்கப் போவதில்லை. அப்படி ஒரு வேளை நடக்கும் என்று கொண்டால், அது கருணாநிதி நினைப்பதுபோல் இருமுனைப் போட்டியாக இருக்காது; மும்முனைப் போட்டியாகவே இருக்கும்!

தயாநிதி மாறன் தி.மு.க.காரராகவே, நேரே முகங்காட்டாத காங்கிரசால் களமிறக்கப்படுவார்! தயாநிதியிடம் இல்லாத பணமா? ஒவ்வொரு தி.மு.க. சட்டமன்ற உறுப்பினரும், 'போதும்; போதும்' என்னும் அளவுக்குப் பணத்தால் அடிக்கப் படுவார்கள்!

காங்கிரசின் தயவில்லாமல் கருணாநிதியே ஆட்சியில் இருக்க முடியாதே! கருணாநிதியின் மகன்களால் எப்படி முடியும்?

தி.மு.க.வின் சார்பாகச் சிறுபொழுதுக்கு யார் ஆள்வது என்பதைக் காங்கிரசு தீர்மானிக்கும்! தீர்மானிக்கும் சக்தி மாறுவ தோடு தி.மு.க. வரலாறு முடியும்!

தோன்றியவை எல்லாம் அழிந்தே தீரும் என்பது இயற்கை விதி!

அப்படியல்லாமல் நீருள்ள அளவும், நிலமுள்ள அளவும், காருள்ள அளவும், கடலுள்ள அளவும் நானே எல்லாவற்றையும் தீர்மானிக்கும் சக்தியாக இருப்பேன் என்று சொல்வதற்குக் கருணாநிதி என்ன கடவுளா?

தினமணி, 28.04.10

10

நன்றியில்கூட
நஞ்சைக் கலக்கிறாரே!

'என்னை முதலமைச்சராக்கினார் MGR' என்று சட்டப்பேரவையில் கருணாநிதி பேசியிருப்பதாகச் செய்தித்தாளில் பார்த்தவுடன் நம்ப முடியவில்லை! ஒருமுறைக்கு இருமுறை படித்தபோதும் நம்ப முடியவில்லை. அப்புறம் ஒன்றுக்கு மூன்று செய்தித் தாள்களும் அந்தப் பேச்சை உறுதிப் படுத்தியவுடன் தான் அப்படி அவர் பேசியிருப்பதற்கான காரணம் என்னவாக இருக்கும் என்பது குறித்து ஆராய வேண்டியதாயிற்று! சோழியன் குடுமி சும்மா ஆடாது என்பது பழமொழியாயிற்றே!

நன்றி கொன்ற குற்றத்திற்கு ஆளாக வேண்டாம் என்று மனச்சான்று சுட்ட காரணத்தால், வாழ்வின் மாலைப் பொழுதிலாவது இந்த அரிய வரலாற்று உண்மையை ஏற்றுக்கொண்டு, அலைபாயும் மனத் திற்கு அமைதி தேடிக் கொள்ளலாம் என்றெல்லாம் கருதுபவரில்லை கருணாநிதி!

மேலும் மனச்சான்று என்பது ஒருவகை மன ஒழுங்கு! ஒரு பெண் கற்பைப் போற்றுவதும், அதன்படி ஒழுகு வதும் எப்படி அறிவும் உறுதியும் சார்ந்ததோ, அப்படி மனச்சான்றை முன்னிறுத்தி ஒழுகுவதற்கும் அறிவும் உறுதிப்பாடும் வேண்டும்! மனச்சான்று இட்லருக்கு இருந்ததா? முசோலினிக்கு இருந்ததா? செங்கிசுக் கானுக்கு இருந்ததா? தைமூருக்கு இருந்ததா?

ஆட்சிக் கட்டிலில் அமர்வது எளிதான ஒன்றில்லை! அதற்குச் சாம, பேத, தான, தண்டங்களைக் கடைப்பிடிப்பதென்பது வரலாறு நெடுகிலும் காணக்கிடக்கின்ற ஒன்றுதான்! கருணாநிதி இவற்றையெல்லாம் கடைப்பிடித்துத்தான் அந்த இடத்தைப் பிடித்தார் என்பதும் நாடறிந்த ஒன்றுதான்!

கருணாநிதி முதல்வரான பிறகு 'நெஞ்சுக்கு நீதி'என்னும் பெயரில் தன்வரலாறு எழுதத் தொடங்கி, இப்போது ஐந்தாவது பாகம் வந்து விட்டது! வேறு யாரும் தன்னுடைய வரலாற்றை எழுதி விடாமல், தானே பாகம் பாகமாய்க் கருணாநிதி எழுதத் தொடங்கிய காரணம், தன்னுடைய வசதிக்கு உண்மைகளை வளைத்துக் கொள்ளத்தான்! எல்லாவற்றையும் ஆக்குவதும் அழிப்பதும் தான்தான் என்பது அவருடைய நம்பிக்கை! ஊத வேண்டியதை ஊதிப் பெரிதாக்கி, அழிக்க வேண்டிய அசிங்கங் களைத் தடம் தெரியாமல் அழித்து விட்டால், வரலாறு தன் விருப் பப்படி அமைந்து விடும் என்பது கருணாநிதியின் நினைப்பு!

அதனால் நெஞ்சுக்கு நீதி முதலாம் பாகத்தில் தான் முதல்வராவ தற்கு என்னென்ன பேரங்கள் பேச வேண்டியிருந்தது என்பதை யெல்லாம் மறைப்பதற்காக, அவருடைய பிறப்பிலேயே மிகப் பெரிதான முதல்வர் பதவியை அடைந்ததைக்கூட மிகவும் சுருக்கிக் கொண்டு, நான்கே வரிகளில் முடித்துக்கொண்டு விட்டார்!

அவர் பிறந்தது, வளர்ந்தது, 'ஓடி வந்த இந்திப் பெண்ணே' என்று திருவாரூர்த் தேரோடும் வீதியில் ஓலமிட்டது, கல்லக்குடியில் ஓடாத ரயிலுக்கு முன்னே தண்டவாளத்தில் தலைவைத்துப் படுத்தது என்று பக்கம் பக்கமாக எழுதும் கருணாநிதி, தான் முதல்வரான புளகாங்கிதத்தை வெளிப்படுத்த முடியாமல் சுருக்கி கொள்ள வேண்டியதாயிற்று!

10-02-1969ல் சட்டமன்ற உறுப்பினர்கள் கூட்டம் ஏ.கோவிந்த சாமி தலைமையில் கூடியது. அதன்பின் காத்துக் கொண்டிருந்த செய்தியாளர்களிடம் தி.மு.க. சட்டமன்றக் கட்சித் தலைவராகத் திரு.மு.கருணாநிதி தேர்ந்தெடுக்கப்பட்டார் என்று நாவலர் அவர்கள் தெரிவித்தார்கள்.

(நெஞ்சுக்கு நீதி I : பக் 752)

'நாவலரே ஒருமனதாகக் கருணாநிதி தேர்ந்தெடுக்கப்பட்டார்' என்று சொல்லி விட்டதாகக் கருணாநிதி ஒரு வரியில் சுருக்கி

விட்டதன் மூலம், நாவலர் களத்தில் இருந்தார் என்பதையும், அவர் பெயரும் முன்மொழியப்பட்டு வழிமொழியப்பட்டது என்பதையும், ஏற்கனவே கருணாநிதி நாவலர் வீட்டுக்கு நேரடியாகச் சென்று, 'என்னை முதல்வராகும்படி சொல்கிறார்கள்; நாவலர் இருக்கையில் நானெப்படி ஆக முடியும் என்று ஒரே வரியில் சொல்லிவிட்டேன்' என்று நாவலரைச் செயல்படத் தேவையில்லை என்பதுபோல் நம்ப வைத்து முடக்கி விட்டுக் கடைசியில் கழுத்தறுத்து விட்டதையும் தான் போட்டியிலிருந்து விலகிக் கொள்வதாக அறிவித்து விட்டு, மனக் கசப்போடு நாவலர் வெளியேறி விட்டார் என்பன போன்ற அசிங்கங்களை எல்லாம் மூடி மறைப்பதற்காகத்தான் முதல்வரான களிப்பைக்கூட வெளிப்படுத்தாமல் சுருக்கிக் கொள்கிறார் கருணாநிதி!

'இதயக் கோயிலில் இறைவனாகவே கொலுவேறி விட்ட அண்ணனின் சிலைக்கு மாலை அணிவித்த கதையையும், கடற்கரையில் உள்ள கல்லறையில் மலர் வளையம் வைத்து வணங்கி நின்ற கதையையும், அண்ணா அமர்ந்த நாற்காலியைப் பார்த்து உருகிவிட்ட கதையையும்' (மேற்படி ப.752) கருணாநிதி பேசும்போது, பக்தியின் முதிர்வால் பரவசநிலை எய்தி விடுகிறார்!

இறந்தவர்களை இறைவனாக்குவது பழந்தமிழர் மரபுதான்; ஆனால் பகுத்தறிவாளர்களின் மரபில்லை! இறந்தவர்களுக்குக் 'கல்லெடுத்து'வணங்குவது பழந்தமிழர் மரபுதான்; ஆனால், கல்லறையை வணங்குவது பகுத்தறிவாளர்களின் மரபில்லை! பெரியார் எந்தச் சமாதியிலும் மலர்வளையம் வைத்து வணங்கியதாகவோ, இறந்தவர்களை இறைவனாக அறிவித்ததாகவோ செய்தி இல்லை! பெரியாருடைய கொள்கையைத் தீர்க்கமாகப் பின்பற்றிய ஒரே ஆள் பெரியார்தான் போலிருக்கிறது!

கருணாநிதி தன்னுடைய வரலாற்று நூலுக்கு, 'நெஞ்சுக்கு நீதி'என்று பெயரிட்டது இன்னொரு கொடுமை! போலி மருந்துகளின் வெற்றி அசல் மருந்துகளாகத் தங்களைக் காட்டிக் கொள்வதில்தானே இருக்கிறது!

அண்ணா இனித் தேற மாட்டார் என்னும் முடிவை மருத்துவர் மில்லருக்கு முன்பாகவே எடுத்து விட்டார் கருணாநிதி! காலியாகப் போகும் நாற்காலியில் அமரத் துடிக்கும் ஒருவர் எல்லாவற்றையும் முன்கூட்டியே சிந்திப்பது ஒரு அரசியல் வாதிக்குள்ள இயற்கையான உந்துதல்தானே!

‘அதற்கான வேலைகளை அண்ணா உயிரோடிருக்கும்போதே கருணாநிதி தொடங்கி விட்டார்’ (ப.476) என்று நெடுஞ் செழியன் எழுதுகிறார். நெடுஞ்செழியனின் தன்வரலாற்று நூலுக்குக் ‘கண்டதும் கேட்டதும்’ என்று பெயர்!

‘இருந்தாலும் அண்ணாவுக்கு அடுத்தபடியாகக் கழகத்தில் மூத்த தலைவராகவும், மூத்த அமைச்சராகவும் இருந்து வந்த நான்தான் முதலமைச்சராக வருவேன் என்று நல்லவர்களும் பொது மக்களும் எதிர்பார்த்திருந்தனர்’ (ப.477) என்று நெடுஞ்செழியன் எழுதுவதிலிருந்து, எல்லாரும் தன்னிடம் வந்து, ‘தாங்கள்தான் இந்த மணிமுடியை ஏற்றருள வேண்டும்’என்று சொல்லுவதை எதிர்பார்த்துக் காத்திருந்திருக்கிறார் என்பது புலப்படுகிறது!

நெடுஞ்செழியனைப் பொதுச் செயலாளராக்கி, ‘தம்பி வா! தலைமை ஏற்க வா! உன் ஆணைக்குக் கட்டுப்படுகிறோம் வா!’ என்று அண்ணா தன்னுடைய பெருந்தன்மை காரணமாகக் கூறிய சொற்களின் மயக்கத்திலிருந்து நெடுஞ்செழியன் இன்னும் விடுபவில்லை என்று தெரிகிறது!அதனால்தான் தி.மு.க. வளர அண்ணாவுக்கு அடுத்தபடி காரணமாக இருந்த MGRஐப் பார்த்து அவருடைய ஆதரவைக் கேட்பதைக்கூட இன்றியமையாததாக நெடுஞ்செழியன் நினைக்கவில்லை!

‘MGR கழக எம்.எல்.ஏக்கள் பலரையும் இராமாவரம் தோட்டத் திற்கு வரவழைத்து, அவர்களுக்கு விருந்தளித்து, அவர்களின் ஆதரவைக் கருணாநிதிக்குத் திரட்டித் தரும் பணியில் தீவிரமாக ஈடுபட்டார்’ (ப.477) என்று வேறு சொல்லுகின்ற நெடுஞ் செழியன், தன் பங்குக்குச் செய்ய வேண்டியது என்ன என்று கிஞ்சித்தும் சிந்திக்கவில்லை!

ஆளுக்கொரு கட்சியில் இரண்டாம் இடத்தில் வாழ்க்கை முழு வதும் அடை காப்பதற்கென்றே பிறந்தவர்கள் நெடுஞ்செழியனும் அன்பழகனும்! ஆனால் கருணாநிதியோ நிமிர்ந்தவனைக் காலைப் பிடிப்பார்; குனிந்தவனைக் குடுமியைப் பிடிப்பார்!

MGR தான் ‘பெரிய கடவுள் என்று கும்பிட்டு விழுந்து’தன் பக்கம் சேர்த்துக்கொண்டு விட்ட ஒரே காரணத்தால், கருணாநிதி வெற்றிக் குதிரையாகி விட்டார்!

இருந்தாலும் ப.உ.சண்முகம், மன்னை நாராயணசாமி, அன்பில் தருமலிங்கம், மதியழகன், சத்தியவாணி முத்து ஆகியோரிடமும்

‘தரவேண்டியதைத் தந்து, பெற வேண்டியதைப் பெற்றுக் கொள்ளுங்கள்’ என்று சொல்லி எல்லாப் பேரங்களையும் முன் கூட்டியே முடித்து வைத்திருந்தார் கருணாநிதி! அந்தப் பேரப் பட்டியலில் சி.பா. ஆதித்தனாரும் ஒருவர்!

‘ஆதித்தனார் ஏராளமான பணத்தைச் செலவழித்து, எம்.எல். ஏக்களுக்கு வசதி வாய்ப்புகளை ஏற்படுத்தித் தந்து அவர்களின் ஆதரவைக் கருணாநிதிக்குப் பெற்றுத் தந்தார்’ (ப.477) என்றும் நெடுஞ்செழியன் எழுதியிருக்கிறார்! ஆகக் குதிரை வாணிபமும் நடந்தேறியிருக்கிறது!

ஆதித்தனாரைக் கருணாநிதி மந்திரியாக்கியது அவர் ராபின்சன் பூங்காவில் தி.மு.க. வைத் தோற்றுவித்தவர்களில் ஒருவர் என்று கருதியா? இல்லையே! அவருடைய பணம் செய்த அளப்பரிய காரியங்களும் தன்னை முதல்வராக்க உதவியது என்பதால் தானே!

இவ்வளவுக்கும் பிறகும் MGR அருள் சுரந்திருக்காவிட்டால், தான் வசனகர்த்தாவாகவே வாழ்க்கையைக் கழிக்க நேரிட்டிருக்கும் என்று வாய் தவறியும் கூடக் கருணாநிதி எங்கும் கூறியதில்லை. அவ்வளவு நன்றியுணர்ச்சி அவருக்கு! தான் சொல்லா விட்டாலும், நாடு அதை மறக்காமல் வைத்திருக்கிறது என்பதுதான் கருணா நிதிக்குள்ள அளப்பரிய கவலை! ஒரு பெருந்தலைவனாக வரலாற்றில் பரிணமிப்பதற்கு `MGR போட்ட பிச்சையால் ஏற்றம் பெற்றவர்’என்னும் சொல் உகந்ததாகாது! நாற்பது ஆண்டுகளாக அந்த உண்மையைத் தான் அங்கீகரிக்க மறுத்தாலும், அந்த உண்மை மறைய மறுக்கிறதே என்னும் கவலை கருணாநிதியை அரித்துக் கொண்டிருந்தது!

அதனுடைய விளைவாகக் கருணாநிதி MGRதான் தன்னை முதல்வராக்கினார் என்னும் உண்மையில் ஒரு பாதியை மட்டும் வேறு வழியில்லாமல் ஒப்புக் கொண்டு விட்டு, அதற்காகத் தான் இராமாவரம் தோட்டத்திற்கு அலையாய் அலைந்த மீதி உண்மையை முற்றாக மறைத்து விட்டு, MGR தான் தன்னை முதல்வராக்கத் தன்னுடைய வீட்டுக்குத் தொடர்ந்து இரண்டு மூன்று நாட்கள் அலையாய் அலைந்தார் என்று புதுக் கதை சேர்த்துச் சட்டப் பேரவையில் அவிழ்த்தார் கருணாநிதி!

கருணாநிதி முதல்வராக வேண்டாம் என்று குறுக்கே விழுந்து தடுத்தது அவருடைய குடும்பம்தானாம்!

‘MGR என் துணைவியாரைச் சமாதானப்படுத்தினார்; என் சகோதரிகளைச் சமாதானப்படுத்தினார்; குறிப்பாக முரசொலி மாறன் நாவலர்தான் ஏற்றவர் என்று சொல்லியதையும், மாறன் வழியிலேயே நானும் நாவலர் பற்றிச் சொன்னதையும் ஏற்க மறுத்து விட்டார் MGR!

‘இவர்தான் முதலமைச்சராக ஆகவேண்டும்; நீங்கள் யாரும் தடுக்கக்கூடாது என்று என்னுடைய வீட்டிலுள்ளவர்களைச் சமாதானப்படுத்த இரண்டு மூன்று நாட்கள் வந்தார்!’

(கருணாநிதியின் சட்டமன்றப் பேச்சு - தினத்தந்தி 14-10-2010)

கருணாநிதியின் இந்தச் சட்டமன்றப் பேச்சின் நோக்கம், மருமகன் ஆசைப்படவில்லை; மனைவி ஆசைப்படவில்லை; சகோதரி களும் ஆசைப்படவில்லை; நானும் ஆசைப் படவில்லை; MGR தான் ஆசைப்பட்டார் என்று சொல்லுவதுதான்! MGR ஏன் ஆசைப் பட வேண்டும் என்பதற்கான விளக்கம் கருணாநிதி பேச்சில் காணப்படவில்லை. அதற்குள் நுழைந்தால் தொலைந்தார்!

பொய் சொன்னாலும் பொருந்தச் சொல்ல வேண்டாமா கருணாநிதி? அதுவும் சட்டமன்றத்தில்!

நாடே தன்னை முதல்வராக்கத் தவமிருந்தது போலவும், சட்ட மன்ற உறுப்பினர்கள் அனைவரும் தன்னை முதல்வராகும்படி தொழுது கேட்டுக் கொண்டது போலவும், தன்னுடைய குடும்பம்தான் அதற்குத் தடையாக இருந்தது போலவும், தன் குடும்பத்தைச் சமாதானப்படுத்தாமல் தன்னை முதலமைச்ச ராக்க முடியாது என்பதால், MGR இரண்டு மூன்று நாட்கள் கோபாலபுரத்திற்குப் புனிதப் பயணம் வந்ததாகவும் கருணாநிதி சொல்லியிருப்பது, இராமாவரம் தோட்டத்திற்குத் தான் அலகு குத்திக் கொண்டு பால் காவடியும், பன்னீர்க் காவடியும் எடுத்த அசிங்கத்தை மறைப்பதற்காகத்தான்!

MGR தன்னை முதல்வராக்கினார் என்னும் தவிர்க்க இயலாத உண்மையை ஒப்புக்கொண்டு விட்டு, அதற்கொரு துணைக் கதையைக் கருணாநிதி சேர்த்திருப்பது, வரலாற்றைத் தன் வசதிக் குத் திருப்பிக் கொள்ள முடியும் என்னும் நம்பிக்கையால்தான்!

நன்றியில் கூட நஞ்சைக் கலக்கிறாரே கருணாநிதி!

துக்ளக், 02.06.10

11

இது கூடவா புரியாது?

'இராசபக்சே மட்டுமன்று; ஒருவகையில் தமிழ்நாடு முதலமைச்சர் மு. கருணாநிதியும் ஒரு போர்க் குற்றவாளிதான்' என்று எதிர்க்கட்சித் தலைவர் செயலலிதா வெளியிட்டிருக்கும் அறிக்கை கருணா நிதியைக் கதிகலங்கச் செய்து விட்டது!

போர் நிறுத்தப்படும்வரை காலவரையற்ற உண்ணா நோன்பு என்று காலையில் உண்ணாநோன்பு தொடங்கி 11 மணி அளவில், தன்னுடைய ஒரு வேளை உண்ணாநோன்பிற்கே ஆற்ற மாட்டாமல் இராசபக்சே போரை நிறுத்தி விட்டார் என்று இவராகவே கூடியிருந்த உள்நாட்டு வெளிநாட்டுத் தொலைக்காட்சிகளுக்கு அறிவித்து விட்டு, மத்தி யானச் சாப்பாட்டிற்குக் கருணாநிதி வீட்டுக்குப் போய்விட்டார்! குற்றமாகச் சொல்லவில்லை. பசிக்கு ஆற்றமாட்டாமல் சோற்றைத் தேடுவது பாவமல்ல! இவர் ஆடியது ஓரங்க நாடகம்தானே!

எவ்வளவு இலாகவமாகப் பொத்திப் பொத்தி இருட்டில் செய்தாலும் அது வெளிச்சத்திற்கு வந்து விடுகிறதே என்பதுதான் கருணாநிதியின் கவலை! ஐ.நா.விசாரணை மகிழ்ச்சி அளிக்கிறது என்றும் இலங்கைத் தமிழர்கள் சிக்கலில் நம்பிக்கை ஏற்படுத்தி உள்ளது என்றும், ஐ.நா.வின் பிரதி நிதிகள் குழுவுக்கு 'விசா' வழங்க இலங்கை அரசு

மறுத்து வருவது அதன் குற்ற உணர்வைத்தான் வெளிப்படுத்து கிறது என்றும் செயலலிதா கூறியிருப்பது அந்த மக்களுக்கு ஆறுதல் அளிக்கக்கூடிய ஒன்றாகும்!

கருணாநிதி இராசபக்சேயைப் போர்க்குற்றவாளியாக்கி விசாரித்துத் தண்டனைக்கு உட்படுத்த வேண்டும் என்று கோர முடியாததற்கு அவருடைய குற்றமனப்பான்மையே தடை! ஐ.நா.வாக்கெடுப்பில் அமெரிக்க, ஐரோப்பிய நாடுகளெல்லாம் இன்னொரு இட்லராக இராசபக்சேயைப் பாவித்து எதிர்த்து வாக்களித்தபோது, இந்திய அரசு இன்னொரு புத்தனாக இராச பக்சேயைப் பாவித்துத் தாங்கி நிற்பதையும் அவரைக் காப்பாற்ற ஐ.நா. அவையில் ஆதரவு வாக்களித்ததையும் கருணாநிதி தடுத்து நிறுத்தியதுண்டா?

மைய அரசில் அங்கம் வகிக்கிற கருணாநிதியின் முழு இசைவோடு தானே மைய அரசு இராசபக்சேக்கு உதவி ஈழத்தை இடுகாடாக்கியது! தன்னுடைய தயவில் உயிர்த்திருந்த மன்மோகனின் அரசை ஈழத் தமிழர்களுக்கு ஆதவாகச் செயல்படும்படி கட்டாயப்படுத்தி இருக்க வேண்டும்; அது ராசீவ் காந்தி படுகொலை போன்ற சிலவற்றால் முடியாது என்றால், ராசபக்சேவுக்கு ஆதரவாகவும், தமிழர்களுக்கு எதிராகவும், மைய அரசு செயல்பட்டால், தான் மைய அரசைக் கவிழ்க்கும் முயற்சியில் ஈடுபட நேரிடும் என்பதை உரிய வகையில் உணர்த்தி இருந்தாலே போதும்; தமிழினப் பேரழிவைத் தடுத்து நிறுத்தியிருக்க முடியும்!

செய்தாரா கருணாநிதி? அப்புறம் எந்த வகையில் இவர் தமிழினத் தலைவர்? எதிர்க்கட்சித் தலைவர் செயலலிதா சென்ற பாராளுமன்றத் தேர்தலில், தன்னுடைய கையை வலுப் படுத்தினால், இராணுவத்தை அனுப்பும்படியான அழுத்தத்தை உண்டாக்கித் தமிழர்களைக் காப்பதாக வாக்களித்தார்.

சென்ற தேர்தலில் சிங்களவர்க்கு ஆதரவாக இயங்கிய சோனியாவும், கருணாநிதியும் ஒருமுகப்பட்டதுபோல, போர் நிறுத்தப்பட்டுத் தமிழர்கள் காக்கப்பட வேண்டும் என்று கருதிய பிற கட்சிகளெல்லாம் ஒருமுகப்பட்டிருக்க வேண்டும்! தனியாக நின்று விசயகாந்த் வாக்கைப் பிரித்தது ஈழத் தமிழர்க்கு எதிரான நிலைப்பாட்டினரான சோனியா - கருணாநிதி அதிகாரத்தைக் கைப்பற்றவும், ஈழம் சுடுகாடாகவும்தானே காரணமானது!

தனித்தனியான விரிவான கொள்கைப் பட்டியலை ஒவ்வொரு கட்சியும் பெற்றிருப்பது நியாயமானதுதான்! தேர்தலைச் சந்திக்கும் காலகட்டத்திலோ அல்லது அதற்கு முந்திய கால கட்டத்திலோ, ஏதாவது ஒரு சிக்கல் கூர்மைப்பட்டுத் தலைமை முரண்பாடாக (Prime Contradiction) முதிர்வுறும்போது, மற்ற வேறுபாடுகளைப் புறந்தள்ளி விட்டு, தலைமை முரண்பாட்டை முதன்மைப்படுத்திச் செயல்படுவதுதான் அறிவுடைமை!

வாக்குச் சிதறலால் கிடைத்த வெற்றியை, ஈழத்தை அழித்ததற்கு தங்களுக்கு மக்களால் அளிக்கப்பட்ட அங்கீகாரமாகவே கருணாநிதியும் சோனியாவும் வெளிப்படையாகச் சொல்லாவிடினும் உள்ளுக்குள் பூரிக்க மாட்டார்களா?

கடிகாரத்தைப் பின்னோக்கித் திருப்புவதுபோல, காலத்தைப் பின்னோக்கித் திருப்ப முடியாது! விடுதலைப் புலிகளை வளர்த்ததே MGRம் செயலலிதாவும் இந்திரா காந்தியும், ஓரளவுக்கு இராசீவ் காந்தியும்தாம்! இந்தியத் தலைவரான ராசீவ் காந்தி விடுதலைப் புலிகளால் கொல்லப்பட்ட பிறகு, பெரும்பான்மையான கட்சிகளின் அரசியல் நிலைப்பாடுகள் மாற்றமுற்றன! அ.இ.அ.தி.மு.க.வின் நிலைப்பாடும் மாற்றமுற்றது!

கருணாநிதி எப்போதும் இரண்டு குதிரைகளின்மீது சவாரி செய்பவர்! எதிர் எதிரான இரண்டு கருத்துக்களிலும் ஒரே நேரத்தில் காலூன்றி நிற்பார்! எந்தக் கருத்துக் காலத்தால் வலிமை பெறுகிறதோ, அந்தக் கருத்தை அப்போதே தான் பற்றி நின்றதாகக் காட்டிக் கொள்வார்! இது அவருடைய முடிவெடுக்க முடியாத குறைபாட்டில் பிறந்த குணமாகும்! எந்த ஒன்றிலும் ஊடாட்டம் என்பது அவருக்குப் பிறவியிலிருந்து வந்த குணம்! இந்தக் குணம் காரணமாகத் தமிழ்நாடு பலவற்றில் அல்லலுற்றிருக்கிறது; இழப்புக்குள்ளாகி இருக்கிறது. அவற்றில் தலையாயதும் நம்மை உச்ச நிலைக்குக் கொதிப்படையச் செய்ததும் இவருடைய துணையோடு நடந்த தமிழினப் பேரழிவு!

சாதாரண விடுதலைப் புலி ஒருவர் இறந்து விட்டால், உடனே இரங்கற்பா எழுதுவார்! ஆனால் தமிழினம் அழிவுற்றதைக் கண்டு கொள்ள மாட்டார்! அந்த மூத்த இனம் இரங்கத்தக்க நிலைக்கு உள்ளானதற்கு யார் காரணம்?

வி.பி.சிங் ஆட்சிக் காலத்தில் இந்திய இராணுவம் சென்னைக்குத் திரும்பியபோது, அன்றைக்கு ஆட்சியிலிருந்த கருணாநிதி தமிழர்

களின் இரத்தக்கறையோடு நாடு திரும்பும் இந்திய இராணுவத்தை வரவேற்கச் செல்ல மாட்டேன் என்று சட்டப் பேரவையில் பேரிகை கொட்டினார்!

மன்மோகன்சிங் ஆட்சிக் காலத்தில் அவருடைய அரசு தமிழர்களை அழிப்பதற்குச் சிங்களவர்களுக்குத் துணையாக இராணுவ நுட்பம், இராணுவத் தளவாடங்கள், ரேடார்கள், போர்க் கப்பல்கள், விண்வெளியிலிருந்து வேவு பார்த்த விவரங் கள், வேறு வேறு பெயர்களிலே நிதிஉதவிகள் என்று முழு அளவில் இராணுவ ரீதியான அனைத்தையும் அனுப்பிய போது அவற்றை வழியனுப்பி வைத்தவர் கருணாநிதிதான்!

தமிழர்களை அழித்த இராணுவத்தை வரவேற்கச் செல்லாதது தமிழினப் பற்று என்றால், அதே தமிழர்களை அழிக்க இராணுவ உதவிகளைக் கருணாநிதி வழியனுப்பி வைத்து என்ன பற்று? அடியாட்களின் துணையைத் தேடாமல், அறிவின் துணையைத் தேடி விடை சொல்லட்டுமே கருணாநிதி! 'தமிழ் ஈழம் மலரு மென்றால் அதற்காக ஆட்சியை இழக்கக்கூட நாங்கள் தயார் என்று சட்டமன்றத்திலேயே அறிவித்தவன் நான்!' (தினமலர் 03.07.10) அறிவிப்புக்குத்தான் என்றும் பஞ்சமில்லையே; செயலுக்குத் தானே பஞ்சம்! ஈழம் மலரச் செயல்பட்டாரா, அழியச் செயல்பட் டாரா கருணாநிதி என்பதை அண்மைக்கால வரலாறு சொல்லுமே!

'நீங்கள் ஆட்சியில் இருப்பதால்தான் இலங்கையில் சிங்களப் பேரினவாதம் ஓரளவாவது அடக்கி வாசிக்கிறது' என்று சந்திர காசன் கடிதம் எழுதியிருக்கிறாராம்! ஏன்? சிங்கள மந்திரி சபையில் அங்கம் வகிக்கும் கருணா, டக்ளசு தேவானந்தா போன்றவர்களெல்லாம் உங்களின் தமிழனப் பற்றை உறுதிப் படுத்தும் வகையில் எந்தக் கடிதமும் எழுதவில்லையா?

'2002 ஆம் ஆண்டு அதிமுக ஆட்சியில் தடை செய்யப்பட்ட விடுதலைப் புலிகள் எவரும் இந்தியாவுக்குள் நுழைய அனு மதிக்கக் கூடாது என்று மத்திய அரசை வலியுறுத்தி சட்டமன்றத் தில் தீர்மானம் கொண்டு வரப்பட்டதே! மறக்க முடியுமா?' என்று கேட்கிறார் கருணாநிதி. (தினமணி 03.07.10) மறக்க முடியா தென்றால் 2006 ல் ஆட்சிக்கு வந்த கருணாநிதி விடுதலைப் புலிகளின் சரணாலயமாகத் தமிழ்நாடு இருக்கும் என்று சட்டப் பேரவையில் மாற்றுத் தீர்மானம் கொண்டு வந்து சோனியாவின் ஆசீர்வாதத்தைப் பெறவேண்டியதுதானே!

விடுதலைப் புலிகள் தமிழ்நாட்டுக்குள் நுழையக் கூடாது என்னும் தீர்மானத்திற்கே கவலைப்படும் கருணாநிதி, ஈழத் தமிழினமே தலைதூக்க முடியாதவாறு துடைத்தெறியப் படுவதற்கு எப்படித் துணை போனார்? விடுதலைப் புலிகள் சிங்களவர்களைக் கொல்வது போர் நடவடிக்கை; கருத்து வேறுபட்ட இந்தியர் களைக் கொல்வது பயங்கரவாதம்தானே! செயலலிதாவின் நிலைப்பாட்டில் என்ன பிழை இருக்கிறது?

கடைசியாகக் கருணாநிதி திரும்பத் திரும்பப் பிடித்துக் கொண்டு தொங்கிப் பார்ப்பது ஒன்றைத்தான்! 'இலங்கைத் தமிழர்களைப் பாதுகாப்பான இடங்களுக்குச் செல்ல விடாமல், விடுதலைப் புலிகள் அவர்களைப் பிடித்து வைத்துக்கொண்டு வலுக்கட்டா யமாக சிங்கள இராணுவத்தின் முன்னால் அவர்களை ஒரு கேடயமாகப் பயன்படுத்திக் கொண்டிருக்கிறார்கள்; போர் நடக்கும்போது இதில் அப்பாவி மக்கள் கொல்லப்படுவார்கள்'' (தினமணி 03.07.10) என்று செயலலிதா அறிக்கை விடுத்தாராம். இதைப் பிடித்துக் கொண்டு தொங்குகிறார் கருணாநிதி!

இந்தக் கூற்றில் என்ன பிழை இருக்கிறது? போராளிகள் சாவது வேறு; மக்கள் சாவது வேறுதானே!

விடுதலைப் புலிகள் எண்ணிக்கையில் குறைவானவர்கள்; ஆயினும் அறிவுத் திறனிலும் போர்த் திறனிலும் குறைவான சிங்களவர்களிடம் மோதுவது கடினமில்லை. ஆனால் இந்தியாவைப் பகைத்துக் கொண்ட பிறகு, இந்தியா களத்தில் இறங்க முடிவு செய்துவிட்ட நிலையில் நேரடிப் போர் பயன்தர முடியாதே!

இதுவரையிலும் தமிழ்நாட்டு மக்களைப் பகைத்துக் கொள்ள முடியாமல் மைய அரசு பின்வாங்கிக் கொண்டிருந்தது! தமிழ் நாட்டில் பொங்கும் உணர்ச்சியைப் பல்வேறு நாடகங்களாடி அமுக்கி வைக்கும் திறன் படைத்த ஒரு முதலமைச்சராக கருணாநிதி வாய்த்திருக்கும்போது, இந்தியா ஈழப் பகையைத் தீர்த்துக் கொள்ள முயல்வது எதிர்பார்க்கக் கூடியதுதானே!

இராசபக்சே இலங்கையிலும், சோனியா இந்தியாவிலும், கருணாநிதி தமிழ்நாட்டிலும் அதிகாரத்தைக் கையிலெடுத்து ஒரு நேர் கோட்டில் இணையும் காலம் ஈழத்திற்கான அழிவுக் காலம் என்பதை விடுதலைப் புலிகளால் உணர முடியவில்லை.

பகைவனாகிய சிங்கள அதிபர் பிரேமதேசாவுடன் சேர்ந்து கொண்டு இந்திய அமைதிப் படையை விரட்டி அடிக்க முடிந்ததைத் தங்களின் வலிமை என்று கருதிய புலிகளின் மிகையான மதிப்பீடு அவர்களின் வீழ்ச்சிக்கு வழி கோலியது!

சிங்களவர்களுக்கு இராணுவ உதவி அளிக்க இந்தியாவும், தமிழ்நாட்டை முடக்கக் கருணாநிதியும் தயாராகி விட்ட நிலையில், விடுதலைப் புலிகள் நேரடிப் போரைத் தவிர்த்துக் கரந்துறையும் போருக்கு மாறியிருக்க (guerilla war) வேண்டும்!

பச்சிளம் பிள்ளைகள் என்றும், சிறார் என்றும், பெண்கள் என்றும், முதியோர் என்றும் வேறுபடுத்தி அறியத் தெரியாத ஒரு மூர்க்கன் இராசபக்சே போர்தொடுக்கும்போது, மக்களைக் கேடயமாகப் பயன்படுத்தினால், மக்கள் சாவது தவிர்க்க இயலாததாகி விடுமே என்று செயலலிதா சொன்னது மக்கள் சாவைத் தவிர்க்க வேண்டும்; அவர்களைக் கேடயமாகப் பயன்படுத்தக்கூடாது என்னும் அடிப்படையில்தான்!

மக்கள் சாவார்களே என்னும் கவலை மக்கள் சாகக்கூடாது என்னும் பரிவினடிப்படையில் எழுந்ததுதானே!

இது கூடவா புரியாது கருணாநிதிக்கு?

தினமணி, 10.07.10

தலைவர்கள்

12

தமிழ்த்தாய் ஈன்ற தவமகன் அவன்!

நெடிய பெரிய உருவம்; தெற்கத்தித் தமிழனுக்கே உரிய நாவற்பழக் கருப்பு; படர்ந்த முகம்; பெரிய கண்கள்; அந்தக் கண்களை நேருக்கு நேர் பார்த்துப் பேசுவது சிலருக்கே இயலக் கூடியது. எடுத்த எடுப்பிலேயே 'சொல்லுன்னேன்'என்று செய்திக்கு வந்து விடுவார். கருத்தோடு பேசினால் கேட்பார்; இல்லையென்றால் கருத்திருமன் ஆனாலும் 'சும்மா உளறாதேன்னேன்'என்று வாயை அடைக்கச் செய்து விடுவார்!

தமிழ்நாட்டில் ஒவ்வொரு நகரம், கிராமம் என்று அவர் தெரிந்து வைத்திருந்ததுபோல், அங்கே கட்சிப் பொறுப்பில் இருக்கின்ற ஒவ்வொருவரையும் குலங் கோத்திரத்தோடு தெரிந்து வைத்திருப்பார். யாரைத் தேர்தலில் நிறுத்த வேண்டும் என்று அவர்களின் நாளாசரி நடவடிக்கைகளிலிருந்து ஐந்தாண்டுகளுக்கு முன்னரே முடிவு செய்து வைத்திருப்பார்!

தேர்தலில் நிற்கக் கட்சியில் பணம் கட்டி இடங் கேட்கும் அவலநிலை அவர் காலத்தில்லை. கருணாநிதி யிலிருந்து விசயகாந்த் வரை தேர்தலில் போட்டியிட விரும்பும் தன் கட்சியினர் ஒவ்வொருவரிடமும் கேட்கின்ற முதற்கேள்வி, 'நீ தேர்தலில் எவ்வளவு செலவழிக்க முடியும்?' காமராசர் இப்படி ஒரு அரு வருக்கத்தக்க கேள்வியை யாரிடமும் கேட்டதில்லை.

ஒருவன் தேர்தலில் ஐந்து கோடி செலவழிக்க முடியும் என்றால் தேர்தலில் வெற்றி பெற்று வந்தபின், அவன் அந்தப் பணத்தைப் போல் ஐம்பது மடங்கைத் தேடிக் கொள்ள நினைப்பதை எப்படித் தடுக்க முடியும்? ஒருவன் ஐந்து கோடி செலவழித்தா மக்கட் பணி ஆற்ற வருவான்? எத்தகைய போக்குகளை அனுமதித்தால், எத்தகைய பின் விளைவுகள் ஏற்படும் என்று சிந்திக்கும் திறன் காமராசர் போன்ற இயற்கை அறிவினர்க்கு நிறையவே இருந்தது!

காமராசருக்கு ஒரு தனிச்செயலர் இருந்தார். அவர் பெயர் வெங்கட்ராமையர். கதர் வேட்டி சட்டையைத் துவைத்துத்தான் போட்டுக் கொள்வார். சலவை செய்து போட்டுக் கொள்ளச் சம்பளம் இடங்கொடுக்காது என்பார். எத்தனை தொழிலதிபர்கள் இவர் வழியாகத் தொழில் உரிமம் பெற்று வளம் கொழித்திருப் பார்கள்! அவர்களைப் பயன்படுத்திக் கொள்ளும் சிறு சபல மாவது இந்த வசதிக் குறைவானவருக்கு ஏற்பட்டதுண்டா?

பத்தாண்டுகள் முதலமைச்சராக இருந்த ஒருவரின் தனிச் செயலர் சாகும்போது, MGR அவருடைய நிலைமை தெரிந்து வழங்கிய இலாயிட்சு அரசுக் குடியிருப்பில் 250 ரூபாய் வாடகை வீட்டில் குடி இருந்துவிட்டு இறந்து போனார்! உயிர் குடியிருக்க வந்த கூடே சொந்தமில்லாமல் வெந்து போகிறபோது, தான் குடி இருக்கச் சொந்தமாக ஒரு வீடில்லாதது அவருக்கு ஒரு குறையாகவே தெரியவில்லை!

ஒரு தனிச் செயலரின் பெருமையே இத்தகையது என்றால், அவனுடைய தலைவனின் பெருமை எத்தகையதாய் இருக்கும்!

காமராசர் நாட்டின் விடுதலைக்காகப் பத்தாண்டுகள் சிறையில் தவமிருந்தவர். நாட்டின் மேன்மைக்காகப் பத்தாண்டுகள் கோட்டையில் கோலாச்சியவர்! இராசாசி கல்விக் கொள்கையில் குளறுபடிகள் செய்ய நேரிட்டு விட்டபோது, அந்த முதலமைச்சர் நாற்காலியை இழுத்துப் போட்டு உட்காரவும் காமராசருக்குத் தெரிந்திருந்தது. பத்திருபது ஆண்டுகள் தொடர்ந்து பதவிக் கள்ளை உண்டு விட்டபடியால் போதை தலைக்கேறிய பல காங்கிரசு அமைச்சர்களைப் பதவியை விட்டு இறக்குவதற்கு, ‘கே’ பிளான் என்று ஒன்றை அறிவித்து, எந்த அவப்பெயரும் இல்லாத தான் ஆட்சி நாற்காலியை உதறிக் காட்டி, மற்றவர்களைப் பதவி விலகச் செய்து, நேருவின் ஆட்சி

இயந்திரம் திறம்பட உருள வழி செய்யவும் அவருக்குத் தெரிந்திருந்தது!

இராசாசிக்குப் பிறகு நாடாளுவது எளிதில்லை. பரிந்துரைகளுக்காகத் தலைமைச் செயலகத்திற்குப் படையெடுத்த சட்டமன்ற உறுப்பினர்களைப் பார்த்து, உங்களுக்கெல்லாம் தலைமைச் செயலகத்தின் தாழ்வாரங்களில் என்ன வேலை என்று கேட்டவர் இராசாசி. விற்பனை வரியைப் புகுத்தியவர்; இரண்டாயிரம் ஆண்டு தமிழ்நாட்டில் குடியை முதன் முதலாகக் குற்றமாக அறிவித்தவர்; ஈடு இணையற்ற படிப்பாளி; இவர் தேறாத நூலுமில்லை; தெளியாத பொருளுமில்லை; பெரிய இலக்கியவாதி; இராசதந்திரி! மணியம்மையை மணந்து கொள்ளலாமா வேண்டாமா என்று பெரியார் பிறவிப் பகைவரான இராசாசியிடம் போய் யோசனை கேட்டாரென்றால், எவ்வளவு மனச்சமநிலை உடையவராக இராசாசியைப் பெரியார் கருதியிருக்க வேண்டும்!

அவ்வளவு பெரிய இராசாசியைக் கீழே இறக்கவும், அவருடைய நாற்காலியை இழுத்துப் போட்டு உட்கார்ந்து கொண்டு நாடாளவும் எவ்வளவு பெரிய மனத்திறன் வேண்டும்! காமராசரின் பத்தாண்டு கால ஆட்சி இராசாசியை மறக்கடித்து விட்டது என்பதுதான் அவருடைய ஆட்சியின் மாபெரும் சிறப்பு! தமிழ் நாட்டின் கல்வியைச் சுருக்கித் தன்னுடைய புகழை அந்த ஒன்றில் மட்டும் விதிவசமாகச் சுருக்கிக் கொண்டு விட்டார் இராசாசி!

தமிழ் இளைஞர்கள் உலக அளவில் போட்டியிடக் கல்வியறிவு பெறுவது எல்லாவற்றினும் தலையாயது என்பதைத் தன்னுடைய இயற்கையயறிவு கொண்டு உணர்ந்த காமராசர் ஊர் தோறும் பள்ளிகளைக் கட்டினார். ஆடு மேய்க்கச் செல்லுகின்ற பிள்ளைகளைப் பள்ளிக்கிழுக்கப் பகலுணவு அளித்தார். MGR பெரும்புகழ் பெறக் காரணமான சத்துணவுத் திட்டத்தின் முன்னோடி காமராசர்தான்!

கையளவு நீர் மேட்டிலிருந்து பள்ளத்தில் பாய்ந்தாலும், அங்கே நீர்மின்நிலையம் தோன்றிவிடும் காமராசர் காலத்தில்! பின்னால் வந்த கருணாநிதி மின் உற்பத்தி செய்யாமல் கம்பி மட்டும் நீட்டுகிறார் என்பதைக் காமராசர், ‘கம்பி நீட்டுகிறார் கருணாநிதி’ என்று நகையாடினார்!

முந்திய இராசாசி ஆட்சியோடு ஒப்பிடப்பட்டுக் ‘கல்விக் கண் வழங்கிய காமராசர்’ என்று போற்றப்பட்டார்! பிந்திய

கருணாநிதி ஆட்சியோடும் ஒப்பிடப்பட்டு, 'படிக்கச் சொன்னார் காமராசர்; குடிக்கச் சொன்னார் கருணாநிதி' என்னும் வழக்கு மக்களிடையே வழங்கி நிலைபெறும் அளவுக்குக் காலந்தோறும் காமராசரின் புகழ் பெருகியது!

நாட்டின் விடுதலைக்காகச் சிறையிருந்த காமராசர், நாடே இந்திராவால் சிறைக் கூடமாகிவிட்டது கண்டு பதறி விட்டார்! வெள்ளைக்காரனிடமிருந்து பெரும்பாடு பட்டு விடுதலை பெற்று, நம் கண் முன்னாலேயே சொந்த நாட்டுக்காரியிடம் அந்த விடுதலையைத் தோற்று விட்டோமே என்னும் கவலை அவரைக் கொஞ்சம் கொஞ்சமாகத் தின்னத் தொடங்கியது. பேச்சுச் சுதந்திரமில்லை; எழுத்துச் சுதந்திரமில்லை; கூட்டம் கூடுகிற சுதந்திரமில்லை; தொழிலாளர்கள் தங்களின் உரிமை களை வலியுறுத்திப் போராடச் சுதந்திரமில்லை. இம்மென்றால் சிறைவாசம்; ஏனென்றாம் வனவாசம்!

இந்திராவின் தேர்தலைச் செல்லாது என்று நீதிமன்றம் தீர்ப்பளித்து விட்டதால், தலைமையமைச்சர் தேர்தல் சட்டங்களுக்கு அப்பாற் பட்டவராகச் சட்டம் திருத்தப்பட்டது. நாடாளுமன்றத்தின் ஆயுள் நீடிக்கப்பட்டது. செயப்பிரகாசு நாராயணன், மொரார்சி தேசாய் போன்ற தலைவர்கள், இசுடாலின் காலத்து ருசியாபோல, நள்ளிரவில் தூக்கப்பட்டுச் சிறை வைக்கப்பட்டனர். தனக்கேற் பட்ட நெருக்கடியை நாட்டுக்கேற்பட்ட நெருக்கடியாக்கி, எல்லாச் சுதந்திரங்களையும் பறித்து விட்டார் இந்திரா!

தான் வழி நடத்திய பழைய காங்கிரசைக் கருத்து வழிப்படுத்தி, அதனை இந்தச் சுதந்திரப் பறிப்புக்கு எதிராக அணிவகுக்கச் செய்து, ஒரு பெரும் போராட்டத்தை நடத்த எண்ணிய காலை, கிருபளாணி போன்றவர்களின் அடுத்தடுத்த கைதுச் செய்திகள் காமராசர் மனம் உடைந்து மரணமடையக் காரணமாயிற்று! நாம் நாற்காலியில் ஏற்றி வைத்த ஒரு பெண், நாற்காலிதான் பெரிதென்று நாட்டை நாசமாக்கி விட்டாரே என்பதுதான் அவர் மனஉடைவுக்குக் காரணம்!

நாடு குறித்துத் தவிர அவருக்கென்ன தனிக்கவலை இருக்க முடியும்? அவர் உயிர் வாழ ஒரு நாள் முழுவதற்கும் தேவை உழக்கு அரிசி; ஒரு நான்கு முழ வேட்டி; ஒரு தொளதொளத்த சட்டை; ஒரு மேல்துண்டு; படிப்பதற்கொரு கண்ணாடி; காலுக்கொரு செருப்பு! ஒரே உறவினளான தாயும் இறந்து விட்டாள்!

தலைமாட்டில் உட்கார்ந்து அழ மனையாளோ, கால்மாட்டில் உட்கார்ந்து அழ மக்களோ இல்லாதவர் அவர்! அதனால் அவருடைய மரணத்தில் நாடே அழுதது; வானமும் அழுதது! தாய் மகிழத் தான் மட்டும் வீறிட்டு அழுது கொண்டு பிறந்தவன், நாட்டை வீறிட்டழ வைத்து விட்டுத் தான் அமைதி கொண்டு விட்டான்!

காமராசரால் பண்படுத்தப்பட்டு, வார்த்தெடுக்கப்பட்ட அன்றைய இளைஞர்கள், இந்தக் கட்டுரையாசிரியர் உட்பட, இன்று நடுவயதை அடைந்து புரப்பாரில்லாமல் நாசமாகிப் போனார்கள்!

இராசாசி, பெரியார், அண்ணா, காமராசர் என்று ஒவ்வொரு வராக அடுத்தடுத்துப் போய்விட்ட நிலையில் நாடு வெறுமை அடைந்து விட்டது! கோல மயில்கள் குதித்தாடிய நாட்டில், வக்கரித்த வான்கோழிகள் கொக்கரிக்கின்றன!

பண்பட்ட அரசியல் போய்ப் பாழ்பட்ட அரசியல் வந்துவிட்டது! காந்தி, காமராசர் காலங்களில் அயோக்கியர்களாக இருந்தவர்கள் இருக்குமிடம் தெரியாமல் இருந்தார்கள்! இன்று யோக்கியர் களாக உள்ளவர்கள் இருக்குமிடம் தெரியாமல் இருக்கிறார்கள்! அறிவும் அடக்கமும், எளிமையும், நேர்மையும், குடிகொண்டி ருந்த பொதுவாழ்வில், பதவிக்கும் பணத்திற்கும் பல்லிளிப் பதும், பகட்டும், வஞ்சகமும், அடுத்துக் கெடுப்பதும் பெருகி விட்ட பிறகு நாடு வேறு எப்படி இருக்க முடியும்?

இந்த இலட்சணத்தில் அண்ணா அறிவாலயத்தை மேற்பார்வை முகவரியாக்கிக் கொண்டுள்ள நாலாந்தரக் காங்கிரசுக்காரர்கள் கருணாநிதியை நடுநடுவே மிரட்டுவதற்காகக் 'காமராசர் ஆட்சியைக் கொண்டு வருவோம்'என்று சொல்கிறார்கள்!

கருணாநிதியின் கைப்பைக்குள் இருக்கிற பீட்டர் அல்போன்சும், பனை வாரியம்தான் விதி நமக்கு விட்ட வழி என்று அமைதி கொண்டு விட்ட குமரி அனந்தனும், வீரபாண்டியார் வெள்ளை வீசினால்தான் வெல்ல முடியும் என்னும் நிலையிலுள்ள தங்கபாலுவும், காமராசர் உயிரோடிருந்த காலத்தில், 'அவர் சோசலிசவாதியே அல்ல; பிற்போக்குவாதி; இந்திராவே இடது சாரித்தன்மை உடையவர்' என்றெல்லாம் காமராசர் குறித்து இடக்காகப் பேசிவிட்டு, இன்று பன்னாட்டு முதலாளிகளின்

பாதக்குறடுகளுக்கு மெருகெண்ணெய் பூசிவிட்டு மீதியைக் கோயில் சந்தனம் என்றெண்ணி தன் மார்பில் பூசிக் கொள்ளும் ப. சிதம்பரமும் எப்படிக் காமராசர் ஆட்சியைக் கொண்டு வர முடியும்?

தனக்கு எந்த உடைமையுமில்லை; தனக்கு எந்த உறவுகளு மில்லை என்னும் நிலையிலேயே மக்களைச் சுற்றமாச் சுற்றிக் கொள்ளும் தன்மை பிறக்கும்!

ஒரு காமராசர் உருவாக இவ்வளவு பின்னணி வேண்டும்!

தமிழ்த்தாய் ஈன்ற தவமகன் அவன்!

தினமணி, 15.7.10.

13

தேசத்தை ஈர்த்த தமிழன்!

1962-ல் அமெரிக்கா பசிபிக் கடற்பகுதியில் அணுஆயுதச் சோதனை நடத்தப் போவதாகத் தெரிவித்திருந்தது. பெட்ரண்ட் ரசல் அத்தகைய சோதனைக்கு இடையூறாகப் பசிபிக் கடலுக்கு இந்தியா தன்னுடைய போர்க்கப்பலை அனுப்ப வேண்டும் என்று நேரு அரசிடம் வேண்டுகோள் விடுத்தார்.

அந்த வேண்டுகோள் தெற்கே ஒருவரை ஈர்த்தது. அந்தக் கப்பலில் அந்தப் பகுதிக்குக் கடற்படையினர் சிலரை ஏற்றிச் செல்வதைவிட அணுஆயுத எதிர்ப்புக் கொள்கையினர் சிலரை ஏற்றி அனுப்பலாம். அந்தக் கப்பலில் செல்லும் முதல் ஆளாகவோ அல்லது ஒரே ஆளாகவோ தன்னை அனுப்புமாறு நேரு அரசிடம் அவர் வேண்டுகோள் வைத்தார்.

மனித நடமாட்டமில்லாத பசிபிக் கடலில் சொல்லொணா விளைவுகளை ஏற்படுத்தும் அணு ஆயுதச் சோதனைக்குத் தன்னுடைய சாவின் மூலமாவது ஒரு தடையை ஏற்படுத்தி, இந்தக் கொடுமையிலிருந்து உலகைக் காப்பது மனித குலத்திற்கே தான் ஆற்றியாக வேண்டிய இன்றியமையாப் பணி என்று அவர் கருதினார்.

நேரு ஆடிப் போய்விட்டார். அவர் சொன்னால் சொன்னபடி செய்யக் கூடியவர்! மேலும் அவர்

காந்திய வார்ப்பு! ஆனால் அதை இந்தியாவின் எதிர் நடவடிக்கையாக அமெரிக்கா கருதும் என்றும், அது மோசமான விளைவுகளுக்கு இந்தியாவை உள்ளாக்கும் என்றும் நேரு சொன்னார்.

அமெரிக்கா தன்னுடைய உதவிகளை இந்தியாவுக்கு நிறுத்தி விட்டாலும், அதை இழந்தாவது உலகத்தை அணுஆயுதத்தின் தீய விளைவுகளிலிருந்து காப்பது இந்தியாவின் கடமை என்று மறுமொழி புகன்றார் அவர்!

ஓர் ஆயுதந் தாங்கிய அன்னியர்களின் ஆட்சிக்கு எதிராகச் சத்தியாக்கிரகம் செய்ய இந்தியச் சமூகத்திற்குக் கற்றுக் கொடுத்திருந்தார் காந்தி. அந்தக் கொள்கையின் மேல்நிலை வளர்ச்சியாக ஒரு வல்லரசின் தீய நடவடிக்கைக்கு எதிரான 'அரசுச் சத்தியாக்கிரகத்தை'இவர் நேருவுக்குப் பரிந்துரைத்தார். நேரு நேரிய ஆட்சியாளர்; சமதருமக் கொள்கையாளர்; இந்திய மதிப்பை உலக அரங்கில் உயர்த்தியவர் என்றாலும், இந்தத் தெற்கத்திக் காரர் ஊசியில் கோத்துக் கொடுத்த நூற்கண்டை முழுவதுமாக இழுக்கும் மனத்தெம்பு நேருவுக்கு இல்லை!

தனக்குப் பின்னால் தன்னுடைய குரலில் நேரு பேசுவார் என்று காந்தி சொன்னார்! ஆனால் அந்தக் குரலில் பிந்திய நாளில் பேசியவர் தொரப்பள்ளி 'நல்லான்' சக்கரவர்த்தி இராசகோபாலாச்சாரியார்தான் என்று அறிவதற்குக் காந்தி இல்லை!

மனித குலத்திற்கு ஆற்றியாக வேண்டிய இந்தப் பணிக்கு இந்தியாவை விட்டால், உலகுக்கு வேறு நாதி இல்லை; இந்தியாவுக்கு இராசாசியை விட்டால் வேறு நாதியில்லை என்று அறிந்த மிக உயரிய மனிதர் நேரு என்பதால், தன்னை எதிர்ப்பதையே வேலையாகக் கொண்ட இராசாசியைக் கென்னடியை எதிர்ப்பதற்காக இந்திய அரசின் சார்பாக அமெரிக்காவுக்கு அனுப்பி வைத்தார்.

சத்தியாக்கிரகத்தின் வேகம் பேச்சுவார்த்தைக்கு இருக்காது என்றாலும், நடுவணரசு நடுங்கும்போது வேறென்ன செய்ய முடியும் இராசாசியால்! வேதாரணியம் உப்புச் சத்தியாக்கிரகம் என்றால் தார்பாச்சு வேட்டியைத் தறுகக் கட்டிக் கொண்டு, காலிருக்கிறதே என்று நடக்கத் தொடங்கி விடுவார். பசிபிக் கடலுக்குக் காலால் நடந்து செல்ல முடியாதே!

அணுஆயுதச் சோதனையால் சுற்றுப்புறத்தை நச்சுப்படுத்தவும், மனித குலத்தை அச்சுறுத்தலுக்கு உள்ளாக்கவும், ஏதாவது ஒரு

மனங் கலங்கிய வேளையில் உலகத்தைச் சுடுகாடாக்கி விடவும், யாருக்கும் எந்த உரிமையுமில்லை என்பதை மிகமிக இணக்கமாகவும், மிகமிக உறுதிபடவும் சொன்னார் இராசாசி! இந்தத் தளர்ந்த உடற்கூட்டுக்குள் இப்படி ஒரு உறுதி வாய்ந்த மனமா என்று அவரையே கண்கள் விரியப் பார்த்துக் கொண்டிருந் தாராம் அந்த வல்லரசின் அதிபர் கென்னடி!

அவருடைய பொதுவாழ்வின் தொடக்கம் முதல் இறுதிவரை இராசாசி ஒரு போராளியாகவே இருந்தார்! விடுதலை வேள்வி யில் உப்புக் காய்ச்ச வேதாரணியத்திற்கு நடந்த இராசாசியின் கால்கள், மதுவிலக்குக் கொள்கையைக் கைவிடப் போகிறார் கருணாநிதி என்றவுடன் கோபாலபுரத்திற்கும் நடந்தன!

முப்பதாண்டுகளாக மூடப்பட்டுக் கிடக்கும் மதுக்கடைகளின் கதவுகளைத் திறந்து, ‘குடிகெடுக்கும்’ இந்தக் காரியத்தைச் செய்ய வேண்டாம் என்று மன்றாடினார் இராசாசி! குடி என்றால் தன்னுடைய குடும்பம் என்று நினைத்துப் பழகியவர் முதல மைச்சர் கருணாநிதி! தன்னுடைய சொந்தக் குடியைப் பற்றிக் கருதுவதைத் தன்னுடைய முப்பத்தேழாவது வயதிலேயே விட்டுவிட்டுப் பொதுவாழ்க்கைக்கு வந்துவிட்டவர் இராசாசி! அதனால் கென்னடிக்குப் புரிய வைக்க முடிந்த இராசாசியால் கருணாநிதிக்குப் புரிய வைக்க முடியவில்லை! நல்லதையும் கெட்டதையும் பாகுபடுத்தி அறியும் முதிர்ச்சி இல்லாதவர் கருணாநிதி!

மறுநாள் கருணாநிதி நையாண்டி செய்தார்: ‘முனிபுங்கவரின் கால்களெல்லாம் இப்போது கோபாலபுரத்திற்கு யாத்திரை வருகின்றன!’ ‘நீண்ட கையிருந்தும் யானை தானம் செய்வ தில்லை; பூனை கண்மூடி இருப்பது தவம் ஆகாது’ என்று வெற்றி வேற்கை பாடுவது இத்தகைய மனிதர்களின் இயற்கைக் குணங்களைத்தான்!

கென்னடி மேலானவர்; கருணாநிதி கீழானவர் என்னும் வேறுபாடெல்லாம் இராசாசிக்குக் கிடையாது. சமூகத்தைக் கீழறுக்கும் எந்தக் காரியத்தைச் செய்வோரும் கீழானவர்கள்தாம்!

சீதையை மீட்க இராமன் வானரங்களைப் பயன்படுத்தியது போல, 1967ல் ‘ஒரு கட்சி வல்லாட்சிக்கு’முடிவுகட்ட நான் தி.மு.க.வைப் பயன்படுத்துகிறேன் என்றார் இராசாசி! பண்பும் அறிவும் மிகுந்த அண்ணா கொஞ்ச வயதிலேயே போய்

விட்டார். வானரங்கள் கையில் பூமாலை சிக்கினால் என்னாகும் என்பதை முழுமையாகப் பார்க்க இராசாசி இருக்கவில்லை! அதன் ஒரு பகுதியைத்தான் மதுவிலக்கு நீக்கத்தில் பார்த்தார்!

விடுதலை நெருங்கிக் கொண்டிருந்த காலத்தில் முகம்மது அலி சின்னாவின் பாக்கித்தான் பிரிவினைக் கொள்கை இந்திய விடுதலைப் போராட்டத்தையே நிலைகுலையச் செய்தது! காந்தி, நேரு, காங்கிரசின் அனைவரும் பிரிவினையை எதிர்த்தனர், பிற்காலத்தில் பாரதிய சனதா கட்யினர் பேசப் போகும் 'அகண்ட பாரதம்', முற்காலத்தில் காங்கிரசின் கொள்கையாக இருந்ததுதான்!

நடப்பில் காணப்படுகின்ற உண்மை நிலையைக் கூர்ந்தறிந்த இராசாசி பிரிவினை நடந்ததே தீரும் என்பதை முன்கூட்டியே உணர்கிறார்! தான் உண்மை என்று நம்பும் எதையும் எவ்வளவு எதிர்ப்புக்கிடையேயும் சொல்லாமலிருக்க இராசாசியால் முடியாது. பாக்கித்தான் பிரிவினை தவிர்க்க இயலாத கட்டத்திற்கு வந்துவிட்டது என்று செயற்குழுவில் வாதிட்டார் இராசாசி. செயற்குழு முகம் சுளித்தது.

அகில இந்தியக் காங்கிரசுக்கு முன்னோடும் பிள்ளையான தமிழ்நாடு அவரைத் துரோகி என்று தூற்றியது. 'ஒரு சம்மட்டியை ஏன் சம்மட்டி என்று தொடர்ந்து சொல்கிறாய்? அதைச் சம்மட்டி என்று எப்போது எங்களின் மேலிடம் ஒப்புக் கொள்ள வில்லையோ, அப்போது அது சம்மட்டியாகவே இருந்தாலும், அதை அவ்வாறு சொல்வது கட்சிக் கட்டுப்பாட்டை மீறிய செயலாகாதா? உன்னைக் கட்சியை விட்டு ஏன் நீக்கக் கூடாது?' என்று இராசாசிக்கு அறிவிக்கை அனுப்பியது!

காந்தி நீங்கிய ஐந்து விடுதலைச் சிற்பிகளில் ஒருவரான இராசாசி ஆகச்டுத் துரோகியானார்! மாலை போட்ட கைகள் சாணி எடுத்தன! போற்றித் திருவகவல் பாடிய வாய்களெல்லாம் தூற்றித் திருவகவல் பாடின!

இன்னும் சிறிது காலம் கழிந்தது. முசுலீம் லீக் 'நேரடிச் செயல் பாட்டு நாளை'அறிவித்தது. இந்துக்கள் வெட்டிக் கொல்லப் பட்டார்கள்; இந்துப் பெண்கள் கற்பழிக்கப்பட்டார்கள்! பதிலுக்கு இசுலாமியப் பகுதிகளில் இந்து வெறியர்களும் அதையே செய்தார்கள்! இந்துக்களின் இரத்தமும், இசுலாமி யரின் இரத்தமும் இந்திய மண்ணைச் செம்மண்ணாக்கின! காந்தி

உண்ணாநோன்பை மேற்கொண்டவுடன், நாடு கட்டுக்குள் வந்தது! கடைசியில் காங்கிரசுத் தலைவர்களின் ஆசீர் வாதத்தோடு பாக்கித்தான் பிரிந்தது! இதை உணர்ச்சி பூர்வமாக அணுகாமல் அறிவு பூர்வமாக அணுகிய இராசாசிக்குக் காது கொடுத்திருந்தால், இந்திய இரத்தம் மிச்சப்பட்டிருக்குமே!

தன்னைப் பின்பற்றுவோர்க்கு முன்னால் நடப்பவன்தான் தலைவன் என்றாலும் அவர்கள் பின்பற்றி நடக்க முடியாத அளவுக்கு வேகமாக நடந்துவிடக் கூடாது. இராசாசி அதைத் தான் செய்தார்! ஒரு கூட்டத்தின் தகுதிக்குக் குறைவான ஒருவனும் தலைவனாக முடியாது; கூட்டத்தின் தகுதிக்கு மிகமிக மேலான ஒருவனும் தலைவனாக ஏற்கப்படுவதில்லை. இராசாசி இரண்டாவது வகை! காந்தி இந்திய மண்ணில் வெற்றி பெற்றது விந்தையிலும் விந்தை! எட்டாவது அதிசயம்!

அறிஞர் அண்ணா திண்ணையிலிருந்தாவது திராவிடநாடு கேட்பேன் என்று சொல்லிக் கொண்டிருந்த நேரம் அது! அப்போது விந்தியத்திற்குத் தெற்கே உள்ள பகுதிகளெல்லாம் ஒரே மாநிலமாக இருக்கட்டும்; அதிலே கன்னடம், தெலுங்கு, மலையாளம், துளு, தமிழ் ஆகியனவற்றைப் பேசும் மக்களிருப் பார்கள்! மொழிவழிப் பிரிவினை தேவையில்லை. அதைத் தட்சிணப் பிரதேசம் என்று அழைக்கலாம் என்றார் இராசாசி!

மொழிவாரி மாநில அமைப்புகள்தான் இயற்கையான பகுப்பாக இருக்க முடியும் என்றாலும், மொழிவழிப் பிரிவினையில் நடக்கும் குடுமிப்பிடி சண்டைகளைக் கருதி இராசாசி அவ்வாறு சொன்னார்! அந்தத் தட்சிணப் பிரதேசத் திட்டத்தை மற்றவர்கள் ஏற்காததில் எல்லா நியாயங்களும் இருக்கின்றன! தி.மு.க. வினரே அதை ஏற்கவில்லை என்றபோது, அந்தப் பொழுதி லேயே திராவிட நாட்டுக் கொள்கை தோற்கடிக்கப்பட்டு விட்டது! அதன்பிறகு குளிர்சாதனப் பெட்டியில் வைத்து பேணிக் காக்கப்பட்ட நிலையில், அதன் மரணத்தை 1962-லேதான் அதிகாரப்பூர்வமாக அறிவித்தனர் என்பது முக்கியமில்லை!

தட்சிணப் பிரதேசம் என்பது முற்ற முழுக்கத் திராவிட நாடுதான்! பெயர்தான் வேறு! அது நிறைவேறியிருந்தால் தெற்கு முழு வதும் ஒரே ஆளுகைக்குக் கீழே இருந்திருக்கும்! நூற்றைம்பது ஆண்டு காலம் எல்லா மக்களையும் ஒன்று சேர்த்து வெள்ளைக் காரன் ஆண்ட பிறகு எல்லாரும் இந்தியர்களாகி விட

வில்லையா? ஒரு புதிய பாரதமாதாவைக் கண்டு பிடித்துப் பாரதி, 'எல்லாரும் ஓரினம்; எல்லாரும் ஓர் குலம்'என்று பாட்டுப்பாடி ஒருமைப்படுத்தவில்லையா?அதுபோல் தொடர்ந்த ஆளுகை 'நாமெல்லாம் திராவிடர்கள்'என்னும் எண்ணத்தைத் தெலுங்கு, கன்னடிய, துளுவ, மலையாள, தமிழ் மக்களிடம் தோற்றுவித்திருக்கும்!

ஓர் அடங்காத திராவிடக் குதிரையின்மீது ஏறி அமர்வதற்கு, இராசாசி போன்ற இராசதந்திரி ஒருவர் கைலாகு கொடுக்கும் போது, அதைத் தவற விட்டுவிட்டு, அதன் வாலைப் பிடித்துக் கொண்டு வாழ்நாளெல்லாம் ஓடித் திரிவதில் என்ன பயன்?

ஒருவேளை தட்சிணப் பிரதேசத்திட்டம் என்பது இராசாசி பெற்ற குழந்தை என்பதால், அந்தக் குழந்தை தன்னைப் பெற்ற தாயையும் சேர்த்துக் கூட்டி வந்து தலைமை நாற்காலியில் அமர்த்தி விடுமோ என்னும் அச்சம் திராவிடக் கட்சியினர்க்கு இருந்திருக்கக் கூடும்! ஏனென்றால் முக்கால் தட்சிணப் பிரதேசத்தை ஒரு குடைக்கீழ் ஆண்ட ஒரே தமிழன் இராசாசி தான்! காமராசர் கூடத் தமிழ்நாட்டைத்தான் ஆண்டார்!

இராசாசி தன்னுடைய எண்பதாவது வயதில் ஒரு புதிய அரசியற் கட்சியைத் தோற்றுவித்து அதற்குச் சுதந்திரக் கட்சி என்று பெயர் சூட்டினார். அதற்கென்று அரசியல், பொருளாதார, சமூகக் கொள்கைகள் என்று இருபது கொள்கைகளைப் பட்டியலிட்டார். இருபத்தொன்றாவது கொள்கை, தலைவனை எதிர்த்துப் பேசும் சுதந்திரம்! இராசாசி தன் காலத்திற்குக் கட்சி நடத்தவில்லை; இருபத்தியொன்றாம் நூற்றாண்டின் பிற்பகுதிக்குக் கட்சி நடத்தினார்!

கேரளத்தில் நம்பூதிரிபாட் தலைமையிலிருந்த பொதுவுடைமைக் கட்சி ஆட்சியை நேரு அரசு கலைத்தபோது, சுதந்திரக் கட்சியைச் சேர்ந்த மசானி ஆட்சிக் கலைப்பை ஆதரித்தார்; இராசாசி ஆட்சிக் கலைப்பை எதிர்த்தார். இப்போதுதான் வேதாளம் முருங்கை மரத்தி லிருந்து இறங்கி வந்து, மக்களாட்சி முறையை ஏற்று மக்களிடம் வாக்குப் பெற்றுக் கேரளத்தில் ஆட்சியில் அமர்ந்திருக்கிறது. அந்த ஆட்சியைக் கலைத்துவிட்டால், வேதாளம் மீண்டும் முருங்கை மரம் ஏறத் தெலுங்கானா போய்விடும் என்று கவலைப்பட்டார் இராசாசி. தன்னுடைய அறிவிக்கப்பட்ட முதல் எதிரி பொது வுடைமைக் கட்சிதான் என்றாலும், இராசாசி நெறி பிறழ மாட்டார்!

இராசாசிக்கு எதிராக மசானியால் கருத்துச் சொல்ல முடிந்த இந்த அளவு உட்கட்சிச் சுதந்திரம் இன்றைய அரசியல் கட்சிகளுக்குப் புரியாது! பராசக்திக்கு வசனம் எழுதியதே மகாபாரதம் எழுதியதற்குச் சமமானது என்று கருதுபவர்கள் கோலோச்சும் காலம் இது! பொதுக்குழுவில் என்றாவது இளைய தலை முறைக்கு இடம் வேண்டுமென்று எதிர்ப்புக் குரல் கேட்டால், தலைவர் உடனே அந்தக் குரலுக்குச் செவி சாய்த்து, மகனை அந்தப் பதவியில் அமர்த்தி விடுவார்! பெண்களுக்கு ஒதுக்கீடு வேண்டும் என்றால் மகளை நியமித்து விடுவார். இதுவல்லவா 'குடி'ஆட்சி முறை!

சோசலிசம் காங்கிரசின் கொள்கை; திறந்த சந்தையும் தாராளமயமாக்கலும் சுதந்திரக் கட்சியின் கொள்கை! எந்தக் கொள்கை சரியானது என்பது வேறு விவாதம்! இன்று சுதந்திரக் கட்சி இல்லை. ஆனால், திருமூலரின் ஆவி இறந்து கிடந்த ஓர் இடையரின் உடலுக்குப் புகுந்துவிட்டது போல, சுதந்திரக் கட்சியின் பொருளாதாரக் கொள்கை ஆவி காங்கிரசின் கூட்டுக் குள் புகுந்துவிட்டது! காங்கிரசு இருக்கும் வரை இராசாசியின் பொருளாதாரக் கொள்கைக்கு மரணமில்லை!

புருசனின் விலாசத்தைப் பெயருக்கு முன்னால் போட்டுக் கொள்வதை மாற்றிக் கொள்ளாமல், வேறொருவனோடு குடும்பம் நடத்தும் மங்கைபோல, நேருவின் புகழைப்பாடிக் கொண்டு, அவருக்கு நேர் எதிரான இராசாசி கொள்கையை அவருக்கு ஒரு நன்றிகூடத் தெரிவிக்காமல் கடைப் பிடிக்கிறது காங்கிரசு!

ஆனால் புகழ், இகழ், நன்றி இவற்றையெல்லாம் பொருட் படுத்தாதவர் இராசாசி! அமெரிக்கக் கலாச்சாரத்தால் சீரழிந்து கொண்டிருக்கும் இந்தியாவுக்குத் தருமத்தை மீண்டும் நினைவு படுத்த வந்தவர்! அவர் ஒரு முனிவர்!

பார்ப்பன குலம் இந்தியாவுக்கு அளித்த கொடைகள் மூன்று: இராமாயணம், மகாபாரதம், இராசாசி!

தினமணி, 25.12.08

14

கக்கன்

ஓர் அந்தணர்!

கக்கன் நூற்றாண்டு விழாவைத் திடீரென்று அக்கறை வந்து கொண்டாடத் துவங்கி இருக் கிறார்கள் காங்கிரசுகாரர்கள்!

கக்கன் ஒரு நிறை மனிதர்; எளிமையானவர்; நேரியர்; விடுதலைப் போராட்டத் தியாகி!

ஒருவர் வாழும்போது அவருடைய பெருமைகளுக் காகப் பாராட்டினால், அதை நேரடியாகக் கேட்கவும், அறியவும் வாய்ப்புப் பெறுகின்ற காரணத்தால், உடையவர் புளகாங்கிதம் அடைவார். சிறந்ததைச் சொல்லிப் போற்றும்போது, சிறந்ததை இன்னும் இன்னும் பற்றி நிற்க வேண்டுமென்னும் வேட்கை அவருக்கே மிகும்!

ஆனால் ஒருவர் இறந்த பிறகு அவரைப் பாராட்டு வதும், நூற்றாண்டு விழாக் கொண்டாடுவதும் அவருக்காக அன்று; நமக்காக! அவர் ஏற்கெனவே இறந்து போய்விட்ட நிலையில், அவரைப் பாராட்டுவதையும் அறிய மாட்டார்; பழிப்பதையும் அறிய மாட்டார்!

இத்தகைய விழாக்கள் அவருடைய நினைவுகளைப் புதுப்பித்துக்கொள்ள உதவுகின்றன; அவற்றின் வாயிலாக நிகழ்காலச் சமுதாயம் தன்னைப் புதுப் பித்துக் கொள்ளவும் தூண்டுதலாய் அமைகின்றன!

ஒரு தலைவர் ஒட்டு மொத்த சமுதாயமும் பயனுறும்படி வாழ்ந்தாலும், அந்தத் தலைவரை அவர் பிறந்த சாதிக் கூட்டுக்குள் அடைத்து, அவருடைய புகழைத் தன் சாதியின் புகழாக சுவிகரித்துக் கொள்ளும் மனப்பான்மை வளர்ந்து வருகிறது. அந்தக் காரணத்தால், அதற்கேற்ப அந்தத் தலைவர் களும் ஒரு கட்சியோ, அரசோ நடத்துகின்ற எந்த விழாவும், அந்தந்தத் தலைவர்கள் பிறந்த சாதிகளின் வாக்குகளைக் குறி வைக்கும் நோக்குடையவையாக மாறி விடுகின்றன!

கக்கன் விடுதலைப் போராட்டத்தில் பங்கு கொண்டவர். மதுரைப் பகுதியில் பிறந்தவர் என்பதால், மதுரைதான் அவரு டைய அரசியல் நடவடிக்கைகளுக்குக் களமாக விளங்கியது! காமராசர் சத்தியமூர்த்தியை அரசியல் குருவாகக் கொண்டது போல், கக்கன் வைத்தியநாத ஐயரை அரசியல் குருவாகக் கொண்டவர்!

சாதி என்னும் படி வரிசையில் மேலும் கீழுமான இருவர் கை கோர்த்து நின்றதென்பது, காந்திய அரசியல் இவற்றை யெல்லாம் கடந்தது என்பதை மக்களுக்கு உணர்த்தியது!

1937-ல் வெள்ளை அரசுக்கு உட்பட்ட நிலையில், மதராசு மாகாணத்திற்கு முதலமைச்சராய் வந்தார் இராசாசி. காந்தியின் உயிர்க் கொள்கையான அரிசன ஆலயப் பிரவேசத்திற்குச் சட்ட வடிவம் கொடுத்தார் அவர். அதே சமயத்தில் அதை நடை முறைப்படுத்தும் பொறுப்பை மதுரை வைத்திய நாதய்யரிடம் கொடுத்தார். அவர் தன்னுடைய தலைமைச் சீடனான கக்கனை முன்னிலைப்படுத்தி, கோயில் நுழைவை வெற்றிகரமாக நடத்திக் காட்டினார். சமூகத்தில் ஏற்பட்ட எதிர்ப்பு அடங்க, முத்துராமலிங்கத் தேவரின் செல்வாக்குப் பெருமளவுக்குத் துணையாய் இருந்தது!

அதே கக்கன்தான், விடுதலை அடைந்த இந்தியாவில் தமிழ் நாட்டின் உள்துறை அமைச்சராக காமராசரின் அமைச்சரவையில் பொறுப்பு வகித்தார். பிற்காலத்தில் வந்த அனைத்து முதலமைச்சர்களும் போலீசு மந்திரி பதவியைத் தன் கைகளில்தான் வைத்துக்கொண்டனர்!

அவ்வளவு செல்வாக்கு மிக்க துறைக்கு அமைச்சராகத் திகழ்ந்த கக்கன், 1967-ல் காங்கிரசு தோற்று, கக்கன் பதவியை இழந்து ஒரு

எளிய குடிமகனின் நிலையை எய்தியபோது, அதுவரை அவர் பயன்படுத்தி வந்த அரசாங்கக் காரைத் திருப்பி அனுப்பிவிட்டு, அடுத்த நாள் காங்கிரசு அலுவலகமான சத்தியமூர்த்தி பவனுக்கு வருவதற்கு, அவர் நகரப் பேருந்துக்காகக் காத்திருந்ததைப் பார்த்துச் சென்னை நகருக்கே வியர்த்து விட்டது!

பணத்தையே அறியாத தாழ்த்தப்பட்ட சமூகத்தில் பிறந்த கக்கன், பெரிய பதவிகளை அடைந்த போதும், அந்தப் பதவிகள் தற்காலிகமானவைதான் என்பதைத் தெளிவாக அறிந்திருந்த போதும், அதுவரை அவருக்கு அரசுச் செலவில் வழங்கப்பட்ட அத்தனை வசதிகளும், பதவி போன பின் பிடுங்கப்பட்டு விடும் என்பதை ஏற்கெனவே பதவியிலிருந்தவர்களுக்கு ஏற்பட்ட நிலைகளைப் பார்த்துத் தெரிந்து கொண்டிருந்த போதிலும், பிந்திய வாழ்க்கையை அதே தரத்துடன் வாழ, முறையற்ற அரசியல் அதிகாரத்தைப் பயன்படுத்திப் பணம் சேர்த்துக் கொள்ளும் எண்ணம் கிஞ்சிற்றும் அவருக்கு ஏற்படவில்லை. இதை எண்ணிப் பார்க்கும்போது காந்தி ஒரு தலைமுறையை எப்படியெல்லாம் உருவாக்கி இருக்கிறார் என்பது குறித்து வியக்காமல் இருக்க முடியவில்லை.

கக்கனும் தாழ்த்தப்பட்ட குலத்தில் பிறந்தவர்தான்; மைய அமைச்சர் ஆ.ராசாவும் தாழ்த்தப்பட்ட குலத்தில் பிறந்தவர்தான்! கக்கனால் ஒட்டுமொத்தத் தமிழ்ச் சமூகமும் பயனும் பெருமையும் பெற்றது! தாழ்த்தப்பட்ட குலம் 'என் மகன்' என்று இறும்பூது எய்தியது! ஆ.ராசா ஒரு லட்சம் கோடிக்கு ஊழல் புரிந்தபோது, இந்தியா திவாலாகும் நிலையை எய்தியது. இந்தியாவின் முன்னால் தமிழ்ச் சமூகம் சிறுமையுற்றது; தாழ்த்தப்பட்ட குலம் தலைக்குனிவை எய்தியது! கக்கனுடைய மேன்மைக்குக் காந்தி காரணம் என்றால், ஆ. ராசாவினுடைய கீழ்மைக்குக் கருணாநிதி காரணம்! தலைவர்கள் எதைப் போற்றுகிறார்களோ, அதற்கேற்பப் பின்பற்றுகிறவர்கள் உருவாவார்கள்!

1971 -ல் கக்கனைத் தமிழ்நாடு காங்கிரசின் தலைவராக்கினார் தலைவர்க்கெல்லாம் தலைவரான காமராசர்! அப்போது எனக்குச் சிறு வயது. ஆனாலும் என்னைக் காரைக்குடி நகர காங்கிரசுக்குத் தலைவராக்கினார்கள். அப்போது வயதில் மூத்த சங்கரக்குருக்களை பலருடைய பரிந்துரையின்படி, செயலாள ராக நியமித்துக் கொண்டேன். அப்போது சங்கர குருக்கள் நகர மன்ற உறுப்பினராகவும் இருந்தார்.

அப்போது சித. சிதம்பரம் என்னும் தி.மு.க. காரர் சட்டமன்ற உறுப்பினராகவும், நகர் மன்றத் தலைவராகவும் காரைக்குடியில் இருந்தார்! நகர்மன்றத்தின் ஊழல்களைப் பற்றி, சங்கர குருக்கள் பிராமண வழக்கு மொழியில் இடையிடையே அவிழ்ந்த சிண்டை முடிந்து கொண்டு, அவர் ஆவேசமாகப் பேசும்போது கூட்டத்தில் சிரிப்பு அலை அலையாக எழும்!

முதலில், 'உன்னுடைய சிண்டை அறுப்பேன்; பூணூலை அறுப்பேன்' என்று பேசிக் கொண்டிருந்த தி.மு.க. காரர்கள், அப்புறம் தங்களுடைய அதிகாரத்தைக் காட்டினார்கள். கொப்புடைய அம்மன் கோயிலில் அர்ச்சகராகப் பணியாற்றிய குருக்களின்மீது, கேவலமான பொய்ப் புகார் கொடுக்க வைத்து, அவரைத் தற்காலிகப் பணிநீக்கம் செய்ய வைத்தார்கள். இதையெல்லாம் செய்தவர் நகர்மன்றத் தலைவர் சித. சிதம்பரம்.

சங்கரக் குருக்கள் கலங்கிப் போனார். அவரைக் கூட்டிக் கொண்டு சென்னைக்குக் காமராசரைப் பார்க்க வந்தேன்! நான் வயதில் மிகவும் குறைந்தவனாக இருந்ததால், 'என்ன' என்று கேட்டு விட்டு எப்போதும் என்னுடைய தோளில் அடிப்பார்! அது உறைக்கும். ஆனால் அந்த அன்பின் வெளிப்பாட்டில் என் நெஞ்சமெல்லாம் இனிக்கும்! செய்தியைக் கேட்டு விட்டு, 'சத்தியமூர்த்தி பவனுக்குப் போய் கக்கனைப் பார்' என்றார்!

விவரங்களைக் கேட்டு விட்டுக் கக்கன், அறநிலைத் துறையின் செயலாளரைத் தொலைபேசியில் அழைத்தார். அந்தச் செயலாளர் ஏற்கெனவே கக்கனுக்குக் கீழே பணியாற்றியவர்! 'அந்தப் பணி நீக்கத்திற்கான காரணம் பொய்யானது; அதை ரத்து செய்து விட்டு, என்னைத் தொலைபேசியில் அழைத்துச் சொல்ல வேண்டும்' என்று கட்டளையிட்டார் கக்கன்!

நாங்கள் சென்னையிலிருந்து திரும்புவதற்குள், தற்காலிகப் பணி நீக்கம் ரத்தாகிவிட்டது!

நான் கூட்டம் போட்டுப் பேசினேன்: 'சங்கரக் குருக்களின் நரைத்தமுடிகூடத் தானாக உதிர்ந்தால்தான் உண்டு; உன்னால் எதுவும் செய்ய முடியாது. குருக்களுக்குப் பின்னால் அம்பாள் இருக்கிறாள்; காமராசர் இருக்கிறார்; கக்கன் இருக்கிறார்!'

நகர்மன்றத் தலைவர் சித.சிதம்பரம் கொதித்துப் போய் விட்டார்! மிகவும் தளர்ந்து போய்விட்டாலும், விபூதிப் பையை

இடுப்பில் வைத்துக் கொண்டு, பூணூல் போட்ட, சட்டை போடாத மேனியோடு இன்னும் இருக்கிறார் சங்கரக் குருக்கள்!

இன்னொரு சமயம் தமிழ்நாடு காங்கிரசின் தலைவராக இருந்த கக்கனுக்குக் காரைக்குடி ரயிலடியில் மாபெரும் வரவேற்பும், மாலையில் மாபெரும் பொதுக்கூட்டமும் ஏற்பாடு செய்திருந் தோம்! காரைக்குடியே கிடுகிடுத்து விட்டது. தியாகி பரமசிவம், தியாகி பழனியாண்டி, சோசலிசுடு கட்சியிலிருந்து காங்கிரசுக்கு வந்திருந்த எசு.பி.கருப்பையா, நா. பழனியப்ப செட்டியார் போன்ற பெரியவர்களும், இளைஞர் காங்கிரசினரான செஞ்சை அனிபா, சே.நா.விசயராகவன் போன்ற இளைஞர்களும் சிறியவனான என்னை வழி நடத்தி ஊக்கப்படுத்திய காலம் அது!

பொதுக்கூட்டத்திற்குப் பிறகு இரவு என்னுடைய வீட்டில் தலைவர் கக்கனுக்கும், நூறு காங்கிரசுகாரர்களுக்கும் விருந்து! மாவட்டக் கமிட்டித் தலைவர் சேதுராமலிங்கம், செயலாளர் குன்றக்குடித் தங்கவேலன், பரமக்குடி சீரங்கம் பிள்ளை என்று பெரிய பெரிய ஆட்களெல்லாம் வந்திருக்கிறார்கள்.

தரையில் பந்திப்பாய் விரித்து இலைபோடப்பட்டிருக்கிறது. எல்லோரும் பந்திப்பாயில் அமர்கிறார்கள். கக்கனுக்கு முழங் காலை மடக்கி உட்கார முடியாது என்பதால், அவர்களுக்கு நடுவே இவருக்கு மட்டும் மேசையில் இலை போடப்பட்டிருக்கிறது!

கக்கன் நான் மட்டும் எப்படி மேலே உட்காருவது என்று கூச்சப் படுகிறார். அப்புறமாகச் சாப்பிடுகிறேன் என்கிறார்! அவரைக் கட்டாயப்படுத்தி உட்கார வைத்தபோது, எல்லாரிடமும், ‘முழங்காலை மடக்கி உட்கார முடியாது; தப்பா நினைச்சுக்கப் படாது; எல்லாரும் மன்னிச்சுக்கணும்’ என்று சொன்ன பிறகுதான் சாப்பிட்டார்!

அப்போது என் தகப்பனார் கக்கனிடம் சொன்னார்கள்; ‘நீங்க மேலான மனிதர்; மேலானவங்கெல்லாம் மேலே இருக்கிறதுக்கு எதுக்காகக் கூச்சப்படணும்?’ என் தகப்பனார் பழைய காங்கிரசுக்காரர்! பாசீன் பழநியப்ப செட்டியார் என்று பெயர்!

பிறப்பினால் மேல் கீழ் இல்லை. குணமணத்தால், நேர்மையால், தியாகத்தால், அறிவால், பிறர் பயன் பெற ஒருவன் செய்யும் தன்னலமற்ற பணிகளாலேயே மேல் - கீழ் தீர்மானிக்கப்பட வேண்டும்!

‘அந்தணர் என்போர் அறவோர்’ என்பான் பேரறிவாளன் வள்ளுவன். *(30)*

மைய அமைச்சர் ஆ.ராசாவும், உயர்நீதிமன்ற நீதிபதி தினகரனும் தங்களின் பிறப்பால் அல்ல; வாழ்க்கை முறையால் கீழானவர்கள் தான்! ஆனால் கக்கன் மேல்மகன்!

கக்கன் ஓர் அந்தணர்!

துக்ளக், 04.08.10

15

தெய்வத் திருமகன் தேவர்!

என்னுடைய அறிவு தெளியா வயதில் 'தேவர்' என்னும் சொல் என் காதில் மோதியதுண்டு! அப் பெருமகனைப் பார்க்கும் வாய்ப்போ, கேட்கும் பேறோ எனக்குக் கிட்டியதில்லை!

அவர் விடுதலைப் போராட்டத் தியாகி; வீறு மிகுந்த இளமையை தேச விடுதலைக்காகச் சிறைக் கொட்டடிகளில் கழித்துவிட்டவர்; அவருடைய பெண்ணறியா வாழ்க்கைக்கு நாட்டின்மீது கொண்ட நாட்டம் ஒரு காரணம் என்றால், இறைநாட்டம் இன்னொரு காரணம்!

'தேசியமும் தெய்வீகமும் என் இரு கண்கள்'என்று சொன்னவர்; வீரத்தையும் விவேகத்தையும் தன் வாழ்வுக் கூறுகளாகக் கொண்டவர்!

வேட்பு மனுத் தாக்கல் செய்துவிட்டுத் தேர்தலை மறந்து விடுபவர். ஆனால், தேர்தலுக்கு முன்னும் பின்னும் மக்களை மறக்காதவர்!

தமிழ்நாட்டில் பழைய மன்னர்களும், பண்ணையார் களும், சமீன்தார்களுமே கோட்டைக்குரியவர்கள் என்று கருதப்பட்ட நீதிக்கட்சியின் காலத்தில், இராமநாதபுரம் மன்னரைத் தேர்தல் களத்தில் வீழ்த்தி, தென்தமிழகத்தின் முடிசூடா மன்னனாகக் கிளர்ந்தெழுந்தவர்!

அவர் தேராத நூலுமில்லை; தெளியாத பொருளுமில்லை; கூரிய பார்வையர்; நேரிய போக்கினர்!

வழிவழி வந்த சொத்துக்களை எளிய மக்களுக்கு வழங்கிவிட்டுச் சென்ற அவர், அதைவிடப் பெரிய சொத்தான தன்னுடைய வாழ்க்கையையே அந்த எளிய மக்களின் மேம்பாட்டுக்காக அர்ப்பணித்துக் கொண்டவர்!

தியாகிக்குத் தியாகியாய், யோகிக்கு யோகியாய், தமிழ்த்தாயின் தவப்புதல்வனாய் விளங்கிய தேவர் பெருமகனின் சீரிய சிந்தனைகள் வழிவழித் தமிழகத்திற்கு வளமும் வலிமையும் அளிக்கவல்லவை!

விடுதலைக்கு முன்பும் பின்பும் நடைபெற்ற தமிழ்நாட்டு அரசியலையும், அதைச் செதுக்கி வடிவமைத்த ஆளுமைமிக்க முத்துராமலிங்கத் தேவரின் சிந்தனைகளையும், பிந்திய தலைமுறையினரான நாம் அறிந்து பயன்பெற வேண்டாமா?

இந்தத் தேவையை நிறைவு செய்வதற்காக எழுந்ததே பூபதிராசா வின் இந்த அரிய நூல்! 'பசும்பொன் தேவரின் சீரிய சிந்தனைகள்' என்று பெயரிடப்பட்டு வெளிவந்திருக்கும் தேன்கூடு இது!

தேன் இனிமைப் பொருள் மட்டுமன்று; மருந்துப் பொருளுங்கூட!

அந்தத் தேனைச் சேகரிப்பதற்குத் தேனீக்கள் எத்தனை ஆயிரம் முறை, எத்தனை நாட்கள் குறுக்கும் நெடுக்குமாகப் பறந் திருக்கும்; மலர் மலராக அமர்ந்திருக்கும்!

அந்தத் தேனீயின் பாடும் இந்த நூலாசிரியர் பூபதிராசாவின் பாடும் ஒன்றே!

இந்த ஒரு நூல் மட்டுமன்று; தேவர் குறித்த இன்னும் பல நூல்கள் பூபதிராசாவின் தொகுப்பிலும் எழுத்திலும் அடுத்தடுத்து வெளி வந்து கொண்டிருக்கின்றன!

பெரியார் களஞ்சியம் போல், அண்ணா களஞ்சியம் போல், தேவர் களஞ்சியமும் முழுமையுற்று வந்தால்தான் தமிழ்நாட்டு அரசியல் தெளிவுபட அறியப்பட முடியும்!

திராவிட இயக்கம் என்பது இருபதாம் நூற்றாண்டின் முன் பகுதியில் தோன்றி, அதன் முடிவு வரை சுழித்தடித்து ஆர்த்த

இயக்கம்! இன்று அதன் நீட்சியே முன்னாள் முதல்வர் செயலலிதாவின் ஆற்றல் வாய்ந்த தலைமையின் கீழ் இயங்கும் அனைத்திந்திய அண்ணா திராவிட முன்னேற்றக் கழகம்! பிரிவினை இயக்கமாகத் தோன்றிய அந்த இயக்கம் MGR காலத்தில் 'அனைத்திந்திய'என்னும் அடைமொழி பெற்று, முழுமையான தேசியத்தன்மை பெற்று விட்டது!

திராவிட நாட்டுப் பிரிவினையில் அவர்கள் நாட்டம் கொண்டிருந்தார்கள் என்பதில்கூட, தேசியவாதியான தேவர் பெருமகனுக்குச் சினம் இல்லை; வெள்ளையனுக்குப் பாதபூசை செய்த இயக்கம் அது என்பதுதான் தேவரின் சீற்றத்திற்குக் காரணம்!

'வெள்ளையனை எதிர்த்துப் போராட்டம் நடைபெற்றபோது, வெள்ளைக்கார சர்க்காரிடம் கைக்கூலி வாங்கிக் கொண்டு, அவனுக்கு அனுகூலமாக யுத்தப் பிரசாரம் செய்துவிட்டு, இப்போது திராவிட நாடு கேட்டால் என்ன அர்த்தம்?'

'திராவிட நாடு யாரிடம் கேட்கிறாய்? வெள்ளையன் நம்மை அடிமையாக வைத்திருந்த காலத்தில், சுதந்திரப் போரில் மக்கள் பக்கத்தில் இருந்திருந்தால், கேட்க உரிமை இருந்திருக்கும் உனக்கு?'(பக். 132)

அடிமைப்படுத்தி இருந்தவன் வெள்ளைக்காரன்! அவனிடம் காந்தியும், முகம்மது அலி சின்னாவும் விடுதலை கேட்டுப் போராடினார்கள்; தங்கள் தங்கள் பங்கினைப் பெற்றார்கள். ஆனால், விடுதலை கேட்டுப் போராடித் தங்கள் பங்கினை மீட்டுக் கொண்டிருக்க வேண்டிய காலத்தில், அடிமைப்படுத்தியவன் காலை வருடிக்கொண்டிருந்து விட்டு, இந்த வீராதி வீரர்கள் திராவிட நாடு கேட்பது யாரை ஏமாற்ற என்பது தேவரின் கேள்வி!

தேவர் கருதியது போலவே திராவிட நாட்டு விடுதலை வேள்வியில் நெய்யை ஊற்றி வளர்ப்பதற்குப் பதிலாக நீரை ஊற்றி அணைத்து விட்டார்கள் ஒருநாள்!

'திராவிட நாட்டை வடநாட்டான் சுரண்டுகிறான்; வடஇந்தியன் பெயர் இந்த நாட்டில் இருக்கக்கூடாது; இருந்தால் போராடி மாற்றுவோம்' என்று சொல்கிறார்கள்; ரொம்ப சந்தோசம்!

'டால்மியாபுரம் என்ற பெயரை மாற்றப் போராடிய நீங்கள், ஆர்விபட்டி (Harvey) என்பதை மாற்ற ஏன் சத்தியாக்கிரகம் பண்ணி இருக்கக்கூடாது?'(பக். 131)

அயற் பெயர்கள் நீக்கப்பெற்றுத் தமிழ்ப் பெயர்கள் சூட்டப்பட வேண்டும் என்பதை உடன்பட்டு மகிழ்கிற தேவர் பெருமகன், அயலான் என்பது அளவுகோலானால் இதில் வடநாட்டான் கசப்பது புரிகிறது; ஆனால், வெள்ளைக்காரன் எந்த விதத்திலே இனிக்கிறான் என்று கேள்வி எழுப்புகிறார்!

ஓடாத ரயிலுக்கு முன்னால் தலை வைத்துப்படுத்த 'தைரியத் திற்காக' தன்னைத்தானே ஐம்பது ஆண்டுகளாகப் பாராட்டிக் கொண்டும், 'கல்லக்குடி கொண்டான்' என்று தனக்குத் தானே பட்டமும் கொடுத்துக் கொண்ட கருணாநிதி விடையளிக்க வேண்டிய வினா இது!

'தேச விடுதலைப் போராட்ட காலத்தில் சேரன்மாதேவியில் நிறுவப்பட்ட குருகுலத்தில் உணவு பரிமாறும்போது பிராமணச் சிறுவர்களை உயர்வாகவும், பிராமணரல்லாத சிறுவர்களைத் தாழ்வாகவும்' நடத்திய வ.வே.சு. ஐயரைக் கண்டிக்கிறார் தேவர்! (பக். 130)

அதே போல் இராசாசி முதலமைச்சராய் இருந்துகொண்டு, கொண்டு வந்த குலக்கல்வித் திட்டத்தைக் கடுமையாக எதிர்க்கிறார் தேவர்.

'முதலமைச்சர் இராசாசியைப் போன்ற ஒரு பெரியார் 1953-54 ஆம் வருடத்தில் தகப்பன் தொழிலே மகன் செய்ய வேண்டும் என்று சொல்வது ஏற்க இயலாதது என்பது சிறியேனுடைய அபிப்பிராயம்!'(பக் 235)

'இந்தக் கல்வித் திட்டத்தை இன்றைக்கு இருக்கக்கூடிய கொந்த ளிப்பை உணராமல், அதைத் திரும்பப் பெற மாட்டோம் என்று சொல்வது, அறிவுக்குப் பொருந்தாதது!'(பக் 235)

எல்லா அரசியல் சிக்கல்களிலும் பளிங்குத் தன்மை காட்டும் கங்கை நீர் போல், தெளிவான முடிவெடுக்கிறார் தேவர்!

பெரியாரைத் தாக்குவதே தேவரின் குறிக்கோளாக இல்லை. 'பிராமணர்கள் ஏமாற்றிச் சுகவாசிகளாக வாழ்வதை வெளிப் படுத்திய அந்த அளவிலேயே பெரியார் போயிருந்தால், தேசத் திற்கும் குறிப்பாகத் தென்னிந்தியாவுக்கும் பெரும் நன்மையைச் செய்திருக்கலாம்'(பக் 130) என்று பாராட்டுகிற தேவர், பிராமணர்களின் பிழைப்பு தெய்வீகத்தை ஒட்டி நடப்பதால்,

தெய்வீகத்தைச் சிதைத்து விட்டால் பிராமணீயம் சிதைந்து விடும் என்று கருதிக் குறுக்கு வழியில் பெரியார் நுழைவதைத் தான் ஆகாப் போக்கு என்று கண்டிக்கிறார் தேவர்.

ஈ.வே.ரா.வை மிகவும் மதித்துப் பெரியார் என்று பெருமைப் படுத்தும் பிற அன்பர்களைப் போலவே தானும் மதித்துப் பெருமைப்படுத்துகிறார், பெருந்தன்மையே வடிவான தேவர் பெருமகனார்! ஆனால், பெரியாரின் நாத்திகத்தைத்தான் கடுமையாகச் சாடுகிறார்!

பிராமண எதிர்ப்பு வேறு; கடவுள் எதிர்ப்பு வேறு என்று பெரியாருக்கு வேறுபாடு காட்டுகிறார்!

ஆரிய நாகரிகம் வருவதற்கு முன்பே தமிழனுக்கு இறை வழிபாடு இருக்கவில்லையா என்று தன்னுடைய வினாவைக் கூர்மைப்படுத்தும் தேவருக்குப் பெரியாரிடம் விடை இருந்த தாகத் தெரியவில்லை!

‘இது தமிழை நன்றாக அறிந்த தமிழன் ஒப்ப முடியாத கூற்று’ என்கிறார் தேவர்! (பக். 130)

‘நிலத்திற்கு உச்ச வரம்புச் சட்டம் கொண்டு வருகிறார்கள்; அது நியாயம்தான்! ஆனால் பிரதமர் தன்னுடைய சம்பளத்திற்கும் உச்சவரம்பு கொண்டு வர வேண்டாமா’என்று கேட்கிறார்! (பக் 155)

நாட்டின் முன்னேற்றத்திற்கு அவசியமாகவும், அவசரமாகவும் செய்யப்பட வேண்டியது மொழிவாரி மாநிலப் பிரிவினை (பக். 252) என்று வற்புறுத்துகிறார்!

‘சாதியின் பெயரால் பட்டியல் தயாரித்து வைத்துக் கொண்டு, சாதிவாரிச் சலுகைகள் செய்து வருவதன் மூலம் சாதிகளை வளர்ப்பது சர்க்கார்தான்’ என்று நையாண்டி செய்கிறார்! (பக். 283)

தமிழ்நாடு எல்லைப் போராட்டத்திற்கு ஆதரவு தருகிறார்! தமிழ் நாட்டுக்குப் பாத்தியப்பட்ட வடஎல்லைகளான திருப்பதி யையும், சித்தூரையும் இழந்து நிற்பது குறித்துக் கொதிக்கிறார்! (பக். 286)

பஃறுளி ஆறும், குமரிக் கண்டமும் இந்து மகாசமுத்திரத்துக்குள் ஆழ்ந்து போன தொன்மைத் தமிழ்நாட்டு வரலாற்றை எண்ணித் துடிக்கிறார்! (பக். 70)

'பசித் தீயை அணைப்பதையே வாழ்க்கை நோக்கமாகக் கொண்ட வள்ளலாரின் காலத்தைத் திருவருட்பாவின் அருளாட்சிக் காலம்'என்று மெய்சிலிர்க்கப் பாராட்டிக் கசிந்துருகுகிறார்! (பக்.190)

தை முதல் நாளைத் தமிழ்ப் புத்தாண்டின் தொடக்க நாள் என்றும், இடையில் ஏற்பட்ட மாற்றம்தான் சித்திரை முதல் நாளைப் புது ஆண்டாகக் கொண்டாடும் பழக்கம் என்றும் கண்டிப்பதோடு, தமிழ் ஆண்டு பிறக்கும் தை முதல் நாளைத் 'தமிழ்க் குலத்தின் தனிப்பெருந்திருநாள்'என்றும் கொண்டாடுகிறார் தேவர்! (பக். 72)

தை முதல் நாள் தமிழ்ப் புத்தாண்டு நாள் என்று அறிவித்த முதலமைச்சர் கருணாநிதி, இந்த உணர்ச்சியையும் உண்மையையும் தான் இரவலாகப் பெற்றது தேவர் பெருமகனிடமிருந்து என்று ஒருமுறையாவது சொன்னதுண்டா? நன்றி பாராட்டப் பெரிய மனது வேண்டும்! சின்னப் புத்தி தன்னை மட்டுமே பாராட்டிக் கொள்ளும் தன்மையது!

தமிழ்மொழி, தமிழினம், அதற்கு முகவரி கொடுத்த வள்ளுவன் என்றெல்லாம் எண்ணி எண்ணி வாழ்நாள் முழுதும் போற்றிப் போற்றிக் கசிந்துருகி இருக்கிறார் தேவர்!

முத்துராமலிங்கத் தேவர் தமிழ்த்தாய் பெற்ற ஈடு இணையற்ற பெருமகன்!

(பூபதிராசாவின் 'தேவரின் சீரிய சிந்தனைகள்'என்னும் நூலுக்கு வழங்கிய அணிந்துரை.)

17.10.10

சமயம்

16

உலக மனிதனே

இசுலாத்தின் சாரம்!

மேற்கு ஆசியாவில் மெக்கா என்னும் நகரம் ஏற்கனவே அறியப்பட்ட நகரம்தான். ஆனால், கி.பி. 570-ல் அங்கே நிகழ்ந்த ஒரு பெருமகனாரின் பிறப்பு அந்த நகரம் புனிதப்படக் காரணமாயிற்று. உலகம் முழுவதிலுமுள்ள கோடானுகோடி முசுலீம்கள் தாங்கள் பிறந்த நாடு, பிறந்த ஊர் எதுவாயினும் ஒவ்வொரு நாளும் ஐந்துமுறை கபாஅவை முன்னிறுத்தி, அந்த நகரம் இருக்கும் திக்கு நோக்கித் தொழுகிறார்கள்! வாழ்நாளில் ஒரு முறையாவது அந்த நகரத்திற்குச் செல்லவேண்டும் என்பது ஒவ்வொரு முசுலீமின் ஐம்பெருங் கடமைகளில் ஒன்றாகும்.

உலகின் எந்தப் பகுதியிலுள்ள எந்த மண்ணும் ஒரு தன்மையானதுதான்! அதற்கென்று தனிப் பெருமையோ சிறுமையோ கிடையாது. அந்த மண்ணில் பிறக்கின்ற மனிதர்களைப் பொறுத்து அது பெருமையோ சிறுமையோ அடைகிறது. நபிகள் நாயகத்தின் ஏற்றமிகு பிறப்பு மெக்கா மேன்மைப்படக் காரணமாயிற்று.

அதேபோல் யூதாசு இயேசுவைக் காட்டிக் கொடுத்துப் பெற்ற முப்பது வெள்ளிக் காசுகளை, தன்னுடைய இழிசெயலை எண்ணி மன உளைச் சலுக்கு உள்ளாகி, அவன் வீசி எறிந்த நிலம் 'இரத்த நிலம்' ஆகிச் சிறுமைப்பட்டுவிட்டது.

நபிகள் நாயகம் 63 ஆண்டுகள் வாழ்ந்தார். அதில் பிந்திய 23 ஆண்டுகள் இறைவாக்குகள் அவர் வழியாக இறங்கின. இறைவாக்கினராக நபிகள் நாயகம் இருப்பினும், அவர் தன்னைத் தெய்வ நிலைக்குத் தூக்கிக் கொள்ள விழையவில்லை! தன்னை எளிய மனிதனாகவே பிறர் கருதவேண்டும் என்பதைத் தன்னைப் பின்பற்றுவோரிடம் சட்டமாக்கினார்.

இசுலாம் என்பதற்கு 'ஒப்படைப்பு'என்பது பொருள். அது முழுச் சரணாகதி நிலை. பொழுது புலர்வதற்கு முன்னால் தொடங்கி ஒவ்வொரு நாளும் இடைவெளிவிட்டு ஐந்துமுறை தொழுகைக்கு அழைக்கப்படுகிறது. பொதக்குடியிலும், கூத்தாநல்லூரிலும், வாலாசாபேட்டையிலும், வங்கதேசத்திலும், ஈரானிலும், ஈராக்கிலும் ஒரேமாதிரியாக ஐந்துமுறை தொழுகை விளிகுரல் ஓரிடத்தில் கூடித் தொழுது இறையிடம் தம்மை ஒப்படைத்துக் கொள்ளுமாறு அழைக்கிறது.

இசுலாத்திற்கு ஐந்து கடமைகள் உண்டு என்று குரான் விதிக்கிறது. முதற்கடமை இறை நம்பிக்கை; இரண்டாவது கடமை தொழுகை; மூன்றாவது கடமை சக்காத்; நான்காவது கடமை இரம்சான் நோன்பு; ஐந்தாவது கடமை Haj யாத்திரை.

குரானில் அல்பாத்தியா என்று கூறப்படும் தோற்றுவாய்ப் பகுதியின் விளக்கங்களை எவ்வளவு விரித்துச் சொன்னாலும், இன்னும் சொல்வதற்கு ஏதோ எஞ்சி நிற்பதுபோன்ற உணர்வே ஏற்படும்! இறைவன் அல்லா என்றழைக்கப்படுகிறான். 'அல்லாகூ அக்பர்' என்னும் சொற்றொடர் இறைவனை மிகப் பெரியவன் என்று பறையறைந்து சொல்கிறது! இசுலாத்தில் 'இறை ஒருமை' இன்றியமையாதது. இறைவனை, ஏகன் என்றும் அனேகன் என்றும் இருவேறு வகையாகத் திருவாசகம் கூறும். அதனுடைய பொருள் அவன் வரையறைக்குட்பட்டவனில்லை என்பதாகும். இது மாணிக்கவாசகர் என்னும் மனிதரின் கூற்று. இந்தக் கூற்றோடு உடன்படலாம்; மாறுபடலாம். எதுவும் குற்றமில்லை. மனிதன் கூறியதை மற்றொரு மனிதன் மறுப்பது இயல்பே! இந்து சமயம் நெகிழ்ச்சிப் போக்குடையது.

ஆனால் குரான் என்பது இறைவாக்கு! ஆகவே ஐயத்திற்கிடமான, விவாதிக்கத் தக்க நிலை என்று குரானில் எதுவுமே இருக்கமுடியாது. எல்லாமே தீர்மானமாகச் சொல்லப்பட்டவை! மாற்றம் செய்ய எந்த மாந்தனுக்கும் உரிமையில்லை. இசுலாம் கட்டிறுக்கமானது.

இன்றைய உலகமயமாக்கல் எல்லா நாகரிகங்களையும் விழுங்கிக்கொண்டிருக்கிறது. சிலரைக் கொழுக்க வைத்துப் பலரை அன்னக்காவடிகளாக்கும் அமெரிக்கப் பொருளாதாரக் கொள்கையே அகிலத்தின் கொள்கையாகிவிட்டது. ஒரு மொழி, ஒரு கொடி, ஒரு பண்பாடு என்னும் நிலையை நோக்கி எல்லா நாடுகளும் தங்களின் தனித்தன்மையை இழக்குமாறு செய்யப் பட்டுத் தலைகீழாக இழுத்துச் செல்லப்படுகின்றன. முன்பு சோசலிசக் கோட்பாடு தடுத்து நிறுத்தி வைத்திருந்த அமெரிக்க சீரழிவுக் கலாச்சாரம் இன்று தடுப்பாரின்றித் தலைவிரித்தாடிக் கொண்டிருக்கிறது. இன்னும் அமெரிக்கச் சீரழிவுக் கலாச் சாரத்தால் விழுங்க முடியாத ஒரே ஒரு கலாச்சாரம் இசுலாமியக் கலாச்சாரம்தான்! அதற்குக் காரணம் அதனுடைய கட்டிறுக்க மான அமைப்புத்தான்!

நபிகள் பெருமானார் எல்லாத் தட்பவெப்ப நிலைகளையும் தாங்குவதற்கும் எதிர்கொள்வதற்கும் தோதாக 'உம்மா' என்கிற இசுலாமிய சமூக அமைப்பை உருவாக்கியிருக்கிறார்!

அரபுத் தேசியத்தைக் கட்டியமைக்கப் புறப்பட்ட நபிகள் பெருமானார் கபாஅவிலிருந்து விக்கிரங்களை விலக்கினாரே ஒழிய, கபாஅவை விலக்கவில்லை. கபாஅ என்னும் பழைய அரபு வேரிலிருந்து புதுமை படைத்தவர் நபிகள் பெருமானார்.

ஒருவன் இசுலாமியனாகத் திகழ்வதற்கு இறைநம்பிக்கை எப்படி இன்றியமையாததோ, அப்படியே கூட்டுத் தொழுகையும் இன்றியமையாதது. தொழுகை விளிகுரல் தொழுகைக்கான நேரத்தை வரையறுத்து அழைப்பதன் நோக்கமே கூடித் தொழுதலின் இன்றியமையாமை காரணமாகவே! ஆகவே, இசுலாத்தில் தொழுகை தனிமனித விவகாரமில்லை. அது சமூக உருவாக்கத்தை அடிப்படையாகக் கொண்டது.

தொழுதல் 'உம்மாவோடு' தொடர்புபடுத்தப்பட்டிருக்கிறது. உம்மா என்பது சமூகம். அது ஒரு கொள்கை வழிப்பட்ட கூட்டத்தைக் குறிக்கிறது. இது நபிகள் பெருமானாரின் தனிப்பெருஞ்சிந்தனை! இசுத்தான்புல்லில் உள்ள இப்ராகிமோடு நம்முடைய இளையான்குடி புதூரில் உள்ள அப்துல்லாவும் இணைய முடிவதற்கு நபிகள் பெருமானார் உருவாக்கிய உம்மாதான் காரணம்!

இசுலாத்தில் உம்மா முக்கியத்துவம் உடையது என்பதால் கூடித் தொழுதல் முக்கியத்துவமுடையதாகி விடுகிறது. கடைசிக் கடமையான Haj யாத்திரையின் நோக்கமே இந்தச் சமூகக் கட்டமைப்பைக் கெட்டிப்படுத்துவதுதான்!

அரபு தேசியத்திலிருந்து படிப்படியாக விரிந்து உலக சமுதாயத்தை நோக்கி வளர்கிறது, நபிகள் பெருமானாரின் கூடித் தொழுதல் என்னும் கோட்பாடும், உம்மா உருவாக்கமும்!

இசுலாத்தின் மூன்றாவது கடமை சக்காத். ஒருவன் தன் வருவாயில் நாற்பதில் ஒரு பங்கை, அஃதாவது இரண்டரை விழுக்காட்டை ஏழைபாழைகளுக்கு வழங்குவது! ஒரு சமூகத்தில் சிலர் வசதியானவர்களாகவும், பலர் வறியவர் களாகவும் இருக்கும்போது, வறியவர்கள் இயல்பாக வாழ வழி செய்யப்படவில்லை என்றால் இவர்கள் வன்முறையாளர்களாக மாறுவதும், வழிப்பறியாளர்களாகக் கையோங்குவதும் தவிர்க்க இயலாதவையாகிவிடும். அத்தகைய சூழ்நிலையில் எந்த அரசும் வறியவர்களைக் கட்டுக்குள் வைக்க முடியாது! ஆகவே, உலகிலுள்ள எல்லா நெறியாளர்களும் கொடையைப் போற்றி யிருக்கிறார்கள். ‘ஈத்துவக்கும் இன்பம்’ என்று ஈகையைப் பாராட்டி அதை ஊக்குவிப்பான் வள்ளுவன்.

இன்றைக்கு ஒரு கிலோ அரிசி ரூ.38-க்கு விற்கும் நிலையில், வறியவர்களுக்கு ஓர் அரசு ரேசன் கடையில் கிலோ 1 ரூபாய்க்கு அரிசி போடுவது, வறியவர்களின்மீது கொண்ட பற்றினால் அல்ல! ஆட்சியிலிருக்கும் வசதிமிக்க கோமான்கள் தங்களையும் தங்களையொத்த வசதியானவர்களையும் கிளர்ச்சிகளிலிருந்து காத்துக் கொள்வதற்காகத்தான்!

சக்காத் கொடுக்காதவர்களின் நம்பிக்கையையோ தொழுகை யையோ அல்லா ஏற்றுக் கொள்வதில்லை என்று நபிகள் பெரு மானார் அடித்துக் கூறும்போது, ஏழை பாழைகளின்மீது அவர் கொண்டுள்ள பரிவு அல்லாவின்மீது கொண்டுள்ள அன்பையும் விஞ்சி நிற்கிறது!

நான்காம் கடமை இரம்சான் நோன்பு. அந்த நோன்பு மாதம் முழுவதும் உண்ணாமலும், எதையும் அருந்தாமலும், இணை விழைச்சு முதலியவற்றில் ஈடுபடாமலும் பகற்பொழுது முழு வதையும் கழிப்பது; தொழுவது! பட்டினி கிட; பசியை உணர்;

பசித்தவனுக்குச் சோறுபோடு! இதுதான் நான்காம் கடமையின் உட்பொருள்.

ஒரு திருவிழாவைப் பட்டினித் திருவிழாவாக்கி, பட்டினிக்கு எதிராக இயக்கம் நடத்திய நபிகள் பெருமானாரின் உன்னதமான சிந்தனை உலகை உயர்த்த வந்தது.

ஐந்தாங் கடமையான Haj யாத்திரை உம்மாவோடு இணைத்து ஏற்கனவே பேசப்பட்டிருக்கிறது!

ஒரு முசுலீமுக்கு இன்னொரு முசுலீம் உடன்பிறந்தோன் என்பதை வலுப்படுத்தவே யாத்திரை.

1947-க்கு முன்பு நம்முடைய தேசபக்தி முழுப் பஞ்சாபையும், முழு வங்காளத்தையும் உள்ளடக்கியது! 1947-க்குப் பின் கிழக்கு வங்கத்தின்மீதும், பலுசிசுத்தான்மீதும் கிழக்குப் பஞ்சாபின்மீதும் பற்றுக் காட்டுவது தேசபக்தி ஆகாது! நம்முடைய தேசபக்தி ஒச்சமுடையதுபோலும்! ஒரு காலத்தில் விரிகிறது; பிறிதொரு காலத்தில் சுருங்குகிறது!

'யாதும் ஊரே; யாவருங் கேளிர்' என்னும் தமிழ்ச் சிந்தனை உலகு தழுவியது. நபிகள் பெருமானாரின் சிந்தனையும் உலக மனிதனின் உருவாக்கமே!

உலக மனிதனை உருவாக்குவது இன்னும் கற்பனாவாதமாகவே இருந்தாலும், இசுலாத்தின் முயற்சி அதுதான்!

உலக மனிதனே இசுலாத்தின் சாரம்!

தினமணி, 10.03.09

17

வகுபடாத காலத்தை வகுத்தவன்!

'நீங்கள் என்னை விட்டு விலகி இருக்கும்போது விண்ணரசை விட்டு விலகியிருக்கிறீர்கள்; எனக்குப் பக்கத்திலிருக்கும்போதோ நெருப்புக்குப் பக்கத்தில் இருக்கிறீர்கள்'. இது 2000 ஆண்டுகளுக்கு முன் நம்முடைய ஊருக்கு வந்த தாமசின் நற்செய்தியில் காணப்படும் இயேசுவின் ஒப்பற்ற வைர வரிகள்!

யார்யார்க்கும் விண்ணரசை அடைவதுதானே நோக்கம்! இயேசு நம் பக்கத்திலேதானே இருக்கிறார்; அவரை விட்டு விலகினால்தானே விண்ணரசு விலகிப் போகும்! பக்கத்திலேயே இருப்போம் என்று ஒருவன் இந்த வசதியான முடிவுக்கு வந்தால், அவனை இயேசு எச்சரிக்கிறார்! 'எனக்குப் பக்கத்திலிருக்கும் போது நெருப்புக்குப் பக்கத்திலிருக்கிறீர்கள்'.

தங்கம் வெட்டியெடுக்கப்படும்போது, அதில் எல்லா மாசுகளும் கலந்திருக்கின்றன. அது தூய தங்கமாவதற்கு நெருப்பில் பொசுங்க வேண்டும்; நீராய் உருகி ஓட வேண்டும்; பிறகுதான் கெட்டிப்பட்டுத் தூய தங்கமாகப் போற்றப்படும் நிலையை எய்தும்! ஏசு ஓர் ஊதுஉலை நெருப்பு.

பிறந்தபடியே சாவதற்கு இயேசு தேவையில்லை! மாற்றமுறுவதற்கும், மாசுகள் நீங்கப் பெறுவதற்குமே இயேசு தேவை. மாசுகள் நீங்கப் பெறுவது

எளிதில்லை. பாடுகளை ஏற்க வேண்டும். ஏசுவைத் தொட்டுக் கொண்டு திரிவதனால் மட்டுமே விண்ணரசு கிட்டிவிடாது.

முதலில் மாற்றத்தை விரும்ப வேண்டும்; அது பாடுகளின் வழியாக அன்றி வெறும் வழிபாடுகளின் வழியாக வராது என்பதையும் தேர்ந்து தெளிந்துவிட வேண்டும். அந்தக் குறைந்த அளவு அறிவாவது இருந்தால்தான் இயேசுவால் உதவ முடியும்.

‘கேட்கச் செவியுள்ளவர்கள் கேட்கட்டும்’ என்று இயேசு சொல்வார்! எல்லாருக்கும்தான் காது இருக்கின்றது; நுண்மை யான ஒலிகளைக் கேட்கும் ஆற்றல்கூட அக்காதுகளுக்கு இருக்கிறது! இருந்தும் என்ன பயன்? மாற்றத்திற்கான மன விருப்பம் பெறாதவனுடைய காதுகள் கேட்டும் கேளாத்தகை யவையே! கேட்கச் செவியுள்ளவர்களுக்கு இயேசு சொல்கிறார்: ‘உங்களை நான் இளைப்பாற்றுகிறேன்; என் நுகத்தை ஏற்றுக் கொள்ளுங்கள்; என் நுகம் அழுத்தாது; என் சுமை எளிது; நான் கனிவும் மனத்தாழ்ச்சியும் உடையவன்! (மத் 11 : 28)

வாழ்க்கை எளிதானதில்லை; சிக்கலானது; அந்தச் சிக்கலை அவிழ்க்க முயன்று மேலும் மேலும் சிக்கலாக்கிக் கொள்வது தான் மனித இயல்பு! அந்த முயற்சியில் அவர்கள் களைத்தும் போய்விடுகிறார்கள்! அவர்களுக்கு இளைப்பாறுதல் தருவதாக உறுதியளிக்கிறார் இறைமகன் இயேசு! ஆயினும் எந்தப் பாடும் இல்லாமல் உய்வு கிட்ட முடியாதே; பிற நுகத்தடிகளைப் போலன்றி அழுத்தாத நுகத்தடியை நான் உங்களுக்குத் தருகிறேன் என்கிறார்!

வாழ்வின் கடைசிக் கட்டத்தில் தன்னுடைய போதனைகளை யெல்லாம் சுருக்கி ஒரு கட்டளை பிறப்பிக்கிறார்; அதைப் புதிய கட்டளை என்று இயேசுவே சொல்கிறார். இயேசுவின் நுகத்தடி எளிதானது என்பதற்கும் பின்பற்றத் தகுந்தது என்பதற்கும், ஆனால் யாரும் பின்பற்றுவதில்லை என்பதற்கும் அந்தக் கட்டளையே சான்று!

‘ஒருவர் மற்றவரிடம் அன்பு செலுத்துங்கள் என்னும் புதிய கட்டளையை நான் உங்களுக்குக் கொடுக்கின்றேன். நான் உங்க ளிடம் அன்பு செலுத்தியதுபோல நீங்களும் பிறரிடம் அன்பு செலுத் துங்கள்’ (யோவான் 13:34). தான் வாழ்ந்து காட்டி விட்டுப் பிறரைப் பின்பற்றச் சொல்கிறார் இயேசு. இயேசு வெறுப்பையே அறியாதவர்; அன்புதான் அவருடைய வாழ்க்கை; அன்புதான்

அவருடைய வாழ்வின் செய்தி! வெறுத்தடிப்பது எளிது; அதை உரிமையின் பெயராலே செய்வாரும் உண்டு; ஆனால், அன்பு காட்டுவது அரிது; அதைத் தன்முனைப்பின் இழப்பில்தான் நடைமுறைப்படுத்த முடியும்!

ஆனாலும் இவ்வளவு எளிய இயேசுவின் போதனையைப் பின்பற்றி மண்ணிலே ஏன் விண்ணைக் காண முடியவில்லை என்றால் அன்பு செய்வது எளிதானதில்லை! அதற்குத் தன்னை இழக்க வேண்டும்! அதனால்தான் எனக்குப் பக்கத்திலிருக்கும் போது நெருப்புக்குப் பக்கத்திலிருக்கிறீர்கள் என்கிறார் இயேசு.

கணவனுக்கும் மனைவிக்கும் சரியாக வரவில்லை என்றால் திருமணத்தை முறித்துவிடு என்று ஏதோ பட்டத்தின் வாலை அறுத்துவிடு என்று சொல்வதுபோல் மிக எளிதாகச் சொல்வான் மோயீசன் (Moses). அவன் கடவுளிடமிருந்து கட்டளை பெற்றவன்; ஆகவே அவன் பேசியதெல்லாமே வேதம்தான்!

நான் வேதத்தை நிறைவேற்றவே வந்தேன் என்று சொல்லிக் கொண்டே அதை மாற்றிப் புதிய வேதம் படைப்பார் அறிவர்க் கெல்லாம் அறிவரான இயேசு!

மிகவும் மனத்தாழ்ச்சி உடையவரான இயேசு அது போன்ற இடங்களில் மிகுந்த அதிகாரத்தோடு, 'நான் உங்களுக்குச் சொல்கிறேன்' என்று அறுதியிட்டுப் பேசுவார். 'ஒருத்தியின் ஒழுக்கக் கேட்டிற்காக அல்லாமல், வேறு எக்காரணம் கொண்டும் தன் மனைவியை விலக்கிவிட்டு வேறொரு பெண்ணை மணப்பவன் எவனும் விபச்சாரம் செய்தவனாகிறான் என்று நான் உங்களுக்குச் சொல்கிறேன்' *(மத் 19:9)* என்று அதட்டிச் சொல்லுவார் மனித குலத்திற்கு உய்வு காட்ட வந்த இயேசு!

'அவர்கள் இருவரும் ஒரே உடலாய் இருப்பர்; இனி அவர்கள் இருவரல்ல; ஒரே உடல். கடவுள் இணைத்ததை மனிதர் பிரிக்கா திருக்கட்டும்!' *(மாற்கு 10:8)*

மோயீசனையும் பழைய ஏற்பாட்டையும் ஏசு திட்டவட்டமாக மறுதலிக்கும் இடங்கள் பல; அதனால்தான் ஏசுவின் ஞான உரைக்குப் புதிய ஏற்பாடு என்று பெயர்!

அறுத்துக் கொள்வதோ, அறுத்து விடுவதோ கழுத்தைப் புண்ணாக்கும் கடின நுகத்தடி; அது மோயீசனின் நுகத்தடி!

ஒருயிராய் அன்பில் அழுந்தி வாழ்வது அழுத்தாத நுகத்தடி; அது இயேசுவின் நுகத்தடி! 'என்னை நோக்கி ஆண்டவரே, ஆண்டவரே என்று சொல்பவனெல்லாம் விண்ணரசு சேர மாட்டான்; என் தந்தையின் விருப்பப்படி நடப்பவனே சேர்வான்'. (மத் 7 : 21)

'மனிதர் தரும் பெருமை எனக்குத் தேவையில்லை; உங்களை எனக்குத் தெரியும்' (யோவான் 5 : 41) என்று முகத்தலடித்தாற் போல் சொல்லிவிடுகிறார். மனிதர்கள் ஒரு சிறு நன்மை கிடைத்தால் தங்களையே விற்றுக் கொள்ளும் தன்மை உடையவர்கள்! இறைவனின் விருப்பத்தை நிறைவேற்ற வந்த இயேசுவுக்கு, மனிதர்களின் பாராட்டும், பழிப்பும் ஒரு பொருட்டாக இருக்க முடியாது!

'நல்லன செய்தோர் வாழ்வுபெற உயிர்த்தெழுவர்; தீயன செய்தோர் தண்டனைத் தீர்ப்புப் பெற உயிர்த்தெழுவர்' (யோவான் 5 : 29) என்று இயேசு நல்லதற்கும், கெட்டதற்கும் நம்மைப் பொறுப்பாக்குகிறார்!

மாந்தன் இயல்பிலேயே தன்னலமானவன்; தனக்கு நன்மை வருமென்றால் தயங்காமல் பிறர்க்குத் தீமை செய்வான்! தீய மனிதர்களைப் பிரளயத்தாலும் பிறவகையாலும் அழித்து அழித்துக் களைத்துப்போன இறைவன், மனித குலத்திற்கு நல்லதையும் கெட்டதையும் பாகுபடுத்திச் சொல்லி, அவர்களை அறியாமையிலிருந்து விடுவித்து, அவர்களுக்கு விடுதலை தேடிக் கொடுக்கத் தன் மகன் இயேசுவை அனுப்பினான்!

உலகிலேயே அறிவான யூத இனம், ஒரு யூதப் பெண்ணான மேரியின் மகனை, பேரறிவின் திரட்சியை, பெருங்கருணை யாளன் இயேசுவை அறிய மறுத்து அருங்குறி கேட்டது அறியாமை; கடைசியில் சிலுவையில் அறைந்து கொன்றது கொடுமையிலெல்லாம் கொடுமை!

'நான் உங்களுக்குச் சொல்கிறேன்; தீமை செய்பவரை எதிர்க்க வேண்டாம். எவராவது உங்களை ஒரு கல் தொலைவு வரக் கட்டாயப்படுத்தினால், அவரோடு இரு கல் தொலைவு செல்லுங்கள்' (மத் 6 : 39)

இயேசு தான் வாழ்நாளெல்லாம் போதித்ததற்குத் தானே இலக்கணமாய் வாழ்ந்து காட்டுகிறார். பகைவர்கள் விரும்பிய

வண்ணம் தன்னுடைய சிலுவையைத் தானே சுமந்து கொண்டு, அவர்கள் விரும்பியபடி தொலைவான மண்டை ஓட்டு மலைக்கு நடக்கிறார். சிலுவையில் உயிர் நீப்பதற்கு முன், 'தந்தையே! இவர்களை மன்னியுங்கள்: தாங்கள் செய்வது என்னவென்பதை அறியாமல் செய்கிறார்கள்' என்று கசிகிறார்!

எந்தக் குற்றமும் செய்யாமல் சாகடிக்கப்படுகின்ற ஒருவன் சாகடித்தவர்களை மன்னிக்குமாறு இறைவனிடம் மன்றாடு வதை விட, ஒருவன் இறைமகன் என்பதற்கு என்ன அருங்குறி வேண்டும்? இன்றுவரை யூதர்கள் அதை உணரவில்லையே!

ஒரு கொலைக் கருவியான சிலுவை இயேசு என்னும் புனித மகனைத் தாங்கியதால் உலகெங்கும் இரண்டாயிரம் ஆண்டு களாக வணக்கத்திற்குரியதாகி விட்டது! ஒருமுறை கூட்டத்தி லிருந்த பெண் ஒருத்தி இயேசுவைப் பார்த்துக் குரலெடுத்துக் கூவினாளாம்: 'உம்மைத் தாங்கிய வயிறும், நீர் பாலுண்ட முலைகளும் பேறு பெற்றவை'. (லூக்கா 11 : 27)

இயேசுவின் பிறப்பால் உலகம் பேறு பெற்றது. அவர் பிறப்பிற்கு முந்திய காலத்தைக் கிறித்து பிறப்பதற்கு முன் (கி.மு.) என்றும் அவருக்குப் பிந்திய காலத்தைக் கிறித்துவுக்குப் பின் (கி.பி.) என்றும் அடையாளப்படுத்திப் பெருமைப்படுத்தியது உலகம்!

வகுபடாத காலத்தையே இரண்டாக வகுத்த பெருமகன் இயேசு!

தினமணி, 25.12.09

18

அழகிய திருக்குரான் சிந்தனைகள்!

உலகெங்கும் எல்லாச் சமயங்களிலும் திரு விழாக்கள் வகை வகையான உணவை உண்பதன் மூலமும் கூத்து கேளிக்கைகளில் ஈடுபடுவதன் மூலமுமே கொண்டாடப்படுகின்றன! ஆனால், ஒரே ஒரு சமயத்தில் மட்டும் பட்டினி கிடப்பதன் மூலம் கொண்டாடப்படுகிறது. அந்தச் சமயம் ஒவ்வொரு இசுலாமியனுக்கும் ஐந்து கடமைகளை விதித் திருக்கிறது. அவற்றில் ஒன்று ரமலான் நோன்பு!

நோன்பைக் கடமையாக்கியது இசுலாம் மட்டுமே! ரம்லான் மாதத்தில் விழித்திருக்கும் வேளையெல்லாம் நோன்பு வேளையே! நோன்பு வேளையில் உண்ணக் கூடாது; நீர்கூடக் குடிக்கக்கூடாது; அருகிருக்கும் காதல் மனையாளைத் தழுவக்கூடாது. இடையறவு படாத இறைச் சிந்தனை என்பது மட்டுமே நோன்பின் நோக்கம்! இல்லாதவர்களுக்கு வழங்கும் மாதமாகவும் ரமலான் மாதம் விளங்குகிறது.

நோன்பின் தலை நோக்கம் 'பட்டினி கிட; பசித் துயரை உணர்; உணர்ந்த பிறகாவது பசித் துயரிலிருந்து வறியவர்களை விடுவி' என்பதே! பசித்திருந்தலை ஒரு மதக் கடமையாக்கிய நபிகள் நாயகத்தின் நோக்கம் பசி தீர்த்தலை அடித்தளமாகக் கொண்டது. 'அற்றார் அழிபசி தீர்த்தலை விட' அழகிய சிந்தனை வேறென்ன இருக்க முடியும்?

'The Merciful and Compassionate' என்றுதான் நபிகள் பெருமானார் இறைவனை விளிக்கிறார். இரங்குகின்றவனும், அருளாளனு மான இறைவன் அதேபோல் இரக்கப்படுகின்றவர்களுக்கு மட்டுமே உரியவனாக இருப்பான் என்பதுதானே குரானின் குறிப்பாக இருக்கும்! நபிகள் பெருமானார் ஐந்து கடமைகளை இசுலாத்தின் அடிப்படைக் கடமைகளாக்கினார்.

முதலாவது நம்பிக்கை (Faith); இறைவன் ஏகமானவன்; அவன் மிகப் பெரியவன் என்பதையும் முகம்மது இறைத் தூதர் என்பதையும் உடன்பட்டு நம்பிக்கை வைத்தல்!

இரண்டாவது தொழுகை (Prayer)! அவ்வாறு தொழுவது மற்ற மதங்களிலெல்லாம் தனி மனித விருப்பம் சார்ந்தது! ஆனால், இசுலாம் வரையறுக்கப்பட்ட நேரங்களில் தொழ வருமாறு அழைக்கின்றது. தொழுவது எப்படி முக்கியமோ, அப்படித் தொழுகின்ற நேரமும் முக்கியம்; தொழுகைக்கான விளிகுரல் நோக்கமே எல்லா நம்பிக்கையாளர்களையும் ஒரே நேரத்தில் ஒருங்கு திரட்டித் தொழச் செய்வதுதான்!

ஒவ்வொருவரும் தொழுவது தனக்காகத்தான் என்றாலும், அவர்களை ஒன்றுகூடச் செய்வதன் நோக்கம் ஒரு சமூக உருவாக்கமே! அதை 'உம்மா' என்று இசுலாம் சொல்கிறது.

ஐந்தாவது கடமையான Haj யாத்திரை தென்னாப்பிரிக்கனையும், ஈரானியனையும், ஆப்கானியனையும், வங்க தேசத்தவனையும், தென்னாட்டுத் தமிழனையும் மெக்காவில் நாடு, மொழி, இன வரையறைகளைத் தாண்டி ஒரே நம்பிக்கையாளனாக அருகருகே மண்டியிட்டுத் தொழ வைக்கும்போது, அந்த 'உம்மா'வை நபிகள் நாயகம் கட்டமைத்த நோக்கம் முழுமையுற்று விடுகிறது!

ஒரே கடவுளான அல்லா, ஒரே நூலான குரான், ஒரே சட்டமான சரியத் சட்டம் என்று இவற்றால் ஒரே உலகச் சமூகமாக (உம்மா) இசுலாத்தைக் கட்டமைப்புச் செய்திருக்கிறார்கள். பெருமா னாரின் பிறப்பு, ஒருவரோடொருவர் ஒத்துப் போகாத இனக்குழுக் களின் ரத்தக் களரிக்கிடையே நிகழ்ந்தது! பல நூறு ஆண்டு களைக் கடந்தும் இசுலாமியச் சமூக அமைப்பு கட்டிறுக்கும் குலையாததாக இருக்கும் வகையில் நபிகள் முன் சிந்தனையோடு அமைத்த அடித்தளம் விந்தைகளிலெல்லாம் விந்தை! எல்லாப் போதகர்களும் ஒரு கட்டத்தில் கடவுளாக்கப்பட்டு விடுவார்கள்.

கடவுளே இல்லை என்று சொன்ன புத்தனையே அப்பெருமானின் கருத்துக்கு மாறாகக் கடவுளாக்கி விட்டார்கள். ஆனால், இறைவனே மிகப் பெரியவன் என்று சொன்ன நபிகள் தன்னைச் சாதாரண மனிதனாகவே கொள்ள வேண்டும் என்பதில் மிகவும் உறுதியாக இருந்தார். இறைவனின் வாக்கு, தன் வாயிலாக இறங்கியதற்கு ஒரு கருவி என்பதற்கு மேலாகத் தான் எதுவும் இல்லை என்பதையும் அவர் போதனையாக்கி விட்டுப் போயிருந்ததால், *1300* ஆண்டுகளுக்குப் பின்னரும் அவருடைய சமாதி பார்வைக்குரிய இடமாக இன்றும் இருக்கிறதே தவிர, வழிபாட்டுக்குரியதாக இல்லை!

பிறப்புக்கும் இறப்புக்கும் நோய்க்கும் முதுமைக்கும் ஆட்படும் ஒரு மனிதன் தன்னைக் கடவுள் நிலைக்குத் தூக்கிக் கொள்ளக் கூடாது என்பதில் நபிகள் காட்டிய உறுதிப்பாடு அழகியவற்றுளெல்லாம் அழகியது!

நபிகள் பெருமானார் இசுலாத்திற்கு விதித்த மூன்றாவது கடமை Zakath, தானம் வழங்கல்! அதை வழங்குவதற்குரிய காலம் இந்த ரமலான் மாதம்தான். தன்னுடைய வருவாயில் குறைந்தது நாற்பதில் ஒரு பங்கை அல்லது *2.5* விழுக்காட்டைத் தானமாக இல்லாதவர்களுக்கு வழங்க வேண்டும் என்பதைக் குரான் கடமையாக்குகிறது! எல்லாருக்கும் இயலக்கூடிய குறைவான பங்கு இது! வரி எவ்வாறு தவிர்க்க இயலாததோ, அதே போல் இதுவும் தவிர்க்க இயலாதது.

ஒருவன் நபிகள் பெருமானாரிடம் சொல்கிறான்: ‘நான் இசுலாத்தில் நம்பிக்கை உள்ளவன்; ஒரே கடவுளான அல்லாவையும், இறைத்தூதரான முகம்மதுவையும் ஏற்றிருப்பவன்; மேலும் ஐந்து நேரம் தொழுபவன்!’

பெருமானார் கேட்கிறார்: ‘Zakat கொடுக்கிறாயா?’

அவன் சொல்கிறான்: ‘அதனாலென்ன? நான் எந்தத் தப்பும் செய்ததில்லையே!’

பெருமானார் சொல்கிறார்: ‘எந்தப் பயனுமில்லை!’

இறைவனின் இயல்புகளைச் சொல்லி அவனுக்குப் புகழ் மாலைகளைச் சூட்டி அவனை நமக்கு அறிமுகப்படுத்துவதில் திருக்குரான் நிகரில்லாச் சிறப்புடையது! இறைவனின் ஒரு

தன்மை, 'Master of the Day of Recompense' என்பது ! அவன் தீர்ப்பு நாளுக்கு அதிபதி! தீர்ப்பு நாள் என்பது உயிர்கள் உடல்களை நீத்து விட்ட பிறகு, ஒரு நாளில் இறைவனால் எழுப்பப்பட்டு அவற்றின் வரவு செலவுகள் விசாரிக்கப்படும் நாள்! நல்லதுக்கு நல்லதையும், கெட்டதுக்கும் கெட்டதையும் வெகுமதியாகவும், தண்டனையாகவும் வழங்கும் நாள் அது!

இந்தியச் சமயங்கள் செய்த வினைகளுக்கேற்றவாறு மறுபிறப்பு என்று வலியுறுத்துவதுபோல், மேற்காசியச் சமயங்களான கிறித்துவம், இசுலாம், யூதம் ஆகியவை தீர்ப்பு நாளை வலியுறுத்துகின்றன! தீர்ப்பு நாளில் ஒருவன் செய்த நல்ல, தீய செயல்களுக்கு ஏற்றவாறு வெகுமதியோ, தண்டனையோ இருக்கும் என்பது புரிந்துகொள்ளத் தக்கதுதான்!

ஆனால் இதற்கும் ஒரு படி மேலே செல்கிறது குரான்! செய்யும் வசதி இருந்தும் செய்யத் தவறிய செயல்களுக்கும் தண்டனை உண்டு என்னும் குரானின் எச்சரிக்கை தனித்தன்மை வாய்ந்தது என்பது மட்டுமில்லை; அழகியவற்றுளெல்லாம் அழகியது!

'உங்களுக்குத் தீர்ப்பு வழக்கப்படப்போவது நீங்கள் வைத்திருக்கும் சொத்துக்களின் அடிப்படையில் அல்ல! இவ்வளவு சொத்து வைத்திருந்தும், உங்கள் பக்கத்தில் அனாதைகள் இருப்பதை அறிந்திருந்தும், ஏன் அவர்களுக்கு உதவவில்லை என்னும் கேள்விக்குத் தீர்ப்பு நாளில் பதில் சொல்ல நேரிடும்' என்கிறார் நபிகள் நாயகம்!

செய்த தீவினைக்குத் தண்டனை உண்டு என்று அறிந்திருக்கிறோம்! செய்யத் தவறிய கடமைக்கும் தண்டனை உண்டு என்பது சிந்தனைப் புதுமை! ஒரு வறியவனிடம், வயிற்றுக்கு இல்லாதவனிடம் ஒரு செல்வன் பாராமுகமாக நடந்து கொள்வதைத் தீர்ப்பு நாளைச் சுட்டிக் காட்டித் திருக்குரான் அச்சுறுத்துவது அழகியவற்றுளெல்லாம் அழகியது!

இசுலாம் என்பது 'இறைவனிடம் முழு ஒப்படைப்பு' என்கிறார்கள்; இசுலாம் என்பதே 'ஏழைகளின் பசியாற்றல்தானோ'என்று எண்ணத் தோன்றுகிறது!

இன்னொரு புரட்சிச் சிந்தனையும் குரானில் உண்டு! 'இந்தப் பூமி அல்லாவுடையது! ஒருவன் அது தன்னுடையதுதான் என்று உரிமை பாராட்டிக்கொண்டு தரிசு போடுவானேயானால், அவன்

அந்த நிலத்தின் உரிமையை இழந்து விடுவான்! எவன் அந்த நிலத்தை உழுது உயிர்ப்பிக்கின்றானோ, அவனே அந்த நிலத்திற்குச் சொந்தக்காரனாவான்!'

தரிசு நிலம் செத்த நிலம்! எவன் கிணறு தோண்டி, நீர் பாய்ச்சி, உழுது, உரம்போடுகிறானோ, அவனே செத்த நிலத்தை உயிர்ப் பித்தவனாவான்! அவனுக்கே அந்த நிலம் சொந்தம்! நிலத்தைத் தரிசு போடுவது பாவம்.

'Absentee landlord' என்று இன்றைய காலகட்டங்களில் பேசப் படும் ஒரு கருதுகோளுக்கும் சேர்த்து அன்றையத் திருக்குரான் தீர்வு கூறுகிறது. உழுபவனுக்கே நிலம் உரிமை உடையது என்பதே புதிய காலச் சமதருமம்! அதைத்தானே திருக்குரான் கூறுகிறது!

பூமி அல்லாவுக்குச் சொந்தம் என்னும் கருத்துக்கும் நிலம் அரசுக்கே சொந்தம் என்னும் சமதருமக் கருத்துக்கும் பெரிய அளவில் வேறுபாடில்லை. இரண்டிலும் நிலப்பிரபுக்கள் இல்லை!

விளைநிலத்தை வேறு காரியங்களுக்குப் பயன்படுத்தக் கூடாது என்று இன்றையச் சட்டம் சொல்கிறது. அதனால் அவர்கள் விளைநிலத்தை ஐந்து ஆண்டுகளுக்குச் 'செத்த நிலமாக்கு கிறார்கள்.' பிறகு தரிசு நிலங்களுக்குள் Real Estate நிறுவனங்கள் நுழைந்து விடுகின்றன!

இப்போது சென்னை விண்ணூர்தி நிலையத்தை உலகத் தரத்திற்கு உயர்த்துவதற்கு இருபது கிராமங்களில் உள்ள ஆயிரக்கணக்கான ஏக்கர் விளைநிலங்கள் உயிர்ப்புடைய நிலங்களாகவே அரசால் கையகப்படுத்தப்படுகின்றன! அந்த நிலங்களுக்குப் பாலூட்டிய தாயனைய ஏரிகள் இனி விமானங்களுக்கு இறங்கு தளங்களாகப் போகின்றன! தீர்ப்பு நாள் அரசுக்கு உண்டா என்னும் கேள்விக்கு அரசை நடத்துபவர்களுக்கு உண்டு என்று விடை கிடைக்கக் கூடும்!

ஒருவனுக்கு நல்ல மனைவி வாய்ப்பதுதான் மிகச் சிறந்த பேறு என்று நபிகள் பெருமானார் உடன்பாட்டாலும், அது பேறுகளின் வரிசையில் இரண்டாம் இடத்ததுதான் என்றும், முதற்பேறு இறையச்சம் உடையவனாக இருத்தலே என்றும் கூறுகிறார்!

நீதிபதிகள் நீதி பிறழ்வார்கள்; சர்க்கார் வக்கீல்கள் சட்டத்தை ஊற்றி மூடிக் குற்றவாளிகளைத் தப்பிக்க வைப்பார்கள்; ஒரு குற்றத்தை நேரே கண்ட சாட்சியாளர்கள் பிறழ் சாட்சிகளாக மாறி அநீதிக்குத் துணை போவார்கள்; சட்டம் செய்கின்ற ஆட்சியாளர்களே சட்டத்தை முறிப்பார்கள்!

இவர்களுடைய நடத்தைப் பிறழ்ச்சிகளுக்கு இறைவனைப் பற்றிய அச்சமின்மையே காரணம்!

இறைவன் எல்லாமாக இருக்கிறான்; எங்கும் இருக்கிறான்; எல்லாவற்றையும் சாட்சியங்களின் உதவியின்றி நேரடியாக அறிந்தவனாக இருக்கிறான்; அவன் விருப்பு வெறுப்பு அற்றவன்; வேண்டியவரும் இல்லை; வேண்டாதவரும் இல்லை. நம்முடைய செய்கைகளுக்கு ஏற்ப நீதி வழங்குபவன் அவன் என்னும் உண்மையை ஒருவன் அறிவானேயானால், அவனுக்கு இறைவனிடம் அச்சம் ஏற்படும். பிறர்க்குத் தீங்கு விளைவிக்கும் நடத்தைப் பிறழ்ச்சி அவனிடம் ஏற்படாது!

ஆகவே நல்ல மனைவியை அடையாதது ஓர் பேரிழப்பே எனினும் அதைவிட இறையச்சம் இல்லாதவனாக இருப்பது அறக்கேடுகளுக்கு வழி வகுத்து மாறா நரகில் உய்த்து விடும் என்பதால், இறையச்சம் உடையதாக மனம் அமைந்து விடுவது முதற் பெரும்பேறு என்கிறார் நபிகள் நாயகம்! இது அழகியவற்றுளெல்லாம் அழகிய சிந்தனை இல்லையா?

துக்ளக், 01.09.10

சமூகம்

19

காலம் தலைகீழாய்த் தொங்குது கண்ணம்மா!

தொலைபேசி ஒலிக்கிறது; வெளியே நிற்பவன் வீட்டுக்குள் ஓடி வருகிறான், அதை எடுப்பதற்கு! இது ஒரு காலம்! இப்போது ஒலிக்கிறது; கையளவு தொலைபேசியோடு வீட்டுக்கு வெளியே பாய் கிறான்; இல்லாவிட்டால் சமிக்ஞை கிடைப் பதில்லை! முன்பெல்லாம் தொலைபேசியை எடுத்த உடன், 'எப்படி இருக்கிறாய்?' என்று கேட்பார்கள். இப்போதெல்லாம் 'எங்கே இருக்கிறாய்?' என்று கேட்கிறார்கள்!

முன்பெல்லாம் மாவாட்டும்போது குழவி ஆடும்; ஆட்டுக்கல் நிலையாக நிற்கும். இப்போது குழவி நிற்கிறது; ஆட்டுக்கல் ஆடுகிறது!

பழைய நாட்களில் சாமியார்கள் குளத்தங்கரைகளில் அரச மரத்தடியில் இருப்பார்கள். குளத்தில் குளித்து முழுகி உடல் முழுவதும் திருநீறு பூசிக் கொண்டு, ஒரு அன்னக்காவடியைத் தோளில் வைத்துக் கொண்டு, சித்தர் பாடல்களையும் தேவாரத்தையும் பாடிக் கொண்டு வீடுகளுக்கு முன்னால் வந்து நிற்பார்கள். வீட்டுப் பெண்கள் அவர்களுக்கு அரிசி போடுவார்கள். பொங்கித் தின்றுவிட்டு கோயில் களில் சாம்பிராணி போடுவது, மணி அடிப்பது போன்ற இறைப் பணிகளைச் செய்து கொண்டிருப் பார்கள். உடைமை எதுவும் இல்லாதவர்கள்

என்பதால் அவர்களுக்கு ஆண்டிப் பண்டாரம் என்று பெயர்! அவர்களுக்கு மதிப்புண்டு!

இன்று அதே சாமியார்கள் காலத்திற்கேற்றவாறு ஆங்கிலம் பேசுகிறார்கள்; அமெரிக்காவுக்குப் போகிறார்கள்; நூற்றுக் கணக்கான ஏக்கரில் ஆசிரமம் அமைத்துக் கொண்டு வாழ்கிறார்கள். 'ஈசனோடு ஆயினும் ஆசை அறுமின்' என்பதற்கு மாறாக, 'அத்தனைக்கும் ஆசைப்படு' என்று வேறு போதிக்கிறார்கள்! விபூதிப் பைகளில் டாலர்களை வைத்திருக்கும் இவர்களுக்குச் செய்யும் சேவையையே, கோடம்பாக்கத்தில் சந்தையை இழந்துவிட்ட கோல மயில்கள் பகவத் சேவையாக நினைக்கிறார்கள். சாமி சமாதி நிலை அடையத் துணை புரிந்தால், போகிற கதிக்குப் புண்ணியமாவது கிடைக்காதா என்ற எண்ணம்தானாம்!

அன்றைக்குச் சாமியார்களிடம் இருப்பு இல்லை; ஆகவே, வழக்குகளும் இல்லை. இன்று சாமியார்களின்மீது இந்தியக் குற்றவியல் சட்டத்தின் அத்தனை பிரிவுகளின் படியும் வழக்குகள் உண்டு. அதனாலென்ன? அரசுகளுக்கு விலையும் உண்டு; கொடுப்பதற்கு இவர்களிடம் இருப்பும் உண்டு!

காந்தி ஆசிரமத்தில் வாழ்ந்தார்; ஆசிரமம் காந்திக்குச் சொந்தமில்லை. தென்னாப்பிரிக்காவில் தனிச் சொத்துடைமை கொள்வதில்லை என்று காந்தி உறுதி பூண்டார்; இந்திய அரசியலே ஆன்மீகம் ஆனது! இன்று அரசியல்வாதி யோக்கியனில்லை; அதிகாரி யோக்கியனில்லை; சாமியார் மட்டும் எப்படி யோக்கியனாக இருப்பான்? பிரேமானந்தாக்களும், நித்தியானந்தாக்களும் நவீன காலச் சீரழிவுக் கலாச்சாரத்தின் தத்துப் பிள்ளைகள்!

வழிநடத்த வேண்டியவனெல்லாம் அயோக்கியனாக இருக்கும் உலகத்தில், மதிப்பீடுகளெல்லாம் போலியாகத்தானே இருக்கும்!

காலையில் நடப்பதன் மூலமோ ஓடுவதன் மூலமோ வியர்வையை இயற்கையாக வெளியேற்றி உடல் நலம் பேணலாம்! இவன் தலையை மட்டும் வெளியே வைத்துக் கொண்டு, உடலை ஒரு பீப்பாய்க்குள் வைத்துச் சுற்றிலும் நீராவியைப் பாய்ச்சி வியர்வையைக்கூடப் பிதுக்கி எடுக்கிறானே!

தோட்டத்தில் வளர்க்க வேண்டிய மரத்தைத் தொட்டியில் வளர்க்கிறான். அது மீறி வளர்ந்து தொட்டியை உடைத்து விடாத

படி அதை அப்போதைக்கப்போது வெட்டி விடுகிறான்! தன்னுடைய பிடியை மீறி விடாதபடி அரசை முதலாளித்துவம் கட்டுக்குள் வைத்துக் கொள்வதுபோல, மரத்தைச் செடியாக்கித் தொட்டிக்குள் வைத்துக் கொள்கிறான். அதற்குக் ‘குள்ளமரம்’ என்னும் நாமகரணம் வேறு!

பிறப்பு என்பது துயரம்; அது ஒரு வகையில் செய்ததையே செய்வதுதானே! உண்டதையே உண்கிறோம்; உடுத்ததையே உடுக்கிறோம்; உரைத்ததையே அடுத்தடுத்து உரைக்கிறோம்; கண்டதையே காண்கிறோம்; கேட்டதையே கேட்கிறோம்; சலிக்கவில்லையா என்று கேட்பார் பட்டினத்தார்! ‘பிறப்பதற்கே தொழிலாகி இறக்கின்றாரே’ என்பார் அப்பர்!

வான்புகழ் வள்ளுவனிலிருந்து கடைசி அறநூலான ஆத்திசூடி வரை அனைத்துமே பிறவாப் பெருநெறிக்கு வழிசொல்ல எழுந்த நூல்களாதலால், துயரத்திற்கு வித்திடும் பிறப்பைக் கொண்டாடும் பழக்கம் தமிழனுக்கு இல்லை! ஆங்கில வழிக் கல்வி நமக்குக் கற்பித்த ஒரு புதுவகைக் கொண்டாட்டம் இது!

புத்தன், வள்ளுவன், ஏசு, நபிகள் நாயகம், காந்தி ஆகியோரின் பிறப்பால் உலகம் மாற்றமுற்றது. ஆகவே இவர்களின் பிறப்பை இவர்களையல்லாத மக்கள் கொண்டாடுகிறார்கள்! நம்முடைய பிறப்பால் நிகழ்ந்த மாற்றம் என்ன? நாமே கொண்டாடிக் கொள்வது அசிங்கமாக இல்லையா?

ஐரோப்பியக் கலாச்சாரம் இன்னொரு கொண்டாட்டத்தையும் நமக்குக் கற்பித்திருக்கிறது. அது திருமண நாள் கொண்டாட்டம்! வெள்ளைக்காரர்கள் மூன்றாம் திருமண நாள் என்று கொண்டாடுவதற்குக் காரணம், அடுத்த திருமண நாளை அந்த வெள்ளைக்காரி எவனோடு கொண்டாடுவாளோ? மூன்றாண்டு நீடித்ததே அதிசயம் என்பதால் வெள்ளைக்காரர்கள் கொண்டாட வேண்டியதுதான்! மூச்சு விடுகிற நினைவே இல்லாமல் நாம் மூச்சு விட்டுக் கொண்டிருப்பதுபோல், இன்பத்திலும் துன்பத்திலும் இணைந்தும் பிணைந்தும் வாழும் நினைவே இல்லாமல் இயல்பாக வாழ்கின்றவர்களுக்குத் திருமணநாள் என்னும் பெயரில் கொண்டாடுவதற்கு என்ன இருக்கிறது?

காலில் வலி இருந்தால்தானே கால் நினைவுக்கு வரும்; தலை வலிக்கும்போதுதானே தலை இருப்பதே நினைவு வரும்!

காலையும் தலையையும் தொட்டுப் பார்த்து ஒருமுறை அவற்றை நினைத்துக் கொள்வோமே என்பது வேலையற்ற வேலைதானே!

பிறந்தநாள் விழா, திருமண நாள் விழா என்று கொண்டாட்டங்களைக் கூட இரவல் வாங்கத் தொடங்கி விட்டார்களே தமிழர்கள்? இவை மட்டும்தானா? அழகிப் போட்டி வேறு நடத்துகிறார்கள். இந்திய அழகி, தமிழ்நாட்டு அழகி, சென்னை அழகி, வேலூர் அழகி, வந்த வாசி அழகி என்று ஊர் ஊருக்கு அழகிகள் தேர்வுகள் நடக்கின்றன.

ஒரு கடைக்காரனிடம் போய் ஒரு குறிப்பிட்ட வார இதழின் பெயரைச் சொல்லி, 'இருக்கிறதா?' என்று கேட்டால், 'அது எதுக்கு சார்? அது பழசு; நாளைக்குப் புதுசு வந்துவிடும்; காலையில் வாருங்கள்; தருகிறேன்' என்கிறான். போனவார இதழ் இந்த வாரம் வெறும் எடை மதிப்பை அடைந்து விடுவதைப்போல, சென்ற ஆண்டு அழகி இந்த ஆண்டு தள்ளுபடி நிலைக்குப் போய்விடுகிறாள்! இது என்ன அழகு?

தமிழர்கள் அழகைப் போற்றத் தெரியாதவர்களில்லை. 'நலம் புனைந்து உரைத்தல்' என்று பெண்ணின் அழகைப் போற்றத் தனித் துறையையே வகுத்துக் கொணடவர்கள் அவர்கள்!

ஒரு பெண் ஊருணியில் தண்ணீர் குடிப்பதற்காகக் குனிந்து, இரு கைகளாலும் மொண்டு நீரைக் குடிப்பதற்காக முகத்தருகே கொண்டு போனாள். அந்த நீரில் மீன்கள் துள்ளுவதைப் பார்த்து, 'ஐயையோ' என்று கூவிக்கொண்டே கைகளை உதறினாள். கரையில் மீன்களைக் காணாமல் திகைத்து நின்றாள் என்று ஒரு பெண்ணின் கண்களை மீன்களாகப் போற்றுகிறது விவேக சிந்தாமணி.

ஓர் அழகி, ஓர் இளம்பெண் என்று பொதுமைப் படுத்தி நலம் பாராட்டுவதுதான் தமிழர்களின் இயல்பே அன்றி, ஒரு குறிப்பிட்ட பெண்ணை, அவளை 'இன்னாள்' என்று பெயர் சுட்டி, அவளுடைய வடிவத்தை, அதன் வளைவு நெளிவுகளை, ஏற்ற இறக்கங்களை பாராட்டுவது தமிழர்களின் பண்பு இல்லை!

'உன்னுடைய அகன்ற மார்பைப் பல பெண்களின் கண்கள் உண்கின்றன; நீ பரத்தன்; பொதுப் பொருளான உன் மார்பை நான் புல்லேன்' என்று சண்டைக்குப் போகும் தலைவியை நமக்குக் காட்டுகிறான் பேரறிவாளன் வள்ளுவன்! (1311) அது ஒரு பெண் ஊடலுக்குப் படைத்துக் கொண்ட கற்பனைதான் என்றாலும் தனக்கு மட்டுமே உரித்தானவனாக இருக்கவேண்டும் என்பதுதான் தமிழர்களின் காதல் வாழ்வின் அடிப்படை!

பல பெண்களை மேடையிலே நிறுத்தி, ஒவ்வொருத்தியையும் உறுப்பு வாரியாகப் பலரும் ஆராய்ந்து மதிப்பெண் போட்டு, 'இவள்தான் சென்னை அழகி' என்று அறிவிக்கப்படுவதைத் தமிழ்நாட்டால் எப்படி ஏற்றுக் கொள்ள முடிகிறது?

'Your wife is beautiful' என்றால் வெள்ளைக்காரன், 'Thank you' என்பான்! தமிழன் செருப்பால் அடிப்பான்! அந்த நிலைகளெல்லாம் தகர்ந்து வருகின்றனவே! தமிழனுக்கு வந்திருக்கும் நோய்தான் என்ன? ஒரு மோட்டார் சைக்கிளில் ஒரு பெண்ணை நடுவே வைத்து முன்னும் பின்னும் இரண்டு இளைஞர்கள் அமர்ந்து செல்லுகின்றனர். கேட்டால் நட்பு என்கின்றனர். இரண்டு பேருக்குமே நட்பு; அதனால்தான் நடுவில் அமர்கின்றாள் போலும்! கண்ணகி தன் உயிருக்கு உயிரான கணவனை நண்பன் என்கிறாள். 'நறைமலி வியன்மார்பின் நண்பனை இழந்தேங்கி' (சிலம்பு துன்பமாலை 38). நட்பு காதலையும் குறிக்கின்றது.

'உடன் பிறந்தாள் உடனாயினும் ஒரு வீட்டில் தனித்திருக்க நேரிடின் அதைத் தவிர்த்து விடுக' என்று அறிவுரை கூறும் ஆசாரக்கோவை! அதற்கு 'ஐம்புலனும் தாங்கற்கு அரிதாகலான்' (65) என்று காரணம் காட்டுகிறது!

அதியமானும் ஔவையும் பால் வேறுபாடுகளைக் கடந்து நண்பர்களாய் விளங்கி இருக்கிறார்கள். அறிவு முதிர்ச்சி, வயது இரண்டும் அந்த நட்பு திரிபுறாமைக்கான காரணங்கள்! இவள்தான் காற்சட்டையும், 'Look me' என்று மார்பில் அச்சடிக்கப்பட்ட பனியனும்தான் பெண் விடுதலையின் அடையாளங்கள் என்றல்லவா நினைக்கிறாள்! இதிலே 'பறக்கும் முத்தங்கள்' வேறு! உதடு பொருந்தாதவை எப்படி இனியவையாய் அமையும்? எல்லாமே ஒரு பாவனைதானே! பாசாங்குதானே! போலிதானே!

ஆளுகின்றவன் போலி; அதிகாரி போலி; சாமியார்கள் போலி; பழக்கவழக்கங்கள் போலி; பண்பாடு போலி; அனைத்துமே போலி! இரண்டாயிரம் ஆண்டுகளாகக் கருதிக் கருதி உருவாக்கப்பட்டுப் போற்றிக் காக்கப்பட்ட அடிப்படைகள் தகரும்போது, எல்லா மட்டங்களிலும் அந்தத் தகர்வு பிரதிபலிப்பது இயற்கைதானே!

காலம் தலைகீழாய்த் தொங்குது கண்ணம்மா!

தினமணி 17.03.10

20

இவர்கள் சாதியை ஒழிக்கிறார்களாம்!

I

துணை முதல்வர் இசுடாலின் தமிழ்நாட்டில் ஒவ்வொருவரும் சாதிவாரியான எண்ணங்களை விட்டு விட்டு, தன்னைத் தமிழன் என்றுதான் சொல்லிக் கொள்ள வேண்டும் என்று போகின்ற இடமெல்லாம் இப்போது புதிதாய்ப் பேசத் தொடங்கியிருக்கிறார்! நாட்டிலுள்ள எவனிடமும் ஒரு சிறு அசைவைக்கூட இத்தகைய பேச்சுகள் ஏற்படுத்துவதில்லை என்பது அவருக்குப் புரியாமலில்லை. ஆயினும் தன்னை உயர்த்திக் காட்டிக்கொள்ள இந்தப் பேச்சுகள் உதவும் என்பது அவர் எண்ணமாக இருக்கக் கூடும்!

டில்லிக்குப் போனால் தலைநகர்வாசி நம்முடைய சாதி குறித்துக் கவலை கொள்வதில்லை. நாம் ஒவ்வொருவருமே அவனுக்கு 'மதராசி'தான்! ஆந்திராக்காரனுக்கு நாம் ஒவ்வொருவருமே 'அரவாக் கொடுக்கு'தான்! கேரளாக்காரனுக்கு நாம் ஒவ்வொருவருமே 'பாண்டிக்காரன்'தான்! நம்மைப் பொதுமைப் படுத்தி வேற்று மாநிலத்தார் பார்ப்பதால், சாதிகள் அறுந்துவிட்டதாகப் பொருளா? அமெரிக்கனுக்கோ நாம் இந்தியன்தான்; அதனால் மாநில உணர்வுகள் ஒழிந்து விட்டதாகப் பொருளா?

ஆனால் மு.க. இசுடாலின் சொல்லிவிட்டாரே என்று வேட்பாளர் தேர்வின்போது, என்ன சாதி

என்று தி.மு.க. தலைவர் மு.கருணாநிதி கேட்க, நான் தமிழன் என்று இவனும் சொல்லித் தொலைத்து விட்டால், இவன் கதி அதோகதிதான்!

கருணாநிதி ஒரு தாழ்த்தப்பட்டவனை உசிலம்பட்டியில் நிறுத்த மாட்டார்; ஒரு நாடாரைத் தருமபுரியில் நிறுத்த மாட்டார்; ஒரு தேவரைச் சேலத்தில் நிறுத்த மாட்டார்; ஒரு இசுலாமியரை ஈரோட்டில் நிறுத்த மாட்டார். இவர்களெல்லாம் பச்சைத் தமிழர்கள்தாமே! தேன் வந்து பாயும் செந்தமிழ் நாட்டில் எந்தத் தொகுதியிலும் நிற்கத் தகுதி வாய்ந்தவர்கள்தாமே! தமிழனாக நினையுங்கள் என்று இசுடாலின் சொல்ல வேண்டியது கட்சிக் காரனுக்கு அல்ல; கருணாநிதிக்கு! அவர் ஒருவரைத் திருத் தினால், கட்சி முழுவதும் திருந்திவிடுமே! கட்சி திருந்தினால் நாட்டிலும் அதன் தாக்கம் படருமே!

சாதிவாரியான தொகுதிகளில் சாதிவாரியான சட்டமன்ற உறுப்பி னர்கள் என்பதன் அடுத்த வளர்ச்சி நிலை சாதிவாரியான மந்திரிசபை என்பதுதானே! உங்கள் தகப்பனாரின் மந்திரிசபை சாதிகளின் மந்திரிசபைதானே! ஒவ்வொரு சாதியின் எண்ணிக்கை வலிமைக்கு ஏற்பத்தானே மந்திரிகளின் எண்ணிக்கையும் அமைகிறது. இதற்கு இசைவேளாளர் சாதி மட்டும்தானே விலக்கு!

ஒரு சட்டமன்றத் தேர்தலில் உங்கள் தகப்பனார் கருணாநிதி சாதிக் கட்சிகளோடு கூட்டுச் சேரும் நிலை வந்தபோது, சாதிகள் ஒரு தவிர்க்க இயலா நடப்பு உண்மை என்று அடித்தாரே ஒரு பல்டி! அதைக் கேட்டுச் சாதிக் கட்சிக்காரர்களே திக்குமுக்காடிப் போய்விட்டார்களே! அந்தத் தேர்தலில் தி.மு.க. வேட்பாளர் பட்டியலை வெளியிட்டபோது, அதைச் சாதிவாரியாக வெளி யிட்டுச் சரித்திரம் படைத்தவராயிற்றே உங்கள் தந்தை! அதில் இசைவேளாளர் இருவர் என்று தன்னையும், உங்களையும் குறிப்பிட்டுக் கொள்ள அவர் கொஞ்சமாவது கூச்சப்பட்ட துண்டா? இவ்வளவையும் கூச்சநாச்சமில்லாமல் செய்து கொண்டே சமத்துவபுரம் கட்டுகிறேன் என்று சொல்ல எவ் வளவு தடித்த நாக்கு வேண்டும்?

'நீயும் உன் குடும்பமும் வாரிக் குவித்தால் போதுமா? நாங்க ளெல்லாம் சாவதா?' என்று அடிமட்டத்தில் ஏற்படும் புகைச் சலை அடக்கப் பல்வேறு சாதிகளைச் சேர்ந்த கட்சிக்காரர்கள் நூறு பேருக்கு ஒவ்வொரு மாவட்டத்திலும் ஒரு சிறு வீடாவது

கட்டிக் கொடுத்தால்தான் ஒரு நம்பிக்கை ஏற்பட்டுப் புகைச்சல் அடங்கும் என்னும் அச்சத்தில் தீட்டப்பட்டதுதானே சமத்துவ புரத் திட்டம்! இதற்கு அரசு நிலத்தையும், அரசுப் பணத்தையும் வாரி விடுவதோடல்லாமல் இதை ஒரு கொள்கையின் பெயரால் அரங்கேற்றுவதுதான் கொடுமைகளிலெல்லாம் கொடுமை! சமத்துவபுரம் உண்மைபோல் தோன்றப் பார்ப்பனரை மட்டும் தான் கட்சிக்கு வெளியே இருந்து பிடித்து வர வேண்டும். ஓர் ஏழைக் குருக்கள் கிடைக்காமலா போவான்?

நகரங்களிலுள்ள அடுக்குமாடி வீடுகள்தாம் உண்மையான சமத்துவபுரங்கள்! அங்கே ஐயர், இராவுத்தர், ஆசாரி, தாழ்த்தப் பட்ட வகுப்பைச் சேர்ந்த தலைமை அதிகாரி, நாயுடு, நகரத்தார், தேவர், வன்னியர் என்று எந்த வேறுபாடுமில்லாமல் அருகருகே மேலேயும் கீழேயுமாக நெருக்கமாக வாழ்கிறார்களே! துணை முதல்வர் மு.க. இசுடாலின் வந்து திறக்காமலேயே, இவை சாதி ஒழிப்பின் அடையாளங்கள் என்று பகட்டிக் கொள்ளாமலேயே மக்கள் சமத்துவபுரங்கள் தாமாகவே தம்போக்கில் இயங்கிக் கொண்டிருக்கின்றனவே!

அரசு நிலத்தில், அரசுப் பணத்தில் கருணாநிதி உண்டாக்கி இருக்கும் சமத்துவபுரங்களெல்லாம் 'தி.மு.க.வினரின் குடியி ருப்புகள்' அல்லாமல் வேறென்ன? இதற்கு நான்கைந்து ஆண்டுகளுக்கு ஒருமுறை அரசுச் செலவில் பராமரிப்பு வேறு! தி.மு.க.காரர்களில் பாதிப்பேர் சமத்துவபுர வீடுகளை வாடகைக்கு விட்டுவிட்டு நகரத்திற்குள் போய்க் குடியிருக்கிறார்கள்! இந்தச் சமத்துவபுரங்களிலெல்லாம் பெரியார் சிலையை வேறு வைத்துத் தத்துவ முலாம் பூசுவது பித்தலாட்டங்களிலெல்லாம் பெரும் பித்தலாட்டம் அல்லவா! காந்தியவாதிகள் பழைய காலத்தில் நடத்திய சமபந்தி போசனங்களைப் பார்த்துக் கருணாநிதி போட்டுக்கொண்ட சூடுதானே இந்தச் சமத்துவபுரங்கள்!

பேருந்துகளின் நெரிசலில் பார்ப்பனனும், தாழ்த்தப்பட்டவனும் ஒருவன் மேனியில் ஒருவன் உரசிக் கொண்டு, ஒருவன்மீது ஒருவன் மூச்சு விட்டுக் கொண்டு பயணம் செய்யும் போதும், தொடர் வண்டிப் பொதுப் பெட்டியின் நெரிசலிலும், திரையரங்குகளின் தள்ளுமுள்ளுகளிலும் எந்தத் தீட்டு உயிர்த்திருக்க முடியும்?

முன்பு உணவுத் தீட்டு இருந்ததால், பிராமணாள் ஓட்டல்கள் தேவைப்பட்டன! இப்போது ரெட்டியார்கள், நாடார்கள் என்று

பல சாதியினரின் கைகளுக்கு உணவு விடுதித் தொழில் மாறி விட்டதே! எந்தப் பார்ப்பனன் இந்த உணவு விடுதிகளில் உண்ணத் தயங்கி நிற்கிறான்?

பெரியாரின் கருத்துப் பரப்பல் இத்தகைய மாற்றங்கள் நிகழக் காரணமானது என்பது உண்மையே! ஆயினும் பார்ப்பனன் ஒழிந்தால் சாதி ஒழிந்துவிடும் என்று பெரியார் பேசியது பொய்த்து விட்டதே ஏன்? பெரியாரின் உயிர்க் கொள்கையும், நீதிக்கட்சியின் கருப்பையில் தோன்றியதுமான வகுப்புவாரிப் பிரதிநிதித்துவம் (Communal G.O.) பார்ப்பனர்களை அரசு அலுவல்களிலிருந்தும், நீதிமன்றங்களிலிருந்தும், ஏன் ஆட்சி பீடத்திலிருந்தும்கூட விரட்டுவதற்குப் பயன்பட்டதே தவிர, பார்ப்பனரல்லாதாரை முழுமையாக உயர்த்துவதற்கோ, அதன் பக்க விளைவாகச் சாதியை ஒழிப்பதற்கோ அந்தக் கொள்கை போதுமானதாக இருந்ததா? மாறாக அந்தக் கொள்கையின் விளைவாகப் பல காலமாகத் திருமணத்தோடு நின்று கொண்டி ருந்த சாதி, இப்போது நிறுவனப் படுத்தப்பட்டு விட்டதே! மேலும் இரண்டாயிரம் ஆண்டு வரலாற்றில் இல்லாத வழக்க மாக ஒவ்வொரு சாதியும் இயக்கமாக (movement) முறுக்கேறி நிற்கிறதே!ஒவ்வொரு சாதிக்காரனும் சங்கம் வைத்துக் கொள்கிறான்; ஊர்வலம் விடுகிறான்; தன் சாதிப் புகழ் பாடு கிறான்; மாற்றுச் சாதிகளை மறைமுகமாகப் பழிக்கிறான்!

வன்னியர்களுக்கு ஒரு கட்சி; தேவர்களுக்கு ஒரு கட்சி; கொங்கு வேளாளர்க்கு ஒரு கட்சி; முதலியார்களுக்கு ஒரு கட்சி; நாடார்களுக்கு ஒரு கட்சி; உடையார்களுக்கு ஒரு கட்சி; நாயுடு களுக்கு ஒரு கட்சி; தாழ்த்தப்பட்டவர்களுக்கு ஒரு கட்சி; யாருக்குத்தான் கட்சி இல்லை? பெரியாரின் சாதி மறுப்புக் கொள்கை வெற்றி பெற்று விட்டதையா நிகழ்காலத் தமிழ்நாட்டின் சாதிவாரிக் கட்சிகள் காட்டுகின்றன? புண் அழுகிப் புரையோடி விட்டதையல்லவா இது காட்டுகிறது!

II

சமூகத்தை முன்னேற்றப் பெரியார் நம்பியது இடஒதுக்கீட்டுக் கொள்கையை! அது நீதிக் கட்சியின் கொள்கை. அந்தக் கொள்கையில் அவர் கொண்ட மையலின் காரணமாக, அவர் காந்தியையும், விடுதலைப் போராட்டத்தையும்கூடக் கை விட்டார்!அந்தக் கொள்கை கல்வி மற்றும் அரசு அலுவல்

வாய்ப்புகளைக் கீழ்நோக்கிப் பரவச் செய்தது என்பது உண்மைதான். ஆனால், கடந்த 90 ஆண்டு காலத்தில் ஒவ்வொரு சாதியிலும் உச்ச அளவாக பத்துப் பதினைந்து விழுக்காடு மக்களே முன்னேற்றமடைந்தனர். ஒவ்வொரு சாதியிலும் உள்ள பெருவாரியான மக்களின் வழியை அந்தந்தச் சாதிகளில் ஏற்கனவே இந்தக் கொள்கையால் முன்னேற்றம் அடைந்து விட்ட பத்துப் பதினைந்து விழுக்காட்டினரே அடைத்துக் கொண்டு நிற்கின்றனர். சாதிவாரிப் புள்ளி விவரம் கோருகிற சாதிக் கட்சிகள், ஒவ்வொரு சாதியிலும் தொடர்ந்து முன்னேறு வோரின் புள்ளி விவரத்தையும், முன்னேறவே முடியாதவர் களின் புள்ளி விவரங்களையும் கோருவதில்லையே ஏன்?

மருத்துவர் மகன் மருத்துவனாகிறான்; பொறியாளர் மகன் பொறியாளராகிறான்; நீதிபதி மகன் நீதிபதியாகிறான். அதே சாதியைச் சேர்ந்த பனை ஏறுகிறவன் மகன் இன்னும் பனை ஏறிக் கொண்டுதானே இருக்கிறான்! அவன் எப்போது மாவட்ட ஆட்சியர் ஆவான்? அவனை மறித்துக்கொண்டு நிற்பவன் யார்? அவன் சாதியிலுள்ள வசதி மிக்கவன்தானே!

1920-ல் பிற்பட்டவனின் இடத்தைப் பார்ப்பனன் அடைத்துக் கொண்டிருந்தான்! இப்போது அடைத்துக் கொண்டிருப்பது யார்? ஒரு சாதியின் பெயரால் இடஒதுக்கீடு பெற்று மருத்துவ னாகப் பெற்றவன் பொதுப்பட்டியலுக்குப் போனால்தானே, அதே சாதியைச் சேர்ந்த இன்னொருவன் அந்த இடத்திற்கு வர முடியும்?ஆனால் இதைக் கேட்டாலே முதலமைச்சர் கருணாநிதி தீயை மிதித்து விட்டவர்போல் குதிக்கிறாரே! எல்லாப் பிற்பட்ட தாழ்த்தப்பட்ட சாதிகளிலும் உள்ள ஏழைபாழைகள் முழுமை யாகப் பயன்பெற வேறென்ன திட்டம் வைத்திருக்கிறார் கருணாநிதி?

இசை வேளாளர்கள் மிகவும் பிற்பட்டோர் பட்டியலிலேயே இருக்கட்டும்; கருணாநிதியும் தயாநிதி மாறனும் ஏன் அந்தப் பட்டியலில் இருக்க வேண்டும்? அடிநிலைத் தனி ஒதுக்கீடு உள்ள பட்டியலிலேயே தாழ்த்தப்பட்டோர் இருக்கட்டும்; ஆனால், ஒரு லட்சம் கோடி வரவு செலவுள்ள ஆ. இராசா ஏன் அந்தப் பட்டியலில் இருக்க வேண்டும்?

பழைய காலத்தில் இருந்த சாதியமைப்புக்களில் ஒவ்வொரு சாதியும் தன்னை மேல் நிலைக்குத் தூக்கிக் கொள்ளப்

போராடியது! இப்போது ஒவ்வொரு சாதியும் தன்னைக் கீழ்நிலைக்கு இறக்கிக் கொள்ளப் போராடுகின்றது! பிற் பட்டவன் மிகவும் பிற்பட்டவனாக விரும்புகிறான்; மிகவும் பிற்பட்டவனோ தாழ்த்தப்பட்ட சாதியினரோடு சேர்த்து அறிவிக்கக் கோருகிறான்! முன்பு சமூக மதிப்பைப் பெறத் தன் னுடைய சாதியை உயர்த்திக் கொள்ள நினைத்தார்கள்! இப்போது அரசுச் சலுகை பெறத் தாழ்த்திக்கொள்ள நினைக்கிறார்கள்!

கோவையில் ஒரு பார்ப்பனப் பெண்; அவள் தாழ்த்தப்பட்ட வருப்பினனோடு பழக நேரிட்டு, அவன் காட்டிய அன்பு காரணமாகத் தயக்கத்திலிருந்தும் உள்மனப் போராட்டத் திலிருந்தும் ஒரு வழியாக விடுபட்டு, உயர்சாதி உயர்குடும்பச் சூழலை உதறிவிட்டு, அவனை முழு மனத்தோடு மணந்தாள். அவள் எதிர்பார்த்தபடியே பார்ப்பன சமூகம் மட்டுமில்லை; அவளுடைய குடும்பமும் அவளைத் தலைமுழுகி விட்டது. அவள் தமிழ் எம்.ஏ. படித்துவிட்டு, வேறு ஏதோ படிப்புத் தகுதிகளும் பெற்றிருந்தாள். இதற்கிடையே அவனோடு அவள் நடத்திய நேசமான வாழ்க்கை காரணமாக இரண்டு பிள்ளைகள் பிறந்தன. அவனுடைய வருவாய் பெயருக்குத்தான்; பெரிதாக ஒன்றுமில்லை. குடும்பச் சுமை இவள் தலையில் விழுந்தது. கூடுதல் படிப்புத் தகுதி பெற்ற இவள் வேலைக்கு மனு போட்டாள்!

தாழ்த்தப்பட்டவனை மணந்து அவனுடைய பிள்ளைகளுக்குத் தாயானவள் என்னும் முறையில் தாழ்த்தப்பட்டோர் ஒதுக்கீட்டில் இடம்தர வேண்டும் என்று நேரடியாகவே கேட்டாள்! அவளுக்கு இடம் கிடைத்து கல்லூரியிலோ எதிலோ வேலைக்குச் சேர்ந்து விட்டாள்! இது இருபது ஆண்டுகளுக்கு முன்னால் நடந்தது என்பதால் என்னுடைய மங்கலான நினைவிலிருந்துதான் இதைச் சொல்லுகிறேன். ஆயினும் இது செய்திகளில் அடிபட்ட ஒரு புகழ்பெற்ற விவகாரம்!

அவளுக்குத் தாழ்த்தப்பட்டோர் ஒதுக்கீட்டில் வேலை கொடுத் தது தவறு என்று அப்போதிருந்த கருணாநிதி அரசின் உயரதிகாரி ஒருவர், கொடுக்கப்பட்ட அவளுடைய வேலையைப் பறித்து விட்டார்!

அவள் ஒரு போராளி; ஆகவே நீதிமன்றம் போனாள்! சட்டத்தை மறுவிளக்கப் படுத்துவதுதானே (interpretation) நீதி! நீதி என்பது

உயிரில்லாத சட்டத்தைப் பொறுத்தது மட்டுமல்ல! நீதிபதியின் பின்புலம், கருணையான மனம், சமூக நோக்கு, கூரிய அறிவு இவற்றையும் பொறுத்ததுதானே! தாழ்த்தப்பட்டவனின் மக்களுக்குத் தாயான தன்னைத் தாழ்த்தப்பட்டவளாகவே கருத வேண்டும் என்றும் அவனுடைய பிள்ளைகளைக் காப்பாற்றி வளர்க்கவே இந்த மன்றாட்டம் என்றும் கூறி, கண்ணகி நீதி கேட்டதுபோல் கேட்டாள்!

அந்த நீதிபதி வழக்கை ஊடுருவிப் பார்த்து, இவளுடைய வேலையைப் பறித்த கொடுஞ்செயலைக் கண்டித்து, மீண்டும் அதே வேலையில் நியமிக்குமாறு நீதி வழங்கினார். வணங்கத் தக்க நீதிபதிகளும் நம்நாட்டில் உண்டு!

ஆனால் இது யாருடைய அரசு? சாத்தானின் அரசல்லவா? உயர்நீதிமன்றத்திற்கு மேல்முறையீடு நடந்தது!

'பிறப்பால் பார்ப்பனப் பெண் தாழ்த்தப்பட்டவனை மணந்ததால் தாழ்த்தப்பட்டவளாகிவிட முடியாது; இதை அனுமதித்தால் சூழ்ச்சி மிக்க எல்லாப் பார்ப்பனப் பெண்களும் தாழ்த்தப் பட்டவர்களை மணந்துகொண்டு, தாழ்த்தப்பட்டவர்களின் ஒதுக்கீட்டைப் பறித்துக் கொண்டு விடுவார்கள்' என்றெல்லாம் கேவலமாக உயர்நீதிமன்றத்தில் வழக்காடித் தங்களுக்கு இசைவாகத் தீர்ப்பைப் பெற்று அந்தப் பார்ப்பனப் பெண்ணை வேலையை விட்டே தூக்கி விட்டார்கள் பாவிகள்!

ஒதுக்கீடு என்பது விக்டோரிய மகாராணியின் தலையில் சூட்டப் படுகிற மணிமகுடமா? இதை இழந்துவிடக் கூடாதே என்று சூழ்ச்சி செய்வதற்கு! ஒதுக்கீட்டுப் புதையலை நீயே வைத்துக் கொள்! இனி எந்த உயர்குலப் பெண்ணாவது கோட்டைத் தாண்டுவாளா? கோட்டைத் தாண்டுவது வீழ்ச்சி என்றது அவள் பிறந்த குலம்; ஆனால், நீயோ கோட்டைத் தாண்டுவது சூழ்ச்சி என்கின்றாய்!

அவனவனை அவனவன் சாதிக்காரி மணப்பதுதான் தகும் என்னும் எண்ணத்தைத்தானே இத்தகைய அழிவழக்குகள் ஏற் படுத்தும்! இட ஒதுக்கீட்டுக் கொள்கை சாதியை அறுக்க வந்த கொள்கையா? சாதியைப் பெருக்க வந்த கொள்கையா? சாதி வெறியும், சாதிக் கட்சிகளும் தலைவிரித்தாடுவதற்கு உங்களுடைய தறிகெட்ட போக்குகள்தானே காரணம்!

III

கலப்புத் திருமணத்தால்தான் சாதி ஒழியும் என்று பலகாலம் பேசி வந்ததோடு, தன்னுடைய கட்சித் தோழர்களைக் கலப்பு மணம் செய்துகொள்ள ஊக்குவிக்கவும் செய்தார் பெரியார்! பெரியாரின் வழித்தோன்றலாகக் காட்டிக்கொள்ள வேண்டிய கட்டாயத்திலுள்ள கருணாநிதியின் அரசும் கலப்பு மணத்திற்கு ஊக்கத்தொகை வழங்க முன்வந்தது.

ஒருவன் மனப்பூர்வமாக மாற்று சாதிப் பெண்ணை விரும்பு கிறான்; அவளை மணக்கிறான். அவனுக்குப் பிறக்கும் பிள்ளை களோ தந்தையின் சாதியை வரித்துக்கொண்டு விடுகின்றன! தந்தையின் விலாசத்திற்கு உரியவன் தந்தையின் சாதிக்கும் உரியவனாகி விடுகிறான்! தாய் எந்தச் சாதி என்பது பெரிதாகக் கொள்ளப்படுவதில்லை. கலப்பில் பிறந்தவர்கள் சாதியற்றவர் களாகக் கருதப்பட்டால், ஒரு கட்டத்தில் சாதி ஆட்டங்கண்டு விடும்! ஆனால் நிலைமை அவ்வாறில்லையே! சாதி ஒழிவிற்கு இதுவும் ஒரு தடை!

பாலம் போடுகிற இடத்தில் சாலை சற்றுக் கீழிறங்கி விலகி மீண்டும் பழைய சாலையில் சேர்ந்து விடுவது போல, இந்தக் கலப்புமணச் சாதி விலகல்களும் மீண்டும் அடுத்த தலை முறையில் பழைய சாதித் தடத்தில் போய் ஏறிவிடுகின்றன! மக்கள் தங்கள் தேவை காரணமாக சாதி விலகல்களை மேற் கொள்கின்றனரே தவிர, சாதி மறுப்பில் ஈடுபாடு காரணமாக அல்ல! எண்ணிக்கையில் பேரளவான சாதிகளில் கலப்புமணக் குழந்தைகளுக்குப் பெரிய அளவு சிக்கல் ஒன்றுமில்லை. சிற்றளவுச் சாதிகளில்தான் பெருஞ்சிக்கல். கலப்புமணப் பிள்ளைகளைச் சிறுசிறு சாதிகள் முற்றாக நிராகரித்து விடுவ தற்குக் காரணம், ஆற்றிலே எதைக் கலந்தாலும் தாங்கும்; ஓடைகள் தாங்க மாட்டா என்னும் அடிப்படைதான்!

பெரியாரின் சுயமரியாதை இயக்கப் போதனையின்றியே, கடந்த நூற்றைம்பது ஆண்டு காலமாகப் பல நாட்டுக்கோட்டைச் செட்டிமார்கள், பர்மாக்காரி, சீனச்சிவரை மணந்து, முறையாகக் குடும்பம் நடத்திப் பிள்ளைகள் பெற்றிருக்கிறார்கள். சாதி, மொழி, இனம், நாடுகளைக் கடந்து மணம் செய்துகொண்ட சர்வதேசக் கலப்புத் திருமணவாதிகள் இந்த நகரக்காரர்கள்!

சிவனைக் குல முதல்வனாகக் கொண்டு, எந்தத் தனிமனிதனையும் தலைவனாக ஏற்காத இந்தச் சமூகம், கலப்புத் திருமணப் பிள்ளை களுக்கு அது மைய நிதிஅமைச்சரின் பிள்ளையாயினும் கதவை அடைத்துவிடுகின்ற கட்டிறுக்கம் வாய்ந்தது. இத்தகைய நிலை யில் கலப்புத் திருமணப் பிள்ளைகள் பல்வேறு சாதிகளில் சிதறி விடுவதுதான் எதிர்பார்க்கக் கூடியது! ஆனால் அதற்கு மாறாகப் பாதி நகரத்தார்கள் எல்லாம் ஒன்றுசேர்ந்து புதிய சாதியை உருவாக் கிக் கொண்டு, அந்தச் சாதிக்குள் மனைவியை தேடிக் கொள்கி றார்கள். நகரத்தார் கலப்பில் பிறந்த ஆணுக்கு நகரத்தார் கலப்பில் பிறந்த பெண் வேண்டும் என்று விளம்பரம் செய்கின்றார்கள்!

பெரிய சாதிகளில் ஏற்படும் கலப்பில், தந்தையின் சாதியே வரித்துக் கொள்ளப்பட்டு விடுவதால், சாதி ஒழிவதற்குப் பதிலாக நிலைபேறு கொண்டு விடுகிறது. சிறிய சாதிகளோ கலப்பில் பிறந்த பிள்ளைகளிடம் கண்டிப்பான புறக்கணிப்பைக் கடைப்பிடிப்பதால், புதிய சாதிகள் உருவெடுத்து விடுகின்றன. ஆக எந்த வகையாலும் கலப்பு மணங்கள் சாதி ஒழிப்புக்குத் துணை செய்வதாகத் தெரியவில்லை. பழைய காலத்தில் எண்ணிக்கையில் குறைவான சாதிகளே இருந்தன. கலப்புத் திருமணங்கள்தாம் இத்தனை ஆயிரம் சாதிகள் தோன்றக் காரணமாயின! பெரியார் சாதிகளை ஒழிக்கக் கலப்பு மணத்தைத் தேர்ந்தெடுத்தது விந்தையிலும் விந்தைதான்!

இந்து மதம் தங்களை முறையாக நடத்தவில்லை என்று கிறித்துவ மதத்திற்கு மாறிய ஒரு பகுதி நாடார் சமூகம், இன்னும் இந்து நாடார் வீடுகளில் பெண் கொடுக்கல் வாங்கல்களை நடத்திக் கொண்டுதான் இருக்கிறது. அங்கே மதம் முக்கியமில்லை; சாதிதான் முக்கியம். சாதி ஒன்றாக இருப்பதால், மதம் அவர்களின் மகிழ்ச்சியான குடும்ப வாழ்வில் குறுக்கீடாக இல்லை.

பெரியார் ஒரு கட்டத்தில் சாதி ஒழிப்புக்கு இசுலாத்திற்கு மாறச் சொன்னார். பெரியார் மற்றவர்களை மாறச் சொன்னாரே ஒழிய, அவர் மாறுவதாக இல்லை. அதனால் அந்த உபதேசம் எடுபடாமல் போய்விட்டது. பெரியார் இந்து மதத்தை ஒழிப்பதற்கு முதலில் தான் இந்துவாக இருக்க வேண்டிய கட்டாயத்தில் இருந்தார்! பெரியாரால் சாதியையும் ஒழிக்க முடியவில்லை; இந்து மதத் தையும் ஒழிக்க முடியவில்லை; அவர் கடைசிவரை இந்துவாக இருந்து தொலைய வேண்டிய கட்டாயம் நினைத்த பயனை ஏற்படுத்தவில்லை.

பெரியார் வாழ்ந்த காலத்தில் வீடு வாசல் என்று வசதியோடிருந்த தாழ்த்தப்பட்ட ஒருவர், முசுலீம் பெண்ணை விரும்பி மணக்க இருந்த நேரத்தில், அவரை இசுலாத்திற்கு மாறச் சொல்லி நெருக்கடி இருந்தது. அவர் மாற மறுத்தார்! அந்த இசுலாமியப் பெண் இவரிடம் கேட்டாளாம்: 'உங்களை இழிவுபடுத்துகிற மதத்தில் ஏன் தொடர்ந்து இருக்க விரும்புகிறீர்கள்?' அதற்கு அவர் சொன்னாராம்: 'அப்படித் தாழ்த்தப்பட்டவராகவே நீடிப்பது எனக்கு மட்டுமல்லை; நமக்குப் பிறக்கப் போகும் பிள்ளைகளுக்கும் நன்மையாய் அமையும்! கல்வி, அரசு அலுவல், தேர்தலில் நிற்கத் தனித் தொகுதி, குடியரசுத் தலைவர் நாற்காலியில் அமர்வதற்குக்கூடச் சாதியின் பெயரால் வாய்ப்பு என்று இவ்வளவு சலுகைகளையும் விட்டுவிட்டு மதம் மாறச் சொல்வது நாளைய நம் குடும்ப நலனுக்கு உகந்ததா?'

முன்பு தாழ்த்தப்பட்டவன் முன்னேற விரும்பினான்; ஆனால், அழுத்தி வைக்கப்பட்டான்! இப்போது அவனும் அவன் வழிவழியினரும் தங்கள் இழிவை வழிவழியாக நீக்கிக் கொள்ள கலீமா சொல்லி இசுலாத்தை ஏற்கும்படி அவனுடைய உயிரனைய காதல் மனையாள் கட்டாயப்படுத்தியும்கூட அவன் ஏற்க மறுத்து விடுகிறான். அவன் தாழ்த்தப்பட்டவனாகவே நீடிக்க விரும்புகிறான். இட ஒதுக்கீட்டுக் கொள்கை ஒரு நல்ல மருந்துதான் என்றாலும் அதற்குச் சில பக்கவிளைவுகள் உண்டு.

இடஒதுக்கீட்டுக் கொள்கை ஒரு வழியில் நல்ல கொள்கைதான்! ஆனால் வாய்ப்புப் பெற்று ஏற்றம் பெற்றவன் ஒவ்வொருவனும் தொடர்ந்து அடுத்தடுத்துத் தன்னுடைய மகனையும், பிறகு பேரனையும் வரிசையில் முன்நிறுத்தி, வரிசையை விட்டு அகலாமல் அடைகாத்துக் கொண்டிருக்கிறானே! வரிசையின் பின்னால் இருப்பவன் எப்போது முன்னால் வர முடியும்? அடைந்தவனே பயனை அடைந்து கொண்டிருந்தால், அடையா தவன் அடைவது எப்போது?

இடஒதுக்கீட்டுக் கொள்கையும், சாதி ஒழிப்புக் கொள்கையும் ஒரே நுகத்தடியின் இணைக் காளைகளாக இருக்க முடியாது! கடந்த 90 ஆண்டுகளாக அந்தக் கொள்கையை நடைமுறைப்படுத்தி, பத்து இருபது விழுக்காட்டினர்தான் நன்மை பெற்றிருக்கின்றனர்.

தொண்ணூறு ஆண்டுகள் என்பது ஏறத்தாழ ஒரு நூற்றாண்டு தானே! 1919-ல் லெனின் நடைமுறைப்படுத்திய வர்க்க பேதமற்ற

கொள்கை, உலகில் பாதியைச் சிவப்பாக்கி, ஒரு குறிப்பிட்ட காலத்திற்குள் இற்றுப் போயிருந்த சார் மன்னினின் ருசியாவை அமெரிக்காவுக்கு நிகரான வல்லரசாக்கிவிட்டு, 70 ஆண்டுகளில் முடிந்தும் போய்விட்டதே!

இந்த இடஒதுக்கீட்டுக் கொள்கை ஏற்றமிகு கொள்கை என்றால் இந்தத் தொண்ணூறு ஆண்டுகளில் தொண்ணூறு விழுக்காட் டினரை முன்னேற்றி இருக்க வேண்டாமா? இன்னும் நூறு ஆண்டுகள் ஆனாலும் இந்த இருபது விழுக்காட்டினர், தாங்கள் அடைத்துக் கொண்டிருக்கிற வழியைத் தம்தம் சாதியினர்க்குத் திறந்துவிடப் போவதில்லை! இதை எந்த சாதியிலுள்ள ஏழையும் அறிவதில்லை என்பதுதான் சோகம்!

தாழ்த்தப்பட்ட தினகரன் தலைமை உயர்நீதிபதி ஆனார். அவர் தாழ்த்தப்பட்டோர் பட்டியலில் உள்ளவரில்லை; சாதி இழிவி லிருந்து விடுபடக் கிறித்தவரானவர். இடஒதுக்கீட்டுக் கொள்கை யின் சிறப்பே முடிந்த அளவு தங்களைத் தாழ்த்திக் கொள்வது தானே! ஆகவே மதமாற்றம் அவருடைய இழிவைத் துடைத் திருந்தாலும், வலிந்து தன்னைத் தாழ்த்தப்பட்டவனாகவே காட்டிக் கொள்கிறார்.

உயர்நீதிபதி தினகரன் 200 ஏக்கர் அரசு நிலத்தை வளைத்துக் கொண்டு விட்டார் என்று அரசு ஆவணப்படி மாவட்ட ஆட்சியர் உச்சநீதிமன்றத்திற்கு அறிக்கை அனுப்பியிருக்கிறார்!

நூறு தாழ்த்தப்பட்டவர்களுக்கு ஆளுக்கு 2 ஏக்கராக வழங்கப் பட்டிருக்க வேண்டிய நிலத்தை ஒரு தாழ்த்தப்பட்டவர், ஏற்கனவே பெருவசதியுடையவர் தப்பான முறையில் வளைத்துக் கொண் டிருப்பதை ஏன் அரசுகள் வேடிக்கை பார்த்துக் கொண்டிருக்கின்றன? அவர் இன்னும் நீதிபதியாக நீடிப்பது நீதித்துறைக்குப் பெருமையா?

காமராசர் உயிரோடிருந்தபோது 1971-ல் நான் காரைக்குடி நகர காங்கிரசுக் கமிட்டிக்குத் தலைவராக்கப் பட்டேன். என்னை அந்த இடத்தில் இருத்துவதற்குப் பெரு முயற்சி எடுத்தவர் சோசலிசுட்டு நாவன்னா. பழநியப்ப செட்டியார். அவர் செயப்பிரகாசு நாராயண னிடமும், கிருபளானியிடமும் அரசியல் பயின்றவர். அப்போது எனக்கு வயது இருபத்தைந்து; அவருக்கு வயது ஐம்பது!

அவர் ஒருநாள் என்னிடம் கேட்டார்:

‘கருப்பையா...! ராசா சர் முத்தையா செட்டியார் நம்முடைய சாதியா?’

‘ஆமாண்ணே... அவர் நகரத்தார்தானே! அதிலென்ன ஐயம்?’

‘உனக்கு வயது போதாது; அவரும், டி.வி. எசு. ஐயங்காரும் பொள்ளாச்சி மகாலிங்கமும் ஒரு சாதி!’

நான் மிரண்டு விட்டேன்!

‘நீயும், நானும், விறகுக்கடை சங்கரன் பிள்ளையும், கொப்புடையம்மன் கோயில் சங்கரக் குருக்களும், உரக்கடை சே.நா. விசயராகவனும், சந்தையில் சுமை தூக்குகிற இராசாமணியும் ஒரு சாதி’

எனக்குத் தலை சுற்றியது!

‘ஏண்ணே... ராசா சர் முத்தையா செட்டியார் நகரத்தார் பெண்ணைத்தானே மணந்திருக்கிறார்...!’

‘ஆமாம்... அவரும் நீயும் நானும் ஒரே சாதிப் பெண்களை மணந்து கொண்டதால் மட்டுமே ஒரே சாதி ஆகிவிட மாட்டோம்! அவருடைய நலன்கள் வேறு; நம்முடைய நலன்கள் வேறு! அவருடைய நலன்கள் டி.வி. எசோடு இணைந்தவை! ஒரு சாதிக்குள்ளே இருக்கின்றவர்களின் நலன்கள் வேறு வேறாக இருக்குமானால், எப்படி நாம் ஒரு சாதியாக இருக்க முடியும்?’

என்னுடைய செவிளில் அறைவது போலிருந்தது அவருடைய பேச்சு!

‘ஒன்றே குலம்’ என்னும் முழக்கத்தை அண்ணாவுக்கு வழங்கியவர் இணையற்ற ஞானி திருமூலர். அவருக்கு ‘இடையர்’ என்று சாதி கண்டுபிடித்தார்கள் நம்மவர்கள். சாதியை ஒழிக்கப் புரட்சிகரச் சித்தர்கள் முயன்றார்கள்; வெறும் சலசலப்போடு முடிந்து விட்டது. வானளாவிய பெருமைக்குரிய வள்ளலார் முயன்றார்; அவரை இராமலிங்கம் பிள்ளை என்று அழைக்கிறார்கள்!

புத்தன் மட்டும்தான் சாதியற்ற சமூகத்தை உருவாக்குவதில், முற்றாக இல்லை என்றாலும் பெருமளவுக்கு வெற்றி பெற்றான்!

அவன் மறைந்து ஐநூறு ஆண்டுகளுக்குப் பிறகு வெட்டப்பட்ட சாதி மரம் மீண்டும் தழைத்து விட்டது. ஏன் என்பது வேறு ஆராய்ச்சி!

புட்டின் சுவை தின்றால் தெரியும்தானே! பெரியார் சாதியை ஒழித்தாரா இல்லையா என்பது நிகழ்காலத் தமிழ்நாட்டைப் பார்த்தால் தெரியாதா? ஆனால் முதல்வர் கருணாநிதி சமத்துவ புரம் கட்டியே சாதியை ஒழித்துவிடுவார் என்று அவருடைய அருமருந்தன்ன மகன் இசுடாலின் சொல்கிறார்! சித்தம் கலங்கியவன் தவிர மற்றவனெல்லாம் இதைக்கேட்டால் சத்தம் போட்டுச் சிரிக்க மாட்டானா?

துக்ளக், 2.12.09, 9.12.09, 16.12.09

21

விலங்கு மனம் வெளிப்படவா புத்தாண்டு?

ஒவ்வொரு ஆங்கிலப் புத்தாண்டும் பிறப்பதற்கு முன்பு காவல்துறை பரபரப்படைகிறது. 12,000 காவலர்கள் டிசம்பர் 31 இரவு சென்னையில் குவிக்கப்படுகிறார்கள். ஒரு ஆண்டுப் பிறப்புக்கு இவ்வளவு முன்னேற்பாடுகள் தேவைப்படுகின்றன.

விடுதலை பெற்ற இந்தியாவில் பதினைந்து இருபது ஆண்டுகளுக்கு முன்புவரை ஆங்கிலப் புத்தாண்டுகள் ரயில்வேக் குடியிருப்புக்களில் ஆங்கிலோ - இந்தியர்கள் வீடுகளில்தான் பெரிய அளவுக்குக் கொண்டாடப்பட்டு வந்தன. ஆங்கிலேயர்களின் கலப்பில் வந்தவர்கள் என்பதால், குடியும் கும்மாள முமாக, பாட்டும் ஆட்டமுமாகப் புத்தாண்டுப் பிறப்பு விடிய விடியக் கொண்டாடப்படும். ஆணும் பெண்ணும் தழுவிக்கொண்டு ஆடுகிற, தங்களுக்கு அயலான அந்தக் கொண்டாட்ட முறையை வேடிக்கை பார்ப்பதற்குப் பலர் ரயில்வேக் குடியிருப் புக்களுக்கு அந்தக் காலங்களில் செல்வதுண்டு!

எந்த ஒரு பெருநாளுக்கும் தனித்து வாழ்த்துத் தெரிவிக்கும் பழக்கம் தமிழர்க்கு இதற்கு முன்னால் இல்லை. பொங்கல் வாழ்த்து அட்டைகள் நாடெங் கும் பறக்கும் வகை செய்தவர்கள் இன்பத் திராவி டர்கள்தாம்! அது ஆங்கிலேயரைப் பார்த்து இந்தத் திராவிடர்கள் போட்டுக்கொண்ட சூடு.

பொங்கலுக்கு happy பொங்கல், தீபாவளிக்கு happy தீபாவளி, பயணத்தின்போது happy journey, பிறந்த நாளைக்கு happy birthday என்று வாழ்த்துத் தெரிவிப்பது தமிழர்களிடையே இன்று பெருவழக்காகி விட்டது. மகிழ்ச்சி என்னும் சொல்லே எல்லாவற்றிலும் மகிழ்ச்சியைக் கொண்டு வந்துவிடும் என்பது வெள்ளைக்காரன் பங்குக்கு அவன் அளித்துவிட்டுப் போன மூடநம்பிக்கை!

பொங்கலன்று மாலை இறுக்கமான உறவினர்கள் வீடுகளுக்குச் சென்று, 'பால் பொங்கிற்றா?' என்று கேட்பதும், 'ஆம்; பொங்கிற்று' என்று அவர்கள் விடையிறுப்பதும் தமிழர்களின் தொன்று தொட்டு வந்த பழக்கம். காணும் பொங்கலின் நோக்கமே மக்கள் ஒருவரை ஒருவர் காண்பதும், உசாவி மகிழ்வதும்தான்! தீபாவளிக்குக் 'கங்கைக் குளியல் ஆயிற்றா?' என்று ஒருவரை ஒருவர் வினவிக் கொள்வர்! இந்தியாவோடு இணைந்த நிலையில் தமிழ்நாட்டுக்கு ஏற்பட்ட புதுவரவு தீபாவளி! அது தீமையை ஒழித்த நாளாக இந்தியாவெங்கும் மரபுப்படி கொண்டாடப் பெறுகிறது!

தமிழ் ஆண்டுப் பிறப்பு சித்திரை முதல்நாள் வரும். மக்கள் கோயிலுக்குப் போவார்கள்; புத்தாடை உடுத்துவதுண்டு; அன்று மரக்கறி உணவே சமைப்பார்கள்; நண்பகல் உணவில் பாயாசம் போன்றவை இடம் பெறும். அன்று முன்னிரவில் சாமி புறப்பாடு இருக்கும். குதிரை வாகனத்தில் சாமியை எழுந்தருளச் செய்வர். அதற்குப் பிறகு கச்சேரிகள் நடக்கும். இவைதான் நம் கொண்டாட்ட முறைகள்.

நம்முடைய முதலமைச்சர் கருணாநிதி தமிழ் ஆண்டுப் பிறப்பை சித்திரையிலிருந்து தைக்கு மாற்றினார். மக்களிடம் ஊன்றிவிட்ட ஒரு பழக்கத்தை மாற்றுவது எளிதில்லை என்றாலும், மாற்றியதில் ஒன்றும் பிழையில்லை. திருமலை நாயக்கர் ஆண்ட காலத்தில்தான் வன்கண்மையாக தமிழ் ஆண்டுப் பிறப்புச் சித்திரைக்கு மாற்றப்பட்டது. சித்திரை என்பது கடுமையான கோடை காலம். கொண்டாட்டத்திற்குப் பொருத்தமான காலமும் அன்று. அவர் மதுரையில் அழகர் ஆற்றில் இறங்குவதோடு அதையும் பிணைத்தார்.

உலகம் முழுவதிலுமுள்ள பல நாடுகளில் அறுவடைக் காலத்தை ஒட்டியே ஆண்டுப் பிறப்புக்கள் வகுக்கப்பட்டிருக்கின்றன.

அந்த வகையில் தையில் ஆண்டுப் பிறப்பு வருவதே இயற்கை யானது; கொண்டாட்டப் பொருத்தமும் உடையது.

இப்போது வடமொழி ஆண்டுமுறைதான் மக்களிடையே பழக்கத்தில் இருந்து வருகிறது. அது அறுபது ஆண்டு எண்ணிக்கை முறையினை உடையது. இராசராச சோழன் சித்திரபானு ஆண்டில் பிறந்தான் என்றால் எந்தச் சித்திரபானு என்னும் கேள்வி எழும். ஆகவே எண்ணிக்கைத் தொடர்ச்சியுடைய திருவள்ளுவராண்டு ஏற்கப்பட்டதும் நியாயமே!

ஆனால் வெறும் அறிவிப்பால் என்ன பயன்? தலைமைச் செயலகம் தொடங்கித் தாசில்தார் அலுவலகம்வரை, தொடக்கப் பள்ளி தொடங்கிப் பல்கலைக் கழகம்வரை, ஆங்கில ஆண்டோடு அதற்கு இணையாகத் திருவள்ளுவர் ஆண்டு மற்றும் தை தொடங்கி வளரும் மாதங்கள், நாட்கள் ஆகியவற்றையும் சேர்த்து எழுத வேண்டும் என்று அதைச் சட்டக் கட்டாயமாக்கினாரா கருணாநிதி?

செம்மொழி மாநாடு 2010 சூலையில் நிகழும் என்றுதானே முதலமைச்சர் கூறுகிறார். ஆனியில் நடக்கும் என்றா கூறுகிறார்? சட்டமன்றத் தொடர் இன்ன தமிழ் மாதத்தில் நடக்கும் என்று எப்போதாவது கருணாநிதி சொன்னதுண்டா? இவரே தமிழ் ஆண்டு முறையைத் தன்னுடைய பேச்சிலோ எழுத்திலோ பின்பற்றுவதில்லையே!

ருசியா, சீனா, அரபு மற்றும் வளைகுடா நாடுகள் என்று எல்லா நாடுகளும் தங்களுக்கான ஆண்டு, மாதம் அனைத்தையும் பெற்றிருக்கின்றன. அவற்றைத்தான் பயன்படுத்துகின்றன. ருசியாவின் அக்டோபர் புரட்சியை அவர்களுடைய நாட் காட்டிப்படி வேறு மாதமாகத்தான் சொல்கிறார்கள்! நம்முடைய கீழக்கரை காதர்பாட்சா ராவுத்தரும் hijra ஆண்டைத்தான் பின்பற்றுகிறார்!

தமிழர்களின் திருமண அழைப்பிதழ்களில் தமிழாண்டு தமிழ் மாதம் குறிப்பிடப்பட்டுத்தான் அச்சிடப்படுகிறது. அடைப்புக் குறிகளில்தான் அதற்கிணையான ஆங்கில ஆண்டையும் மாதத்தையும் அச்சிடுகிறார்கள். மக்களுக்கிருக்கும் ஆர்வமும், அறிவும் ஏன் அரசுக்கில்லை?

ஆண்டு எது என்பதுதான் முக்கியம்; திருவள்ளுவராண்டு என்றால் ஆண்டுத் தொடக்கம் தானாகவே தை ஆகிவிடும்;

அதற்கு முதலில் அரசு அதை நாளாசரிப் பணிகளில் கடைப் பிடிக்க வேண்டும்; அதைச் சட்டக் கட்டாயமாக்க வேண்டும்.

இப்போது புதிதாகத் தமிழ்நாட்டில் உருவாகி இருக்கும் உயர் மத்தியதர வர்க்கம் தமிழ், தமிழ் பண்பாடு என்பனவற்றை அறியாதது. சென்னை போன்ற பலதரப்பட்ட மக்கள் வாழும் மாநகரங்களில் பஞ்சாபியும், இந்தியும், வங்காளியும், மார் வாரியும், உயர் மத்தியதரத் தமிழனும் ஒன்றாக இணைய ஆங்கிலம் உறுதுணையாக இருக்கின்றது. மேட்டுக் குடியினர் அனைவரும் ஆங்கிலவழி உயர்கல்வி நிலையங்களில் இளமை தொட்டு, இந்த மண்ணின் தன்மைகளுக்கு மாறாக, மொழி, இன எல்லைகளுக்கு அப்பால், ஒரே மாதிரியாக வடிவமைக்கப்படுகின்றனர். அவர்கள் தான் ஆங்கிலப் புத்தாண்டைப் போற்றுபவர்கள். நுகர்ச்சிதான் வாழ்க்கை என்னும் போக்கினர் அவர்கள்.

பண்டிகைகளை எல்லா மக்களும் வீடுகளிலும், ஆலயங்களிலும் கொண்டாடுவதுண்டு. விடுதிகளுக்குப் போய் ஆணும் பெண்ணுமாய்க் கூத்தடிக்கும் ஒரு கொண்டாட்ட முறை புதிதாய்த் தமிழ்நாட்டில் தோன்றியிருக்கிறது. ‘ஆணுக்கிங்கே பெண் இளைப்பில்லை காண் என்று கும்மியடி’ என்று பாரதி அழைத்த புதுமைப் பெண் இன்று வால்கோதுமைக் கள் (beer) வரை முன்னேறியிருக்கிறாள் என்பதை எல்லாம் அறிய நேரிடும்போது புதுமைப் பெண்ணின் வளர்ச்சி எல்லாரையும் திக்குமுக்காடச் செய்கிறது!

நட்சத்திர விடுதிகள் மது அருந்துமிடத்தை (bar) முன்னிரவில் மூட முடியாதென்று அடம்பிடிக்கின்றன. நள்ளிரவு பன்னிரண்டு மணி அடித்து முடிந்தவுடன் புதிய ஆண்டுக்குப் ‘பிரசவம்’ பார்த்துவிட்டுப் பின்னிரவிலும் குடித்துக் கொண்டும், ஆள் தெரியாமல் கட்டிப்பிடித்துக் கொண்டும் Happy New Year சொன்னால்தான் ஆண்டு முழுவதும் இதேபோல் தன்னிலை தெரியாமலே வாழலாமாம்; நுனி நாக்கில் ஆங்கிலம் பேசுகின்ற படித்த தத்தாரிகள் சொல்கிறார்கள்!

வீதியில் வரும் பெண்களின் கையைத் திடீரென்று பிடித்துக் குலுக்கி வாழ்த்து சொல்கிறார்கள். அவள் அந்த அதிர்ச்சி யிலிருந்து மீள்வதற்குள் ஓடிவிடுகிறார்கள்! புகைக் குழாய் களைப் பிடுங்கி விட்டு விட்டு, ஈர்உருளை வண்டிகளை ஊர் அதிர ஓட்டுகிறார்கள்! இளம்பெண்கள் மணமானவள் -

ஆகாதவள் யாராயினும் அவர்களைப் பார்த்துப் பறக்கும் முத்தங்களை ஊதுகிறார்கள்! கற்பழிப்பு மனப்பான்மை ஓங்கி நிற்கின்றவனின் முன்னோட்ட மனநிலைதானே இது!

விட்டுணுவர்த்தன் என்றொரு கன்னட நடிகர்; பெரும் புகழ் பெற்றவர்; திடீரென்று மாரடைப்பால் காலமாகி விட்டார்! அவருடைய அன்பர்களுக்குத் துக்கம் தாங்க முடியவில்லையாம்! அதனால் வழியில் வந்த பேருந்துகளை அடித்து நொறுக்கியிருக்கிறார்கள்!

விலங்கு ஒன்று ஒவ்வொருவனின் அடிமனத்திலும் தூங்கிக் கொண்டிருக்கிறது. ஒருவனிடம் அன்புக்குரியவனின் சாவைச் சாக்காக்கிக் கொண்டு வெளிப்படுகிறது; இன்னொருவனிடம் ஆண்டுப் பிறப்பைச் சாக்காக்கிக் கொண்டு வெளிப்படுகிறது! தறிகெட்டுப்போன பல இளைஞர்களுக்கும் சில இளைஞிகளுக்கும் தங்களின் விலங்கு நீர்மைகளை நியாயப்படுத்த ஒரு பண்டிகையின் துணை தேவைப்படுகிறது. அந்த இடத்தை ஆங்கிலப் புத்தாண்டு நிரப்புகிறது!

இவர்கள் எண்ணிக்கையில் குறைவானவர்கள் என்றாலும் மக்களின் நாகரிகத்தை, பண்பாட்டை, அமைதியை அனைத்தையும் சீர்குலைப்பவர்கள்! அவர்கள் ஓங்கிய கையினரிடம் மட்டுமே ஒடுங்கி நிற்பர். சட்டம் நீண்ட கையினைப் பெற்றிருப்பதே ஒடுக்குவதற்காகத்தானே!

தெருவெங்கும் சுற்ற நாய்களுக்கேகூட முற்றான சுதந்திரமுண்டு; அவற்றிற்கு வெறி பிடிக்காதவரை!

துக்ளக், 13.01.10

22

கொலைகாரன் ஒருவனைக் கொல்கிறான்; இவர்களோ..?

அண்மையில் போலி மருந்து ஊழல் ஒன்று பூதா கரமாக வெடித்துத் தமிழ்நாட்டை அதிர்ச்சிக்குள் ளாக்கியது. காலாவதியான மருந்துகளின்மீது ஒட்டப் பட்டிருக்கும் பட்டியலை நீக்கிவிட்டுப் புதிய தேதி களை அச்சிட்டு ஒட்டி மறுபடியும் விற்பனைக்கு அனுப்புவது இவர்களின் வழக்கமாக இருந்து வந்திருக்கிறது!

காலாவதியான மருந்துகளைச் சிறு விற்பனை யாளர்கள் பெரு விற்பனையாளர்களிடம் திருப்பிக் கொடுப்பதுபோல், பெரு விற்பனையாளர்கள் மருந்து நிறுவனத்திடம் திருப்பிக் கொடுத்து இருப்பின் பெரும் பகுதியைக் குறைத்துக் கொள்ள வசதியிருக்கும் ஒரு தொழிலில் இவ்வளவு பெரிய அளவுக்குப் பித்த லாட்டம் நடக்கத் தேவையில்லை.

வெறும் பட்டியல் (Lable) மாற்றம் மட்டுமே இவற்றின் பின்னணியில் இருக்க முடியாது. போலி மருந்துகளை உற்பத்தி செய்வதையே தொழிலாகக் கொண்ட ஒரு சிலர் மொத்த விற்பனையாளர்களைக் கைக்குள் போட்டுக் கொண்டு, அவர்களின் மூலம் சிறு கடை யாளர்களிடம் இவற்றைச் சேர்ப்பித்துக் கடைசியில் மக்களிடம் கொண்டு போய் விடுகிறார்கள். இதில் தான் இலாபம் அதிகம். இதைச் செய்யும் கூட்டத்தைக் கண்டுபிடித்ததாகத் தெரியவில்லை!

நெர்வ் என்பது நரம்பு மண்டலச் சீர்குலைய ஒழுங்கு படுத்தும் மாத்திரை என்று வைத்துக் கொள்ளுங்கள்! அந்தப் பெயரிலேயே போலி மருந்துகளும் வரும். அசலை விற்கும் மொத்த வணிகன் அசலோடு போலியையும் சேர்த்து விற்பான்! அதுதான் இலாப கரமானது. விலைப்பட்டியலைக் கிழித்து காலாவதித் தேதியை மாற்றி அச்சடித்து ஒட்டி விற்பதும் போலி மருந்து விற்பனை யோடு சேர்ந்து நடந்திருக்கிறது!

கிராண்டிக்சு என்னும் மருந்து நிறுவனம் தங்களுடைய மருந்து களில் வெள்ளமாகப் போலி மருந்துகள் (Spurious drugs) உலவுவ தாக மருந்துக் கட்டுப்பாட்டு அதிகாரிகளுக்குப் புகார் சொல்லியும் எடுபடவில்லை என்று சொல்லியிருக்கிறது. கிராண்டிக்சின் புகார் காலாவதியான மருந்துகளில் புதிய தேதிகள் அச்சடித்து ஒட்டப் பட்டது குறித்ததல்ல: போலி மருந்து உற்பத்தி குறித்தது!

சின்கோவிட் (Zincovit) என்னும் நிறுவனம் இதே மீனாட்சி சுந்தரத்தின் பேரில் 2008 ஆம் ஆண்டிலேயே 'ரினர்வ் மற்றும் பிரமோலுட்' என்ற போலி மருந்துகள் குறித்துப் புகார் கொடுத்தும், அவர் கைதாகாமல் முன் சாமீனில் வெளிவந்து அதே தொழிலைத் தொடர்ந்து செய்து கொண்டிருக்கிறார். சுட்டிக் காட்டப்பட்ட பிறகும் இரண்டு ஆண்டுகளாக மருந்துக் கட்டுப்பாட்டு அதிகாரி விழித்தெழவில்லையே ஏன்? கைமாறிய தொகை எவ்வளவு? போன உயிர்கள் எத்தனை? போலி மருந்து உற்பத்தியாளர்களின் மருந்துகளைச் சந்தைப் படுத்திய மொத்த வணிகர்கள் சிலர் மட்டுமே மாட்டியிருக்கிறார்கள். போலி மருந்து உற்பத்தி யாளர்களை மருந்துக் கட்டுப்பாட்டு அதிகாரிகளுக்கு எப்படி அடையாளம் தெரியாமல் இருக்க முடியும்? அதிகாரிகள் அமுக்கி வாசிப்பதன் நோக்கமே தாங்களும் மாட்டிக் கொள்ள நேரிடும் என்னும் அச்சம்தான்!

போலி மருந்தாளர்கள், மருந்துக் கட்டுப்பாட்டு அதிகாரிகள் ஆகிய அனைவரும் சட்டத்தின் பிடிக்குள் கொண்டு வரப்பட வேண்டும்.

சீனத்தில் தாவோயியம் என்கின்ற நிகரற்ற மெய்யியல் பள்ளி (Philosophical School) ஒன்று உண்டு. ஒரு குறிப்பிட்ட ஊரில் குறிப்பிட்ட ஒரு மருத்துவரிடம் மருத்துவம் பார்த்துக் கொள்ளும் மக்கள் அவருடைய ஆலோசனைப்படி நடந்து, ஆண்டு முழுவதும் நோய்வரவில்லை என்றால் ஆண்டு முடிவில் அந்த

மருத்துவருக்குக் கணிசமான கட்டணத்தைக் கொடுக்க வேண்டும் என்றும், மாறாக அந்தப் பகுதி மக்கள் நோய்வாய்ப் படுவார்களேயானால், அவர்களுக்கு வைத்தியம் செய்வதற்கும், மருந்துக்கும் எந்தக் கட்டணமும் கொடுக்கத் தேவையில்லை என்றும் தாவோயியம் கூறும்!

எந்த ஊர் மக்கள் நோய்களுக்கு ஆட்படாமல் உடல் நலத்தோடு இருக்கிறார்களோ, அந்த ஊர் மருத்துவர் கொழுத்த பணக் காரராக இருப்பார். ஒரு மருத்துவனின் கடமை நோய் வந்த பிறகு காப்பதன்று; நோய் வராமலேயே முன்பாதுகாப்புச் செய்வது என்று நிகரற்ற தாவோயியம் கூறும். இந்தியச் சிந்தனைக்கு நேர் எதிரான சிந்தனை இது!

உயிர் காக்கும் மருந்துகளில் போலி இருக்குமானால், உயரதிகாரி தற்காலிகமாகவாவது அவருடைய மெத்தனத்திற்காகக் கொஞ்ச காலம் நீக்கி வைக்கப்பட்டு விசாரணையில் வைக்கப்படுவ தோடு, இந்தப் போலி மருந்தாளர்கள் செழித்து வளரக் காரணமான அதிகாரிகள் கைது செய்யப்படவேண்டும். குறைந்த பட்ச இலஞ்சமே ஐந்து இலட்சம், பத்து இலட்சம் என்று சொல்கிறார்கள்! ஒரு அதிகாரியாவது இதுவரை கைது செய்யப் பட்டிருக்கிறானா? மீனாட்சி சுந்தரம் என்னும் மருந்து மொத்த வாணிகன் ஒருவன் பதினைந்தே ஆண்டுகளில் நானூறு கோடி ரூபாய் ஈட்டியிருக்கிறான்: எத்தனை பேரைச் சுடுகாட்டுக்கு அனுப்பினானோ?

பாலில் தண்ணீரைக் கலக்கிறார்கள்; தண்ணீருக்கும் பால்விலை கொடுக்கச் செய்து விடுவதால் அது ஒரு மோசடியே தவிர அதனால் உயிர் போய்விடாது! அரிசியில் கல்லைக் கலக் கிறார்கள்; இதுவும் ஒரு மோசடி என்பதைத் தவிர கல்லைக் களைந்துவிட முடியும். மாநகராட்சிக் குழாய்களில் தண்ணீரைப் பிடித்து பெரிய குப்பிகளில் அடைத்துத் தூய்மையான தண்ணீர் என்று விற்று விடுகிறார்கள்!

ஆனால் கூட்டுமாத்திரை (capsule) என்று சொல்லி, அதற்குள் சுண்ணாம்புக் கட்டியை உதிர்த்து அடைத்து, அதை உயிர்காக்கும் மருந்து என்று ஐதராபாத்திலும், டில்லியிலும் உள்ள போலி நிறுவனங்கள் ஒரு அட்டையை ரூபாய் நூறுக்கு மீனாட்சிசுந்தரம் போன்ற மொத்த மருந்து விற்பனையாளர்களுக்கு விற்க, இவர்கள் சில்லறைக் கடைகளுக்கு இருநூறு ரூபாய் இலாபம்

வைத்து முந்நூறுக்கு விற்க, சில்லறைக் கடைக்காரன் ரூபாய் முந்நூற்றி முப்பதுக்கு விற்கிறான். ஆண்டுக்கு ஒரு மொத்த விற்பனையாளனுக்கு மட்டும் நாற்பது கோடி வருமானமாம்!

உண்மையிலேயே சில வழக்கறிஞர்கள்தாம் கொதித்தெழுந்து இதை எதிர்த்து ஓர் இயக்க உணர்வை ஏற்படுத்திக் கொண்டிருக் கிறார்கள்! இவர்களும் இல்லாவிட்டால், இந்நேரம் இந்த வழக்குகளைப் பிசுபிசுக்க அடித்திருப்பார்கள். அவர்களும் பிணையில் வெளிவந்து சாயங்காலம் காசுமாபாலிடன் கிளப் களுக்குச் சீட்டு விளையாடப் போய்க் கொண்டிருப்பார்கள். உயிரோடு விளையாடுகிறவர்களைப் பார்த்து இந்த அரசு சீறவில்லையே!

கள்ள வீடியோவுக்குக் குண்டர் சட்டம் என்னும்போது, போலி மருந்துக்கும் அதற்கு உடந்தையான அதிகாரிகளுக்கும் அந்தச் சட்டம் பாய என்ன தடை?

வழக்கறிஞர்கள் சங்கத்தில் எந்த வழக்கறிஞரும் இவர்களுக்காக நீதிமன்றத்தில் தோன்றி வழக்காடக்கூடாது என்று வழக்கறி ஞர்கள் சங்கத்தில் தீர்மானம் போட்டிருப்பது சமூகப் பொறுப்பும் மானமும் உடைய செயல்! அரசுக்கு இல்லாத சொரணை வழக்கறிஞர்களுக்காகவது இருப்பது ஆறுதலாய் இருக்கிறது.

நம்முடைய குற்றவியல் சட்டத்தில் உச்ச கட்டக் குற்றம் கொலைதான்! உச்சகட்டத் தண்டனையும் அதற்குத்தான்! கொலைகாரன் ஒருவனைத்தான் கொல்கிறான்; இவர்களோ...?

துக்ளக், 14.04.10

23

ஏன் இந்த இழிபோக்குகள்!

கிடப்பதெல்லாம் கிடக்கட்டும்; கிழவியைத் தூக்கி மனையில் வை என்பது போல, ஆணும் ஆணும் உறவு கொள்ளும் ஓரினப் புணர்ச்சி ஒரு தனி மனிதனின் விருப்பஞ்சார்ந்த உரிமை என்று நம்முடைய மக்கள் நல்வாழ்வுத்துறை மைய அமைச்சர் அன்புமணி மெக்சிகோவிலே போய்த் திருவாய் மலர்ந்தருளியிருக்கிறார்!

மேலைச்சிவபுரியிலே சொல்வதற்கு முன்னால் மெக்சிகோவில் சொல்லி மாதிரி பார்த்துக்கொண்டிருக்கிறார் அன்புமணி! ஓரினச் சேர்க்கையாளர்களோ ஓராயிரம் ஆண்டு அவமானத்தைத் துடைக்க வந்த ரட்சகரே என்று அன்புமணியை உச்சிமேல் வைத்துக்கொண்டாடுகிறார்கள். கடந்த இரண்டாயிரம் ஆண்டுகளில் ஒரே நாளில் உலகின் பார்வையைத் தன் பக்கம் இழுக்க முடிந்த ஒரே தமிழன் அன்புமணிதான்!

'யாதும் ஊரே; யாவருங் கேளிர்' என்னும் அரும் பெரும் முழக்கம் ஐ.நா.அவையில் ஒலித்தபோது, விரித்த கண்களோடு இந்தியாவின் தெற்கு நோக்கிப் பார்வையைத் திருப்பி, தமிழனின் அறிவு மாட்சிமையை அறிந்து கொண்டது உலகம்! உலக அளவில் பிறமொழிகளுக்கு ஒப்பாகத் தன்னை நிலை நிறுத்திக் கொள்ள, தமிழ் தவமாய்த்

தவமிருந்து பெற்ற வள்ளுவனை ஆல்பிரட் சுவைசர், G.U.போப் போன்றவர்கள் உலக அரங்கிற்கு எடுத்துச் சென்றிருக்கிறார்கள்.

அவர்களுக்குப் பிறகு இரண்டாயிரம் ஆண்டு கழித்து, உலக அரங்கில் தான் முன் வைத்த ஓரினச் சேர்க்கை ஆதரவுக் கருத்தால், உலகம் அறிய நேரிட்ட பிறிதொரு தமிழன் மைய அமைச்சர் அன்புமணிதான்!

உலக மொழிக்கெல்லாம் இலக்கணம் உண்டு. அவையெல்லாம் எழுத்ததிகாரமும் சொல்லதிகாரமும் கொண்டவைதான்! ஆனால் தமிழோ தொல்காப்பியன் மூலம் பொருளதிகாரமும் படைத்துக் கொண்டது. பொருளதிகாரம் தமிழ் நீங்கலாக உலகில் எந்த மொழி இலக்கண நூலிலும் இல்லை!

ஆரிய அரசன் பிரகத்தனுக்குத் தமிழ்ப் பார்ப்பனன் கபிலன் தமிழ் கற்பிக்க எழுதிய நூல் குறிஞ்சிப் பாட்டு. அஃதோர் அகநூல்; தமிழ் என்பதே அகத்திணைதான்! 'தமிழ் நுதலிற்று என்பது ஏன் அகத்திணையை மட்டும் குறிக்க வேண்டும்? அதற்குக் காரணம் தமிழ் தவிர வேறு எந்த மொழியிலும் ஆண் - பெண் காதல் மற்றும் புணர்ச்சியொழுக்கங்கள் இவ்வளவு தெளிவாக அன்பின் அடிப்படையில் வரையறுக்கப்படவில்லை!

தமிழில் காமசூத்திரங்கள் இல்லை. அவற்றை எழுதத் தமிழ் அனுமதிக்கவில்லை! அதிவீரராமபாண்டியன் எழுதிய கொக் கோகம் தமிழ் மூல நூலில்லை; அது வெறும் மொழி பெயர்ப்பு நூல். மாற்றான் மனைவியை எப்படி வசியப்படுத்துவது என்பதையும் காமசூத்திரம் பேசும். அகவொழுக்கம் பேசும் தமிழ் இவற்றை இழிசிந்தனைகள் என்று தள்ளிவிடும்!

பரத்தை ஒழுக்கம் உலகம் முழுவதிலும்போல் தமிழ்நாட்டிலும் எல்லாக் காலங்களிலும் மலிந்திருந்தாலும், பொருள் ஒன்றையே கருதும் அன்பு சாராத பரத்தையின் தழுவல், இருட்டறையில் முன்பின் அறியாத பிணத்தின் தழுவலை நிகர்க்கும் என்று தமிழ் அறிவுறுத்தியது!

மாற்றான் மனைவி காசு கருதி வருகின்றவளில்லையே; அவளைத் தழுவுவது இன்பமாகாதா என்று கேட்டால், இப்போதோ எப்போதோ இந்தக் கள்ளம் அறியப்பட்டு விடுமோ என்னும் அச்சத்திற்கிடையே நிகழும் அந்தத் தழுவல் எப்படி இன்பமாக இருக்க முடியும் என்று தமிழ் திருப்பிக் கேட்டது!

மூவாயிரம் ஆண்டுகளாக இப்படி ஓர் ஒப்பற்ற உயர் பண்பாட்டால் பக்குவப்பட்ட மண்ணில் பிறந்த மைய அமைச்சர் அன்புமணி, ஆணும் ஆணும் சேர்ந்து இன்பமடைய உரிமை வேண்டும் என்று யாருக்காகவோ போர் முழக்கமிடுகிறார். கேட்கும்போதே மலத்தை மிதித்து விட்டது போன்ற அருவருப்பு ஏற்படவில்லையா?

ஓரினச் சேர்க்கைதான் எய்ட்சு செழித்து வளரும் செழுநிலம் என்று அறிந்திருந்தும், மக்கள் நல்வாழ்வுத் துறை அமைச்சர் யாது கருதி இந்த வக்கரிப்புக்கு வக்காலத்து வாங்குகிறார்?

புகை பிடிப்பது புற்றை வளர்க்கும் என்பதால் புகை பிடிப்பதைப் பொது இடங்களில் ஒழிக்கப் புறப்பட்ட அமைச்சர் அன்புமணி, ஏற்கனவே எய்ட்சின் விளைநிலமாக உள்ள இந்தியாவில், ஓரினச் சேர்க்கைக்கு உள்ள சட்டத்தடையை நீக்க வேண்டும் என்று மல்லுக்கட்டுவது யாருடைய நல்வாழ்வுக்காக?

நாட்டிலுள்ள நாற்பது விழுக்காடு மக்கள், தலை வருமானம் ரூபாய் நாற்பது மட்டுமே உடையவர்கள். நோயுற்ற தங்கள் உடலைப் பேண வகையற்றவர்களாக இருக்கிறார்கள். நாட்டி லுள்ள முதலமைச்சரும், அமைச்சர்களும், உயர் அதிகாரிகளும் ஐந்து நட்சத்திர விடுதிகளின் வசதிகளைப் பெற்றுள்ள தனியார் மருத்துவ மனைகளில் அல்லவா அரசுச் செலவில் மருத்துவம் பார்த்துக் கொள்கிறார்கள்! அதனால் அரசு மருத்துவமனைகளை தரப்படுத்துவதற்கான தேவையே இல்லாமல் போய் விட்டதே!

அரசு மருத்துவமனைகளில் புதிய புதிய கருவிகளில்லை; திறமைமிக்க மருத்துவர்கள் ஊக்குவிக்கப்படுவதில்லை. முப்பது இலட்ச ரூபாயைக் கொடுத்து ஓர் இருக்கையைப் பெற்றுப் படிக்கின்ற ஒருவனிடம் ‘தொண்டு மனப்பான்மை யோடு மருத்துவம் செய் என்று சொல்லும் தகுதி அரசுக்கில்லை.

அரசு மருத்துவமனைகளில் போதிய படுக்கைகளும் இல்லை; போதிய மருந்துகளும் இல்லை; போதிய மருத்துவர்களு மில்லை. போதிய மருத்துவர்கள் உருவாக்கப்பட, இருக்கை களின் எண்ணிக்கையைப் பெருக்கலாம் என்றால் அதைக் கொழுத்துப் போன பழைய மருத்துவர்களும், மருத்துவக் கல்லூரிகளில் இடம் பிடித்து விட்ட புதிய தலைமுறையும் அனு மதிப்பதில்லை. வேலை நிறுத்தம் செய்து எல்லாவற்றையும்

நாறடித்து விடுகிறார்கள்! குறைவான மருத்துவர்கள்; கொழுத்த வருமானம் என்பது நம்முடைய மருத்துவ உலகின் உன்மத்த மான கொள்கை!

ஈசல் கிளம்பியதுபோல நாடெங்கும் பொறியியற் கல்லூரிகள் புதிய தேவைகளுக்கேற்பப் பெருகியிருப்பதுபோல, நாட்டின் மக்கள் தொகை நூறு கோடியைத் தாண்டிவிட்ட நிலையில் அரசுத் தரப்பில் மருத்துவமனைகள் பெருகியிருக்கின்றனவா? மருத்துவர்கள் பெருகியிருக்கின்றனரா?

ஒவ்வொன்றின் தேவைக்கேற்ப, அளிப்புப் பெருகும் என்பது தானே சந்தைப் பொருளாதாரம். வீதிக்கொரு மருத்துவர் இருந்தால், பத்து ரூபாய்க்குக் கையைப் பிடித்துப் பார்ப்பானே!

மிகவும் பிற்பட்ட மக்களை முன்னேற்றுவதென்பது அந்தச் சாதிக்குக் கூடுதலாக இரண்டு மந்திரிப் பதவிகளைப் பெறுவது அன்று; உயர்நீதிமன்றப் பதவிகளைக் கோருவதும் அன்று; துணைவேந்தர் பதவிக்காக ஆர்ப்பாட்டம் செய்வதும் அன்று. தன்னல அக்கறைச் சக்திகள்தாம் சாதிகளைப் பயன்படுத்திக் கொள்கின்றன. அவர்கள் பதவிகளை அடைந்தவுடன் பணம் கொட்டுகிறது. சிங்காரச் சென்னையில் போட் கிளப் பகுதியில் பங்களாவாசிகளாக மாறுகிறார்கள்!

ஒரு தனிமனிதனின் முன்னேற்றம் ஒரு சாதியின் முன்னேற்றமாக அடையாளப்படுத்தப்படும் மோசடி அரசியல் உணரப் படும்போதுதான் ஒவ்வொரு சாதியும் வாழ்வு பெறும்!

ஐம்பது காசு உற்பத்திச் செலவுடைய மாத்திரையைப் பத்து ரூபாய்க்கு விற்கும் பெருமுதலாளிகளின் மடியில் சாய்ந்து விடாமல், அதை அறுபது காசுக்கு விற்க வைப்பதற்கு அதி காரத்தைச் செலுத்தினாலே போதும்! தன் சாதி மட்டுமில்லை; நாடு முழுவதிலுமுள்ள நாற்பது கோடி ஏழைகளும் பயனடை வார்கள்!

கோடிக்கணக்கான மக்களின் வாழ்க்கையைச் சீரமைப்பதற்கான அதிகாரம் கையில் கிடைத்திருக்கும்போது, அந்த அரிய பணியை விட்டு விட்டு, ஏதோ சில ஆயிரம் பேருள்ள ஓரினச் சேர்க்கை வக்கிரங்களுக்காக அமைச்சர் அன்புமணி வரிந்து கட்டிக் கொண்டு நிற்பது என்ன நியாயம்? நடுவண் அமைச்சரவை யையே பிளவுபடுத்தி அலற வைத்து விட்டாரே அன்புமணி!

அன்புமணியின் கருத்து அரசின் கருத்தில்லை என்று மைய அரசு மனுத் தாக்கல் செய்திருக்கிறது. அன்புமணி ஓரினச் சேர்க்கை யாளர்களின் ரட்சகராக மாறிவிட்டார் என்று மைய அரசு அஞ்சுகிறது! மக்கள் நல்வாழ்வுத்துறை அமைச்சர் அன்புமணி வைக்க வேண்டிய எய்ட்சு எச்சரிக்கை வாதத்தை, உள்துறை அமைச்சர் நீதிமன்றத்தில் எடுத்து வைத்துக் கொண்டிருக்கிறார்.

'ஓரினச் சேர்க்கை என்பது மிகவும் அருவருக்கத்தக்க ஒரு நடத்தைக் கோலம்! யாரோ சிலருடைய வக்கிர உணர்வை உரிமை என்று எடுத்துக்கொண்டு முழுச் சமுதாயத்தையும் பாழடிக்க முடியாது. இதைச் சட்டபூர்வமாக ஆக்குவது ஒழுங்கான இளைய சமுதாயத்திற்கு அனுப்பப்படும் தவறான சமிக்கையாக அமைந்து விடும்' என்று மைய அரசு உயர்நீதிமன்றத்தில் போராடிக் கொண்டிருக்கிறது! அன்புமணி அரசிடமிருந்து தனிமைப்படுத்தப் பட்டிருக்கிறார்!

விஞ்ஞானபூர்வமான காரணத்தை மைய அரசு முன் வைக்க வேண்டும் என்று தில்லி உயர்நீதிமன்றம் வலியுறுத்தி இருக்கிறது. வழக்குத் தொடர்கிறது. வழக்கு ஒரு பக்கம் இருக்கட்டும்! எய்ட்சை விட விஞ்ஞானபூர்வமான காரணம் என்ன இருக்க முடியும்?

இயற்கை விஞ்ஞானபூர்வமானதில்லையா? கருப்பை பெண் ணுக்குத்தானே இருக்கிறது! இனப்பெருக்கம்தானே காமத்தின் தலையாய நோக்கம்! அதிலே ஓர் இனம் புரியாத இன்பத்தை இயற்கை படைத்ததின் நோக்கமே, அந்தத் தூண்டுதலின் மூலமாக ஆணும் பெண்ணும் இணைந்து, இனப்பெருக்கத்தின் மூலம் உயிரினங்கள் நிலைபெறுவதற்குத்தானே! உயிரினங் களின் நிலைபேறுதான் இயற்கைக்கு முக்கியம்! ஓரினச் சேர்க்கை உயிரினங்களின் நிலைபேற்றுக்கு எவ்வகையில் உதவும் என்று அன்புமணி கருதுகிறார்?

இயற்கை படைத்த உறுப்புகளின் அமைப்பே எதிரெதிர்ப் பாலாரின் சேர்க்கையைத்தானே வலியுறுத்துகிறது. 'விழுந்தது லிங்கம்; விரிந்தது யோனி' என்கிறானே அறிவுக்கே மூலமான திருமூலன்! மேலை நாடுகளில் முறித்து முறித்து, மாறி மாறி வேறு வேறு ஆட்களை மணக்கிறார்கள்! அன்பு சாராக் காமம் சலிப்பில்தான் போய் முடியும்! ஆண் பெண் இருவருமே ஆளை மாற்றுவதன்மூலம் சலிப்பை முறியடித்துக் கிளர்ச்சியைத் தக்க வைத்துக் கொள்ள முடியும் என்று நம்புகிறார்கள்!

அதுவும் முடியவில்லை என்றவுடன் ஆண் ஆணோடும், பெண் பெண்ணோடும் சேர்க்கை கொள்ளும் வக்கிரங்களாக மாறுகிறார் கள்! இறுதியில் தற்கொலை செய்து கொள்கிறார்கள்! இந்த இயல்முரணிய போக்கு (Perversion) என்னும் அசிங்கம் நம்முடைய தலைமையமைச்சர் மன்மோகன்சிங் இறக்குமதி செய்த உலகமயமாக்கல் என்னும் பொருளாதாரக் கொள்கை யோடு சேர்ந்து இறக்குமதியாகி விட்டது!

குச்பூ கூட 'பெண் எவனெவனோடும் எப்படியும் வாழ்வதில் என்ன பிழை? என்ன பெரிய ஒழுக்கம்?' என்றுதான் கேட்டார்! பெண் எவனோடு எப்படி வாழ்ந்தாலும் ஆணோடுதான் வாழ முடியும் என்னும் கருத்துடையவராக இருந்தார். பெண் பெண்ணோடு உறவு கொள்ளும் இயற்கைக்கு எதிரான வக்கிரப் போக்குக்காக வாதாடவில்லை!

ஒரு பெண் நாயின் பின்னால் ஆண் நாய் அலையாய் அலைவ துண்டு. ஆனால் ஆண் நாயின் பின்னால் அலைவதில்லை!

எல்லா உயிரினங்களையும் ஆண் பெண் என்னும் பாகுபாட்டு அடிப்படையில் உருவாக்கி, அவற்றிற்கிடையே இனக் கவர்ச்சியை ஏற்படுத்தி, எதையும் விஞ்ஞான பூர்வமாக இயற்கை முறைப்படுத்தி வைத்திருக்கிறது!

இயற்கைக்கு மாறானதெல்லாம் தமிழுக்கும் மாறானது!

ஏன் இந்த இழிபோக்குகள்!

24.10.08

24

தறிகெட்ட சிந்தனைகள்!

திருமணத்திற்கு முன்பு ஆணும் பெண்ணும் உறவு கொண்டால் என்ன தப்பு? குச்பு கேட்டதில் தப்பில்லை என்று உச்ச நீதிமன்றம் கூறியிருக்கிறது. மூவர் அடங்கிய இருக்கை (Bench) இந்த வழக்கை விசாரித்திருக்கிறது. இறுதித் தீர்ப்பு வரவில்லை என்றாலும் நீதிபதிகள் திறந்த நீதிமன்றத்தில் வழக்கின் நடுவே சொல்லுகின்ற கருத்துக்கள் தீர்ப்பின் ஒரு பகுதியாகவே கொள்ளப்படும்.

மருத்துவர் இராமதாசு மற்றும் தொல்.திருமாவளவனின் தரப்பினரும், தமிழ் ஆர்வலர்களும் ஒரு கட்டத்தில் மிக நியாயமாகக் கொதித்தெழுந்ததன் விளைவே பல்வேறு நீதிமன்றங்களில் குச்புவின் மீது தொடுக்கப்பட்ட 22 குற்றவழக்குகளும்!

திருமணத்திற்கு முன்பு ஆணும் பெண்ணும் உடலுறவு கொள்வது எந்தச் சட்டப்படி குற்றம் என்று நீங்கள் ஏன் எடுத்துக் காட்டவில்லை என்று நீதிபதிகள் வழக்கறிஞரைக் கேட்டிருக்கிறார்கள்!

ஒருவர் தனிப்பட்ட முறையில் கருத்துத் தெரிவிப்பது, அது எத்தகைய கருத்தாயினும், எந்தச் சட்டவிதியின்படி தண்டனைக்குரிய குற்றமாகும்? நீதிபதிகள் எழுப்பிய இந்தக் கேள்விக்கு வழக்குத் தொடுத்த வழக்கறிஞரிடம் விடையில்லை.

உங்கள் வீட்டிலோ, புகாரளித்தவர்களின் வீட்டிலோ உள்ள இளம்பெண்களில் எவரேனும் குச்புவின் பேட்டிக்குப் பிறகு ஓடிப் போய் விட்டார்களா என்றும் நீதிபதிகள் கேட்டிருக்கின்றனர்.

ஒன்றுக்குமே விடையளிக்க முடியாதவர்கள் குச்புவுக்குத் தமிழ் கூறும் ஒழுக்கம்பற்றிப் பாடம் கற்பிக்கச் சட்டத்தின் துணையை ஏன் நாட வேண்டும்?

சுப்பிரமணியசாமி ஒருவர்தான் தன்னைப் பின்பற்றத் தன்னுடைய நிழலும் சந்திரலேகாவும் தவிர யாருமில்லாத நிலையில், எடுத்ததற்கெல்லாம் வழக்குத் தொடுத்துக் கொண்டிருப்பார்.

ஒரு மோசமான கருத்தைச் சொன்னவர் பொருட்படுத்தத் தக்கவர்தான் என்றால் அக் கருத்துக்கு எதிர்க் கருத்தை மக்கள் முன் வைத்து, அவரை நிராதரவாக ஆக்குவதை விடுத்து, அவர் மீது வழக்கைத் தொடுத்துவிட்டு நீதிபதி கேள்வி கேட்கும்போது, வழக்கறிஞர் தரையைப் பார்த்துக் கொண்டிருப்பதால் ஆகப் போவதென்ன?

சட்டம் என்பது சர்வரோக நிவாரணி அல்லவே! தமிழ்நாட்டில் விலைமகள் சட்டப்படி குற்றவாளி; பம்பாயில் அவள் சமூக சேவை செய்பவள்!

தமிழ்நாட்டில் 1971-க்கு முன்பு குடிப்பது குற்றம்; அதற்குப் பின்பு தமிழ்நாட்டில் குடிப்பவர்களையெல்லாம் அரசு நிவாலாகிவிடக் கூடாது என்னும் நல்லெண்ணத்தில் குடிப்பவர்களாகவே அரசு கருதுகிறது! தமிழ்நாட்டுக் கருவூலத்தை 13,000 கோடி அளவுக்கு நிரப்புகிறவர்கள், 'பெருங்குடி' மக்கள்தாம்! இன்னும் இந்தியப் பெருநாட்டில் குசராத்தில் மட்டும் குடிப்பது சட்டப்படி குற்றமாகவே கொள்ளப்படுகிறது!

ஒரு குறிப்பிட்ட செயல் ஒரு மாநிலத்தில் குற்றமாகவும், இன்னொரு மாநிலத்தில் குற்றமற்றதாகவும், ஒரு காலகட்டத்தில் குற்றமாகவும், இன்னொரு காலகட்டத்தில் குற்றமற்றதாகவும் கொள்ளப்படும்போது நீதிபதிகளின் தீர்ப்பும் காலத்திற்குக் காலம் இடத்திற்கு இடம் வேறுபடும்தானே! சட்ட வரையறைகளுக்குள் இயங்குகின்றவர்கள்தாமே நீதிபதிகள்! சட்டம் என்பதும் அறம் என்பதும் ஒன்றல்லவே!

குச்புவின் வழக்குக் குறித்த உச்ச நீதிமன்றக் கருத்துக்களால் இந்து மதச் சார்பு அமைப்பு ஒன்று களைப்படைந்திருக்கிறது; பெண்ணியக்கவாதியான ஒரு பெண் வழக்கறிஞர் கிளர்ச்சி யடைந்திருக்கிறார்! நீதிபதிகளின் கருத்துத் தேவையற்றது; வேதனை அளிக்கிறது; இக்கருத்தை அவர்கள் திரும்பப் பெற வேண்டும் என்று இந்து அமைப்பு வேண்டுகோள் விடுத்திருக்கிறது.

பெண்களுக்கு ஆண்கள்தாம் பகை வர்க்கம் என்பதுபோல இயற்கை அல்லாத கருத்தை முன் வைக்கும் பெண்ணியக் கத்தைச் சேர்ந்த ஒரு வழக்கறிஞர் உச்சநீதிமன்றத் தீர்ப்புக் குறித்துக் குதூகலம் அடைந்து பேசி இருக்கிறார். சட்டம் அங்கீகரித்து விட்ட இந்த நிலையிலாவது இனிக் காதல் குறித்தும் காமம் குறித்தும் (love and sex) கொண்டிருக்கிற போலியான நிலைப்பாட்டிலிருந்து (Hypocritical) இவர்கள் விடுபடுவார்கள் என்று நம்புகிறேன் என்று பேட்டி அளித்திருக்கிறார்.

இந்து அமைப்பின் சோகத்திற்கும் பெண்ணியக்கத்துக்காரரின் வேகத்திற்கும் உச்ச நீதிமன்றப் பகுதித் தீர்ப்புரைகளில் எந்த அடிப்படையும் காணப்படவில்லை! உச்சநீதிமன்றத்தின் கேள்வி குச்புவின் கருத்துகள் ஒழுக்க வரையறைக்கு உட்பட்டவைதானா இல்லையா என்பது குறித்ததன்று. தனிப்பட்ட முறையில் கருத்துத் தெரிவிப்பதற்கு குச்புவுக்கு உள்ள உரிமையில் உச்ச நீதிமன்றம் குறுக்கிட முடியுமா முடியாதா என்பது குறித்துத்தான்!

திருமணத்திற்கு முன்பு ஆணும் பெண்ணும் உடலுறவு கொள்வது எந்த வகையில் குற்றமாகும் என்னும் உச்ச நீதிமன்றத்தின் சார்புக் கருத்தை நம்முடைய முதலமைச்சர் கருணாநிதி தாங்கிப் பிடிக்க முயல்கிறார். குச்பு பேட்டியின் முழுச் சாரமும் திருமணத்திற்கு முந்திய காலகட்டத்து ஆண் பெண் உடலுறவு மட்டும்தான் (pre-marital sex) என்றால் கருணாநிதி மட்டும் என்ன? தமிழே குச்புவைத் தாங்கிப் பிடிக்கும்! ஆனால் பேட்டியின் சாராம்சம் அதுவல்ல; அது பச்சையான ஒழுக்கக் கேடு!

இரண்டாயிரம் ஆண்டுகளுக்கு முந்திய தமிழர்களின் வாழ்வின் சாரமே சங்க இலக்கியங்கள். சங்க இலக்கியங்களில் ஒன்று குறுந் தொகை. அந்தக் குறுந்தொகையில் கபிலன் என்னும் தமிழ்ப் பார்ப் பனர் திருமணத்திற்கு முந்திய ஆண்பெண் உடலுறவு குறித்து ஒரு பாடல் எழுதியிருக்கிறார். கபிலன் எந்தப் புலனிலும் அழுக்கேறப் பெறாத அந்தணன் என்று பிற புலவர்களால் பாராட்டப்பட்டவன்.

ஓர் ஆணும் பெண்ணும் கலந்து பழகுகிறார்கள். தனிமையும், வயதும் இயற்கையின் தூண்டலும் அவர்களை உடல்ரீதியாகவும் கலக்கச் செய்து விடுகிறது. உடனடியாக அவன் வந்து மணக்காமல் காலம் நீடித்துக் கொண்டு போகிறது. உடலால் தன்னை உடைமையாக்கிக் கொண்டவன் ஒருவேளை தன்னைக் கைவிட்டு விடுவானோ என்னும் அச்சம் மேலிடுகிறது. இந்தச் செயல் நடந்தபோது அரசல் புரசலாகவாவது யாராவது அறிந்திருந்தால், அவர்களைச் சாட்சியாக்கி இவனை இழுத்து வரச் செய்து மணக்கலாம். ஆனால், அவன் என்னை உடலால் மேவி உயிரால் ஒன்றுவித்துக் கொண்டபோது அந்த இடத்தி லிருந்து களச்சாட்சி அவன் ஒருவனே! இப்போது நினைவுக்கு வருகிறது! அவன் என்னைத் தழுவிக் கலந்தபோது ஒரு நாரையும் பார்த்துக் கொண்டிருந்தது என்று தோழியிடம் சொல்லும் தலைவி ஒரு சாட்சி கிடைத்து விட்டதுபோல் மகிழ்கிறாள்!

நாரை பார்த்தது உண்மை; ஆனால் சாட்சி சொல்லுமா? ஒருவேளை அவன் ஏய்த்து விடுவானேயானால், சாவதைத் தவிர நான் செய்வதற்கு வேறு என்ன இருக்கிறது என்பது அந்தப் பாடலின் உட்பொருள்!

யாரும் இல்லை; தானே களவன்;
தான் அது பொய்ப்பின், யான் எவன் செய்கோ?
… … … … … … … … … … … … … … … …
குருகும் உண்டு, தான் மணந்த ஞான்றே!
(குறுந்தொகை - 25) (கபிலன்)

களவன் - களச்சாட்சி; குருகு - நாரை; யான் எவன் செய்கோ- என்னால் என்ன செய்ய முடியும் சாவதைத் தவிர!

திருமணத்திற்கு முந்திய ஆண் பெண் சேர்க்கையைத் தமிழ் உடன்படுகிறது. ஆனால், அது திருமணத்தில் முடிய வேண்டும் என்று தமிழ் வற்புறுத்துகிறது. களவு மணத்தைத் தமிழ் ஏற்கிறது என்று பாதியைச் சொன்ன கருணாநிதி, அது கற்பு மணத்தில் முடிய வேண்டும் என்று சொன்ன மீதியையும் சொல்லியிருக்க வேண்டாமா? தமிழ்ச் சிந்தனைகள் குறைபாடுடையவை என்னும் கருத்து ஏற்படும்படி கருத்துரைப்பதுதான் தமிழுக்கும் தமிழ்ப் பண்பாட்டுக்கும் கருணாநிதி செய்யும் தொண்டா?

உச்சநீதிமன்றத்திற்கு கட்டற்ற காமம் (Free sex) குறித்துக் கவலை இல்லை; கட்டற்ற பேச்சுச் சுதந்திரம் (Free speech) பற்றி

மட்டுமே கவலை! நம்முடைய அரசியல் சாசனத்தின் அந்தக் கவலை நியாயமானது; சீனாவைப்போல், பாக்கிசுத்தானைப் போல் அல்லாமல் நம்மை நாகரிக நாடாகக் காட்ட வல்லது, இந்தப் பேச்சுரிமையே!

குச்புவுக்கு உளறுவதற்கான எல்லா உரிமைகளும் உண்டு. ஆனால் ஒரு சீரிய விவாதத்திற்குப் பிறகே ஒன்றை உளறலா, இல்லையா என்று முடிவு கட்ட முடியும்!

பெரியார் தமிழ் கூறும் நல்லுலகின் எல்லாக் கட்டுகளையும் தகர்க்க எண்ணினார். அதில் ஒழுக்கம் ஒன்று! அவருடைய ஒழுக்க மீறல்கள் குறித்த கருத்துக்களையும், தமிழ் குறித்த கருத்துக்களையும் திராவிடர் கழகத்தினரே ஏற்கவில்லை. அவர்கள் முறையான குடும்பங்களாகவும், தமிழ்ப் பற்றாளர்க ளாகவும்தான் வாழுகின்றனர்.

மூவாயிரம் ஆண்டுப் பழைமை உடையது தமிழ் நாகரிகம் என்பதாலேயே அது காலத்திற்கு ஒவ்வாததாகிவிட்டது என்று பொருளில்லை. அது காலத்தின் சோதனையை வென்று நிற்கிறது என்றுதான் பொருள்! It has withstood the test of time! ஆனால் ஒழுக்கம்பற்றிய குச்புவின் கருத்துகள் விவாதத்திற் குரியவையாகத் தென்படவில்லை. மன அரிப்புகளால் வெளிப் பட்ட கருத்துகள்போலவே தென்படுகின்றன.

மகான் காந்தியைச் சுட்ட முதல்தர அயோக்கியன் கோட்சேகூட மதத்தின் பேரால் தன்னை நியாயப்படுத்திக் கொள்ளவே முயல் கிறான். அதுபோல் எதையோ அவரசம் அவசரமாக நியாயப் படுத்தச் செய்யும் முயற்சியாகவே குச்புவின் பேட்டி காட்சி யளிக்கிறது.

உச்சநீதிமன்றத் தீர்ப்புக்குப் பின் அந்தப் பெண்ணியக்கவாதி, குச்புவின் நிலைப்பாடு குறித்து, பெண்கள் வீறார்ந்த நிலை எய்திவருவதாக (women are becoming bolder) கூறியிருப்பதும், இதே நிலைப்பாட்டை கருணாநிதி தாங்கிப் பிடித்திருப்பதும் அருவருக்குத் தக்கவையா, ஏற்கத் தக்கவையா என்பது குறித்து ஆராயக் குச்புவின் முழுப் பேட்டியையும் பார்க்க வேண்டும்.

குச்பு தமிழ் இந்தியா டுடே செய்தியாளர் பீர்முகம்மதுவுக்குக் கொடுத்த பேட்டியிலிருந்து சில பகுதிகள். 2005 செப்டம்பர் 28 இதழில் வெளிவந்தவாறு:

‘செக்சு கல்வியை அவசியம் பெற்றோர்கள் பிள்ளைகளுக்குக் கற்பிக்க வேண்டும்.’

‘பெண்கள் திருமணம் ஆகும்போது கன்னித்தன்மை கலையாது இருக்க வேண்டும் என்பது போன்ற எண்ணங்களிலிருந்து சமூகம் விடுதலையாக வேண்டும்.’

‘கல்வி பெற்ற எந்த ஆண்மகனும் தான் மணக்கவிருப்பவள் கன்னித் தன்மையோடு இருக்க வேண்டும் என்று எதிர்பார்க்கக் கூடாது! ஆனால் திருமணத்திற்கு முன்பு செக்சு வைத்துக் கொள்ளும்போது கர்ப்பம் ஆகாமலும், பால்வினை நோய் வராமலும் பெண் தன்னைத் தற்காத்துக் கொள்ள வேண்டும்.’

மணப்பவள் கன்னியாக இருக்கத் தேவையில்லை என்றால், அவள் ஏற்கனவே கொண்ட உறவுகள் குறித்து வினவாத கணவனே கல்வி அறிவுடைய கணவன் என்றால், இதற்குத் திருமணம் எதற்கு?

ஒருவனுக்கு ஒருத்தி என்னும் நிலைப்பாடுதானே ஒருவர்மீது ஒருவரைப் பொறுப்பெடுத்துக் கொள்ளச் செய்யும்!

இவள் எனக்குரியவள்; எனக்கு மட்டுமே உரியவள்; என்னிடம் கன்னிமை கழிந்தவள்; என்னுடைய மக்களைச் சுமந்தவள் என்னும் எண்ணம்தானே பதினாறு வயதில் அவள்மீது கொண்ட பற்று எழுபத்தாறு வயதிலும் நீடிக்கக் காரணமாகிறது!

கர்ப்பம் ஆகாமலும் பால்வினை நோய் வாராமலும் தன்னைத் தற் காத்துக் கொள்ள வேண்டும் என்பதன் பொருள் என்ன? ஒருவ னோடுதான் உறவு என்றால் பால்வினை நோய் எப்படி வரும்?

ஒரு விலைமகளுக்கு மட்டுமே உரிய கவலைகளெல்லாம் குடும்பப் பெண்ணுக்கு எப்படி வர முடியும்? இத்தகைய கவலை களெல்லாம் உள்ள பெண் ஒரு குடும்பப் பெண்ணாக எப்படி இருக்க முடியும்?

ஒவ்வொரு ஆணும் தன் பங்கிற்குத் தான் மணக்கப்போகும் பெண் கருவுற்றிருக்கவில்லையா, பால்வினை நோயால் பீடிக் கப்பட்டிருக்கவில்லையா என்று மருத்துவச் சான்றிதழோடு திரு மணம் செய்வது கொள்வதைவிட, நேரடியாகத் தாசிகளோ டேயே குடும்பம் நடத்தலாமே! அந்த வாழ்க்கையில் எந்தப் பொறுப்புமில்லையே!

கணவனுக்கும் மனைவிக்கும் உடுத்திக் கொள்வதற்கு ஒரு ஆடைதான் உண்டு என்றாலும், அதைப்பாதி பாதியாகக் கிழித்து உடுத்திக் கொண்டு ஒன்றி வாழுவதே வாழ்க்கை என்று தமிழ் கற்பித்துக் கற்பித்து உருவாக்கிய கற்பு போன்ற அரிய பண்புகளை உருக்குலைக்க வந்த சிந்தனைகளே குச்புவின் சிந்தனைகள்! இதற்குக் கருணாநிதி பக்கமேளம் வாசிக்கிறார்! அழுகிய மனங்கள்!

இதனால் குடும்பம் அழியும்; அடிப்படை அலகுகளான குடும்பங்கள் இல்லாமல் சமூகம் மட்டும் எப்படி இருக்க முடியும்?

குடி கெடுக்க வந்த குச்புவின் எண்ணவோட்டங்களின்மீது உச்ச நீதிமன்றம் சட்டப் பார்வையை மட்டுமின்றி சமூகப் பார்வையையும் செலுத்த முடியாத நிலையில், பழைய தாய்வழிச் சமூகத்தை நோக்கித் திரும்ப நேரிடும். அது கடிகாரத்தைப் பின்னோக்கித் திருப்புவதாகும்!

துக்ளக், 07.4.10

25

அழிந்துதான் திருந்துவார்களோ என்னவோ?

இப்போதெல்லாம் நம்முடைய நாட்டிலே 'தாயார் தினம்' என்றெல்லாம் கொண்டாடத் துவங்கி விட்டார்கள். தாய் இறந்து விட்டால், அவள் இறந்த நாளை நீத்தார் நினைவு நாளாகவோ, திவசம் கொடுப்பதன் வழியாகவோ அவளை நினைவு கூர்வது வழக்கம்!

தன் மக்களைக் கருவில் சுமந்து, பின்பு தோளில் சுமந்து, பெற்று ஓரிரு ஆண்டுக்குத் தானே உணவாகி, அடுத்து நடக்கும் இருபது ஆண்டு களுக்கு உணவூட்டும் தாயாகி, இறந்த பின்பும் அந்தக் குடும்பத்தைக் காத்து நிற்கும் காவல் தெய்வமான தாயின் நினைவு இருந்து கொண்டுதான் இருக்கும் என்றாலும் அவளை அவள் இறந்த நாளில் நினைவு கூர்ந்து சிறப்பிப்பது தொன்று தொட்டு வரும் பழக்கம்!

ஆனால், இந்த அதிநவீனங்களெல்லாம் தாய் வாழுங் காலத்தில் அல்லவா 'தாயார் தினம்' கொண்டாடு கின்றன! தாய் இறந்த பிறகு போற்றுவதற்கு அவளு டைய நினைவுகளே எஞ்சி நிற்கும்; அவள் வாழுங் காலத்தில் போற்றுவதற்கு அவளே இருக்கிறாளே! இதற்கு எதற்கு ஒரு தினம்? விடுதலை பெற்ற பின்தானே அதை அடைவதற்குப் பட்ட பாட்டை நினைவுகூர விடுதலை நாள் கொண்டாட வேண்டும்!

வெள்ளைக்காரப் பிள்ளைகள் படிக்கும்போது விடுதியிலோ, வயது வந்த பின் தனித்தோ வாழும்போது, 'தாயார் தினம்' எனக் குறிப்பிடப்படும் அந்த நாளில், ஐந்தாவது கணவனோடு வேறொரு இடத்தில் வாழ்ந்து கொண்டிருக்கும் தாயை நேரில் பார்த்து முகமன் கூறுவதற்கு அந்த தினம் தேவைப்படுகிறது!

நாம் மூன்றாவது மனிதருக்குத்தான் முகமன் கூறிப் பழக்கப் பட்டிருக்கிறோம்! பெற்ற தாய்க்கு அவளுடைய சதையின் சதையான நம்மால் எப்படி முகமன் கூறமுடியும்? முகமன் என்பது வெறும் சம்பிரதாயமல்லவா? நமக்கெதற்குத் தாயார் தினம்?

சிந்து சமவெளி நாகரிக காலத்திலிருந்து நேற்றுவரை நம்மு டைய தமிழ்ச் சமூக அமைப்பில் கண்டும் கேட்டும் அறியாத ஒரு கொடுமை இப்போது புதிதாக ஊருக்கு ஊர் உண்டாகி வருகிறது!

அனாதை இல்லங்கள் உண்டு; பசித்து வருவோர்க்குச் சோறிட அன்ன சத்திரங்கள் உண்டு; மனிதர்களுக்கும் விலங்கு களுக்கும்கூட இலவச மருத்துவமனைகள் உண்டு; ஆனால், முதியோர் இல்லங்கள் என்று ஒன்றை நாம் நேற்றுவரை கேள்விப்பட்டிருக்கிறோமா?

பட்டினத்தார் துறவு பூணப் போவதாகச் சொன்னவுடன் அவருடைய தாயார், 'கொள்ளி வைக்க ஒரு மகன் வேண்டு மென்று உன்னை வரம் வாங்கிப் பெற்றேனே; நீ போகிறாயே!' என்று கலங்கி அழுதார்களாம்! தாயாரின் அந்தக் கவலையைப் போக்கும் வண்ணம் பட்டினத்தார் உறுதியளித்து விட்டுப் போனாராம்! அதுபோல் தாய் சாவுக்கு எப்படியோ வந்து சேர்ந்து விடுகிறார். கொள்ளி வைக்க வேண்டிய நேரம்! ஆனால் பட்டினத்தார் கலங்கி அழுது பின் வாங்குகிறார்!

'என்னை முந்நூறு நாள் தொந்தி சரியச் சுமந்து, பெற்றுப் பாலூட்டி வளர்த்து என்னை ஆளாக்கிய தாய்க்கு நான் செய்யும் நன்றிக் கடன் அவள் உடலில் தீமூட்டி எரிப்பதா' என்று கதறுகிறார்! அது பிணம்தானே என்று பற்றற்ற ஞானியாலும் கருத முடியவில்லை!

அப்படி எல்லாம் போற்ற வேண்டிய தாயை வாழும் காலத் திலேயே எப்படி முதியோர் இல்லத்தில் கொண்டு போய்ச் சேர்க்க முடிகிறது?

இப்போதெல்லாம் கடைசிவரை கஞ்சி ஊற்றி, 'ஆத்தா' என்று அன்பு பாராட்டுகிற மகனைப் பெற்ற வயிறுதான் பேறு பெற்ற வயிறு! குடும்ப அமைப்பு எதற்காக ஏற்பட்டது? ஆணும் பெண்ணும் சேர்ந்து ஒரு கூரையின்கீழ் ஒரு பாயில் படுத்துக் கொள்வதற்காகவா? உலகத்தில் எந்த உயிரினமும் குட்டி பால்குடி மறப்பது வரையிலுமோ, குஞ்சுக்குச் சிறகு முளைக்கும் வரையிலுமோதான் பொறுப்பெடுத்துக் கொள்கிறது.

ஆனால் மனிதக் குஞ்சுக்குச் சிறகு முளைக்க இருபது ஆண்டுகள் அல்லவா தேவைப்படுகிறது! முதற் பருவத்தில் தடுமாறி நடைபயிலும் குழந்தைக்குப் பற்றிக்கொள்ளத் தந்தையின் கை தேவைப்படுகிறது. முற்றிய பருவத்தில் தந்தைபற்றிக் கொள்ள மகனின் தோள் தேவைப்படுகிறது. முன் பருவத்திலும் பல்லில்லை; முற்றிய பருவத்திலும் பல்லில்லை. இருவர் பேச்சும் புரிவதில்லை!

முன் பருவத்தில் எப்படிப் பெற்றோர் துணையின்றிப் பிள்ளை யால் இயங்க முடியாதோ, அது போலவே முதிர்ந்த பருவத்தில் பிள்ளையின் துணையின்றிப் பெற்றோரால் இயங்க முடியாது!

தாயிடம் மொழி கற்று, தந்தை வழியாகக் கல்வி, தொழில் முதலியன பெற்று, அந்தப் பிள்ளை தனது காலில் ஊன்றி நிற்பதற்கு இருபது ஆண்டுகள் தேவைப்படுகின்றன! ஒரு மனிதனின் உருவாக்கத்திற்கு இவ்வளவு நீண்ட காலம் தேவைப்படுவதால் குடும்பம் என்னும் அமைப்பு கட்டாய மானது! ஒருவருக்காக ஒருவர் எதையும் இழக்கத் தயாராக இருக்கும் உண்மையான அன்பின்மீதுதான் குடும்பங்கள் கட்டப் படுகின்றன.

இந்தக் குடும்பத்தின் முதல் கட்டம், முன் இருபது ஆண்டுகள் பெற்றோர்கள் பிள்ளைகளைப் பேணி வளர்ப்பது; இரண்டாம் கட்டம் பின் இருபது ஆண்டுகள் பிள்ளைகள் பெற்றோரைப் பேணிக்காப்பது! குடும்பம் அடிப்படை அலகு; தேசம் அழிந்தால் குடி முழுகிப் போகாது; குடும்பம் அழிந்தால் எல்லாமே முழுகிப் போகும்!

பொறுப்பற்ற பிள்ளைகளினால் முதியோர் இல்லங்கள் நாட்டின் பெருவழக்கானால், குடும்பத்தின் தேவையில் பாதி அழிந்து விடும்; பொறுப்பற்ற பெற்றோர்களினால் பிள்ளைகளை

விடுதிகளில் விட்டு வளர்க்கும் நிலை ஏற்படுமானால், குடும்பத்தின் மீதித் தேவையும் அழிந்து விடும்!

அன்பு, கண்டிப்பு, ஊக்கப்படுத்தல், பிள்ளையின் மேல்நிலை வளர்ச்சிக்காகப் பெற்றோர் மேற்கொள்ளும் பெருந்தியாகம் இவை போன்றவையே மிகச்சிறந்த குடிமக்களை நாட்டுக்கு உருவாக்கித் தருகின்றன. அதற்குக் கைம்மாறாக தளர்ச்சியில் பெற்றோரைத் தாங்கல், நோய்நொடியிலிருந்து அவர்களைக் காத்தல், அன்பில் நனைவித்து அவர்களைப் பேணல், அவர் களுடைய பெருஞ்சிறப்புகளைப் போற்றி மகிழ்வித்தல், வாழ்வின்மீது பிடிப்புக் கொள்ள வைத்தல் இவற்றைப் பிள்ளைகள்தாம் வழங்க முடியுமே தவிர முதியோர் இல்லங்கள் வழங்க முடியாது! அங்கு வேளாவேளைக்குச் சோறுதான் போடுவார்கள். சோற்றால் மட்டுமா மனிதன் வாழ்கிறான்?

'அன்னையும் பிதாவும் முன்னறி தெய்வம்' என்றும், 'தாயிற் சிறந்தொரு கோயிலும் இல்லை' என்றும் கற்பிக்கப்பட்ட நாட்டில் 'Mother's day', 'Parent's day' என்று கொண்டாடுவது, மீதமுள்ள முந்நூற்றி அறுபத்தி நான்கு நாட்களிலும் அவர்களைக் கைகழுவி விடுவதற்கு அல்லாமல் வேறென்ன?

புதிய தலைமுறையில் கணவனுக்கு மனைவியிடம் பிடிப் பில்லை; மனைவிக்குக் கணவனிடம் பிடிப்பில்லை; காமம்கூட உயிரைத் தளிர்க்கச் செய்வதாக இல்லாமல், இயந்திரத் தன்மை யுடையதாக மாறி விட்டது! இருவருக்குமே பெற்றோரிடம் பிடிப்பில்லை; பின்பு எதில்தான் இவர்களுக்குப் பிடிப்பு இருக்கிறது? பணம்! பணம் ஒன்றில்தான்!

அழிந்துதான் திருந்துவார்களோ என்னவோ?

துக்ளக், 05.05.10

மொழி

26

அதிகாரம் எதற்கு?
தமிழுக்காக இல்லையா?

கணினிப் பயன்பாட்டில் தமிழ்மொழியின் எழுத்துக்களை ஒரே மாதிரியாகப் பயன்படுத்த 'TAMIL ALL CHARACTER ENCODING 16' மென்பொருளில், ஜ, ஷ, க்ஷ, ஸ, ஹ என்னும் (வடமொழி) கிரந்த எழுத்துக்களைப் பயன்படுத்த முதலில் இசைவளித்து விட்டு, அப்புறம் ஏன் பின்வாங்கினார் முதலமைச்சர் கருணாநிதி என்று கேட்கிறது தினமணி!

வடமொழிக்குரிய இந்த ஐந்து எழுத்துக்களும் தமிழால் ஏற்கப்பட்டு விட்டன என்பது அந்த செய்தித்தாள் ஆசிரியரின் வாதம்! அவை ஏற்கத் தக்கவைதாம் என்பதும் அவரின் நிலைப்பாடு! ஆனால் முதலமைச்சர் கருணாநிதி காலங்கடந் தாவது தமிழ் குறித்து நல்லறிவு பெற்று, எதிர்க்க வேண்டிய வடமொழி எழுத்துக்களை எதிர்த் திருக்கிறாரே என்று களிபேருவகை அடைந்தோம்!

எதற்கு அவசரப்பட்டு மகிழ்ந்தீர்கள் என்று கேட்கிறார் தஞ்சைத் தமிழ்ப்பல்கலைத் துணைவேந்தர் ம.இராசேந்திரன். கருணாநிதி நடுவணரசுக்கு எழுதிய மடல் ஏற்கனவே தமிழ் ஒருங்குறியில் உள்ள ஜ,ஷ,க்ஷ,ஸ,ஹ என்னும் ஐந்தெழுத்துக்கள் குறித்தவை அல்லவாம்! இவைபோல் இன்னும் இருபத்தி ஆறு கிரந்த எழுத்துக்களைத் தமிழ்

ஒருங்குறியில் சேர்க்க வேண்டும் என்கிறார்களாம் டில்லியில்! அது குறித்துத்தான் கருணாநிதி அதுவும் யோசித்து முடிவெடுக் கலாம் என்று தயவாகத்தான் எழுதியிருக்கிறாராம்!

கருணன் பாஞ்சாலியைப் பார்த்துக் கேட்டான்: 'ஐந்து பேருக்கு பெண்டாட்டியான உனக்கு வெட்கம் எதற்கு?' ஐந்து வடமொழி எழுத்துக்களுக்கு எதிர்ப்புத் தெரிவிக்காத கருணாநிதி, இப்போது இருபத்தாறு எழுத்துக்களுக்கு ஏன் எதிர்ப்புத் தெரிவிக்க வேண்டும் என்று அந்தச் செய்தித்தாள் ஆசிரியரே திருப்பிக் கேட்டால், முகத்தை எங்கே கொண்டுபோய் வைத்துக் கொள்வார் கருணாநிதி?

ஜ, ஷ போன்ற ஐந்து கிரந்த எழுத்துக்கள் ஏற்கனவே இருந்து வருபவை என்பதால், கருணாநிதியும் அவர் வைத்திருக்கிற 'தாள வாத்தியத் தமிழறிஞர்களும்' எதிர்க்கவில்லை என்கிறார் துணை வேந்தர் இராசேந்திரன்.

இரண்டாயிரத்து ஐநூறு ஆண்டுகளுக்கு முன்னர் வடமொழி எதிர்ப்பியக்கத்திற்குத் தலைமை ஏற்றவன் தொல்காப்பியன்! இந்த எழுத்துக்கள் எந்தக் காலத்திலும் தமிழால் ஏற்கப்பட வில்லை. பல்லுக்குள் மாட்டிக்கொண்டு விட்ட தேவையற்ற சக்கைகளை நாக்கு துளாவி வெளியே தள்ளி விடுவதுபோல, தமிழ் இந்த வடமொழி வல்லோசைகளைக் காலங்காலமாய் வெளியே தள்ளிக் கொண்டுதான் இருக்கிறது!

வடமொழி வழக்கிழந்து இரண்டாயிரம் ஆண்டுகள் ஆகி விட்டா லும், அதனுடைய ஆக்கிரமிப்பு முயற்சி மட்டும் ஓயவில்லை!

ஜ,ஷ,க்ஷ,ஸ,ஹ போன்ற ஓசைகள் அடிவயிற்றைப் பிடித்துக் கொண்டு வருபவை! கொதிநிலையில்கூட அடிவயிற்றிலிருந்து மூச்சைப் பிடித்துக் கொண்டு பேசுவதைத் தமிழன் உடன்பட வில்லை! மூச்சை இழுப்பதும் விடுவதும் எப்படி எந்த முயற்சியு மின்றி நடக்கிறதோ, அப்படியே பேசுவதற்கும் எந்தப் பாடும் கூடாது என்று கருதிக் கருதி மொழியை வடிவமைத்தான் தமிழன்!

ஜ,க்ஷ என்பன போன்ற எழுத்துக்களின்மீது நமக்குள்ள பகைக்குக் காரணமே அந்த ஓசைகளோடு நம்முடைய மொழிக்குள்ள பொருந்தாமைதான்! அந்த ஓசை தமிழின் அடிப்படைக்கு மாறானது என்னும்போது அந்த எழுத்துக்கள் தமிழுக்கு எதற்கு?

ஒருவேளை தவிர்க்க இயலாமல் வடசொற்கள் தமிழுக்குள் நுழைய வேண்டிய நிலை ஏற்பட்டால், செருப்பைக் கோயிலுக்கு வெளியே விட்டுவிட்டு வருவதுபோல, வடமொழி தனக்குரிய ஓசையைக் களைந்து விட்டுத் தமிழோசையை ஏற்றுக் கொண்டு தான் தமிழுக்குள் நுழைய வேண்டும் என்று கட்டளை விதித்தான் தொல்காப்பியன்! 'வடசொற் கிளவி வடவெழுத்து ஒரீஇ' என்பது அவனுடைய கட்டளை நூற்பா!

கம்பன் கையைக் கட்டிக்கொண்டு தொல்காப்பியனுக்குக் கட்டுப் பட்டானே! விபீஷணனை வீடணன் என்றும் லக்ஷ்மணனை இலக்குவன் என்றும் மாற்றிவிட்டானே!

என் தாயார் பஸ் ஸ்டாண்டை காரடி என்றுதான் அழைப்பார்கள். எப்படி இந்தப் பெயரைக் கண்டுபிடித்தாய் என்று ஒரு நாள் கேட்டேன். தேர் நிற்கிற இடம் தேரடி என்றால், கார் நிற்கிற இடம் காரடிதானே என்று என் தாயார் சொன்னார்கள்! என் தாயார் எழுபத்தெட்டு ஆண்டுகள் வாழ்ந்தார்கள்! ஒருநாள் ஒரு பொழுதுகூட ஜ, க்ஷ, ஷ, வை எல்லாம் அவர்களின் நாக்கு உச்சரித்ததில்லை! எல்லா தமிழ்த் தாய்மார்களும் இப்படித்தான்!

அப்படியானால் யாரின் தேவையை நிறைவு செய்ய இந்த ஐந்து கிரந்த எழுத்துக்களையும் எதிர்க்காமல் முதல்வர் கருணாநிதி விட்டு வைத்திருக்கிறார்? அவை பழகிவிட்டன; முன்பே உள்ளன என்கிறார் துணைவேந்தர் இராசேந்திரன்!

யாருக்குப் பழகி விட்டது? தொல்காப்பியனுக்கா? வீதியிலே கீரை விற்றுக்கொண்டு போகிறாளே முனியம்மா அவளுக்கா? தொல்காப்பியப் பூங்கா என்னும் நூலைக் கருணாநிதிதானே எழுதினார்? தமிழுக்கு அவன் போட்ட சட்டங்கள் கருணா நிதிக்குப் பிடிபடவில்லையா?

ஜ, க்ஷ போன்ற ஐந்து கிரந்த எழுத்துக்களையே வெளியே தள்ளு என்றால், மேற்கொண்டு இருபத்தி ஆறு கிரந்த எழுத்துக்களைச் சேர்க்க வேண்டும் என்கிறதே ஒரு கூட்டம்! இது எவ்வளவு பெரிய சதி?

தமிழுக்கே உரித்தான எ, ஒ, ழ, ற, ன ஆகிய எழுத்துக்கள் வேறு எந்த மொழிக்கும் இல்லாத காரணத்தால், இந்த எழுத்துக்களை மட்டும் கிரந்தத்தில் அப்படியே சேர்த்துக் கொண்டு, மீதித் தமிழை ஒழித்து விடலாம் என்று கருதுகிறார்கள் சதிகாரர்கள்!

தமிழ் உட்பட இந்திய மொழிகள் அனைத்தையும், தேவநாகரி எழுத்தில் எழுதினால் என்ன என்று கேட்ட இந்திச் சதிகாரர்களை எதிர்கொள்ள அன்று அண்ணா இருந்தார்! அந்தச் சதி முயற்சி தோற்று விட்டது. இன்று தெய்வத் தமிழ் உள்ளிட்ட இந்திய மொழிகள் அனைத்தையும் கிரந்த எழுத்துக்களில் எழுத அடுத்த சதி தொடங்கி விட்டது!

சமக்கிருதம், இலத்தீன், கிரேக்கம் ஆகிய செம்மொழிகள் அனைத்தும் செத்துவிட்டன! தமிழ் மட்டும் வாழ்வதா என்று நினைக்கிறார்கள்! ஐந்து கிரந்த எழுத்துக்களான ஜ க்ஷ வை முதலில் ஒழிக்க வேண்டும். அடிப்படையைத் தகர்த்து விட்டால் மேல்முயற்சி எடுக்க மாட்டார்கள்! தொடக்கப் பள்ளி தொடங்கி ஒருங்குறி மென்பொருள்வரை அனைத்திலும் தொல்காப்பியம் சுட்டாத எழுத்துக்களைச் சுட்டுவிட வேண்டும்!

அதிகாரம் எதற்கு? குடும்பத்திற்குச் சொத்துச் சேர்க்கத்தானா?

ஜூனியர் விகடன், 21.11.2010

27

பக்தவத்சலங்கள் இன்னும் இருக்கிறார்களே!

'மொழி என்பது என்ன? வெறுஞ் சத்தந்தானே! எவனாவது ஒருவன் எங்களுடைய சத்தந்தான் உலகிலேயே சிறந்தது என்று சொன்னால், அதை என்னால் ஏற்றுக் கொள்ள முடியாது!' இவ்வாறு பேசியிருப்பவர் பெரியாரின் அண்ணன் பேரன்; ஈ.வே.கி.சம்பத்தின் மகன்; காங்கிரசின் ஒரு கும்பலுக்குத் தலைவர்; ஈ.வே.கி.ச. இளங்கோவன்!

'உலகத்திலேயே தமிழ் ஒப்பற்ற மொழி; தமிழைப் போல் சிறப்பு வாய்ந்த பல மொழிகள் செத்தொழிந்து விட்டன. தமிழ் ஒரு வாழும் மொழி! செம்மொழி! செம்மொழிக்குரிய எல்லாத் தகைமைகளும் உள்ள மொழி' என்று சொன்னவன் பரிதிமாற் கலைஞன்! அவர் ஒரு பார்ப்பனன்! வடமொழி தேவமொழி என்று போற்றப்பட்ட காலத்தில் தன்னுடைய பெற்றோர் தனக்கிட்ட சூரியநாராயண சாஸ்திரி என்னும் வட மொழிப் பெயரை நீக்கிவிட்டு, அதைத் தமிழ்ப்படுத்திப் பரிதிமாற் கலைஞன் என்று தன்னை அழைத்துக் கொண்ட பெருந்தகையாளன் அவன்!

இதேபோல் இன்னொரு பேரறிஞன் கால்டுவெல்; கிறித்துவ மதத்தைப் பரப்புவதற்காக வந்தவன்; வந்த வேலையை விட்டுவிட்டு தமிழை ஆராய்ந்து, தனித்தியங்கவல்ல அதன் பெருமையை நிலைநாட்டும் வண்ணம் திராவிட மொழிகளின் ஒப்பிலக்கணம்

என்னும் இணையற்ற நூலை எழுதினான்! கால்டுவெல் தமிழ் மண்ணை மிதித்திருக்காவிட்டால் திராவிட இயக்கமே தோன்றி யிருக்காது.

பரிதிமாற்கலைஞனும் கால்டுவெல்லும் தமிழைக் குறித்து என்ன சொன்னார்கள் என்பதுதான் உலக அரங்கில் பல்வேறு நாட்டு மொழி வல்லுனர்களிடம் அதிர்வை ஏற்படுத்துமே தவிர, தமிழில் ஆத்திசூடியைக்கூட முழுமையாகப் படித்தறியாத ஈ.வே.கி.ச. இளங்கோவன் கூற்று அல்ல!

யாமறிந்த மொழிகளிலே தமிழ்மொழிபோல் இனிதாவது எங்கும் காணோம் என்று பாரதி தன்னை மறந்து போற்றிய தமிழ் வெறுஞ் சத்தமாகத் தெரிகிறது இளங்கோவனுக்கு!

நீ நைந்தாய் என்றால் நான் நைந்து போவேன்; நீ வாழ்ந்தாய் என்றால் நானும் வாழ்வேன் என்று தமிழ் வேறு, தான் வேறல்ல என்று வாழ்ந்த பாரதிதாசன் இளங்கோவனுக்குக் கிறுக்கனாகத் தெரிகிறார்!

என்றுமுள தென்தமிழ் என்னும் கல்வியில் பெரிய கம்பனின் பாராட்டு ஒருவிதப் போதையில் சொல்லப்பட்டதுபோல் தோன்றுகிறது இளங்கோவனுக்கு!

'ஆரியம் போன்ற கடின மொழிகளில் என்னுடைய மனத்தைப் பற்றவொட்டாது தடுத்துத் தமிழ்போல் இனிய எளிய மொழியினில் என்னுடைய மனத்தைப் பற்றுவித்த தேவரீற் பெருங்கருணைக்கு வந்தனம் வந்தனம்' என்று தான் கொள்ள நேரிட்ட தமிழ்ப் பற்றினுக்கு வள்ளலார் கடவுளுக்கு நன்றி தெரிவிப்பது ஒருபுறம் இருக்கட்டும்! ஆரியச் சத்தத்தைவிட தமிழ்ச் சத்தம்தான் இனியது என்று வேறு கருணைக் கடலான வள்ளலார் சொல்லிவிட்டாரே, பொறுத்துக் கொள்ள முடியுமா இளங்கோவனால்!

இளங்கோவன் சொல்வதுபோல் மொழி என்பது வெறும் ஒலிதானா? ஆம்; ஒலிதான்! தமிழுக்கு இரண்டு வடிவங்கள் உண்டு. ஒன்று ஒலி வடிவம்; இன்னொன்று வரி வடிவம்.

வரிவடிவம் என்பது எழுத்து வடிவம். அது காலத்திற்குக் காலம் மாறி வந்திருக்கிறது. தமிழுக்குப் பெருந்தொண்டாற்றிய கிறித்துவ ஞானி பெசுகி; தன்னுடைய இத்தாலியப் பெயரை

வீரமாமுனிவர் என்று தமிழ்ப்படுத்திக் கொண்ட அந்தப் பெருந் தகை ஒருமுறை தமிழ் எழுத்துகள் சிலவற்றை மாற்றி அமைத்தார்.

அதற்குப் பின்னால் தமிழனுக்குத் தன்மான உணர்வை ஊட்டிய பெரியார் ஒருமுறை தமிழ் எழுத்துக்களை மாற்றி அமைத்து, M.G.R. ஆட்சியில் அது நடைமுறைப்படுத்தப்பட்டது.

இவர்களெல்லாம் எதை வசதி என்று கருதினார்களோ அதற் கேற்ப எழுத்து மாற்றம் செய்தார்கள். இவர்கள் மாற்றியிருக்கா விட்டாலும் தமிழுக்கு அது ஒன்றும் குறைவில்லை; மாற்றியத னாலும் தமிழுக்கு அது ஒன்றும் ஏற்றமில்லை.

நம்முடைய அப்பனுக்கு அப்பனான வள்ளுவன் இப்போது நம்மிடையே வந்து, அவனிடம் உலகப் பொதுமறையான திருக்குறள் நூலைக் கொடுத்தால், அப்பெருமகன் திருதிரு வென்று விழிப்பான்; தான் எழுதிய திருக்குறள்தான் அது என்று அவனால் புரிந்து கொள்ள முடியாது. ஏனென்றால் எழுத்து வடிவம் மாறிவிட்டது.

இன்று சாசர் நேரில் வந்து ஆங்கிலத்தில் பேசினால் அமெரிக்கக் குடியரசுத் தலைவர் ஒபாமாவுக்குப் புரியுமா? கன்பூசியசு நேரில் வந்து சீனம் பேசினால் நேற்றைய மாசேதுங்குக்குப் புரிந்திருக் குமா? காளிதாசன் காஞ்சிபுரத்திற்கு நேரில் வந்து சமக்கிருதத் தில் பேசினால் பெரிய சங்கராச்சாரியாருக்குப் புரியுமா? ஒரே காலத்தில் ஒரே இடத்தில் வாழும் பெரிய சங்கராச்சாரியாரும் சின்னச் சங்கராச்சாரியாரும் சமக்கிருதத்தில் பேசிக் கொள்வ தில்லையே! அதை வாழும் மொழியாக இல்லாமல் செய்து கொண்டு விட்டார்களே!

ஒரு தாய் வயிற்று மக்களாகச் சாசரும் ஒபாமாவும் இருந்தும்கூட, கன்பூசியசும் மாசேதுங்கும் இருந்தும்கூட, அவர்கள் ஒருவருக் கொருவர் அன்னியப்பட்டுப் போனதற்குக் காரணம் என்ன? அந்த மொழிக்கு ஒரு தொடர்ச்சி இல்லை என்பதுதானே! தமிழ் அந்தத் தொடர்ச்சியைப் பெற்றிருக்கிற காரணத்தால்தான் வள்ளுவனும் நாமும் அன்னியப்படவில்லை என்பது பெருமைக்குரியது இல்லையா?

மேலும் மொழி என்பது வெறும் ஒலிதானே என்று கேவலமாகப் பேசுகிறாரே மைய அரசின் முன்னாள் துணை அமைச்சர் இளங்கோவன்!

காந்தி என்பது கைத்தடியும், கண்ணாடியும், மெலிந்த உடலும், விரிந்த காதுகளும்தானா? அந்த அடையாளத்தை நாம் ராசு காட்டில் எரித்து விட்டோமே! எரிக்க முடியாத காந்தி இன்னும் ஓராயிரம் ஆண்டுகளுக்கு உலகத்தின்மீது பெரிய தாக்கத்தைத் தொடர்ந்து ஏற்படுத்தப்போகும் அவருடைய வன்முறையற்ற அரசியல் நெறியிலும் வாய்மையிலும் அல்லவா வாழ்கிறார்!

தமிழ் என்பது ஒலிதான்! தொல்காப்பியம், எட்டுத்தொகை, பத்துப்பாட்டு, உலகப் பெருஞ்சிந்தனையான திருக்குறள், சிலப்பதிகாரம், மணிமேகலை, சீவகசிந்தாமணி, வளையாபதி, குண்டலகேசி, பதினெண் கீழ்க்கணக்கு, ஒப்பற்ற திருமூலன், நாயன்மார்கள், ஆழ்வார்கள், கல்வியில் பெரிய கம்பன், நிகரற்ற புரட்சியாளர்களான சித்தர்கள், பிறர் பசி பொறுக்காத வள்ளற் பெருமான் ஆகியோரின் சிந்தனைகளல்லவா இந்தத் தமிழ் ஒலிக்குள் அடக்கம்!

இந்தச் சிந்தனைகளின் உருவாக்கம்தானே மூவாயிரம், நான்காயிரம் ஆண்டுத் தமிழ்நாடு! வெற்றுச் சத்தம் ஓர் இனத்தை வடிவமைக்க முடியுமா? எல்லா மொழிகளும் ஒலிகள்தாம் என்றாலும், பெண் கற்பெனும் திண்மையால் பெருமை பெறுவதுபோல (குறள்-54) தமிழ் என்னும் ஒலியமைப்பு தன் உள்ளார்ந்த ஒப்பற்ற உள்ளடக்கத்தால் பெருமை பெறுகிறது!

காப்பி (Coffee) என்பதைக்கூடத் தூய தமிழில் சொல்ல வேண்டும் என்று தமிழ்ப் பற்றாளர்கள் சொல்கிறார்களே என்று இளங்கோவன் நகையாட, அவையே சிரிப்பில் ஆழ்ந்தது என்று அந்த ஆங்கிலச் செய்தித்தாள் தெரிவிக்கிறது. பெற்ற தாயை நகையாடினால்கூடச் சிரிப்பார்கள் இவர்கள்! இவர்களுக் கெல்லாம் சொரணை எங்கே இருக்கிறது!

காப்பி என்பது குளம்பி என்று தமிழில் அறியப்படுகிறது. காப்பிக் கொட்டை மாட்டுக் குளம்பின் வடிவத்தில் இருப்பதால் அந்தப் பெயர் ஆங்கிலத்தில் ஏற்பட்டது குறித்து இளங்கோவன் நகையாட மாட்டார். அதே அடிப்படையில் தமிழில் உருவா னால் இவர்கள் நகையாடுகிறார்கள்?

அயல்மொழியிலிருந்து வரும் சொற்களை அப்படியே ஏற்க வேண்டும் என்னும் கருத்து பக்தவத்சலம் காலத்திலிருந்து பேசப் பட்டு வருவதுதான்! பேருந்து நிலையம் என்றால் புரியாது

என்றார் பக்தவத்சலம். அவர் பதவியை விட்டு இறங்கிய பிறகு அண்ணா காலத்தில் அது பேருந்து நிலையமானது! அதன் பிறகு அது என்ன என்று புரியாமல் பயணிகளெல்லாம் பெட்டியும் கையுமாகக் காவல் நிலையத்திற்கா வந்தார்கள்? காவல் நிலையம் என்றால் என்ன என்று புரியாமல் வானொலி நிலையத்திற்கா போனார்கள்?

'மதராஸ் ராஜ்ஜியம்' என்ற பெயர்தான் உலகம் முழுவதிலும் அறியப்பட்டிருக்கிறது. அந்தப் பெயரை மாற்றக் கூடாது என்று அடம் பிடித்தார்கள் காங்கிரசுக்காரர்கள்! அதற்காக உண்ணா நோன்பிருந்த சங்கரலிங்க நாடாரைச் சாக விட்டார்கள்! அண்ணா அதைத் தமிழ்நாடு என்று மாற்றினார். அதனால் தமிழ்நாடு உலக வரைபடத்திலிருந்து மறைந்து விட்டதா?

வெளிநாட்டிலிருந்து ஒரு பொருள் வரும்போது, அது வெளி நாட்டுப் பெயரோடுதான் வரும்! குதிரை அரேபியாவிலிருந்து இறக்குமதியான விலங்குதான்! அது கப்பலில் வந்து இறங்கிய வுடனேயே அதனுடைய அரபுப் பெயர் நீக்கப் பெற்றுத் தமிழ்ப் பெயர் சூட்டப்பட்டது. அது கரையில் இறங்கியவுடன் 'குதித்து' ஓடியதைப் பார்த்துக் குதிரை என்றான்; 'பரிந்து' (வேகமாக) ஓடுவதைப் பார்த்துப் பரி என்றான்!

மிளகாய் இறக்குமதியானது. Chilli என்கின்ற அதனுடைய பெயரைத் தூக்கிவிட்டு, மிளகுபோல் காரமான காய் என்பதால் மிளகாய் என்று பெயரிட்டான்!

வான்கோழி வந்து கப்பலில் இறங்கியது. நாட்டுக் கோழி போலவும் இருந்தது; உயரமாகவும் இருந்தது. வான் அளவு உயரமான கோழி என்பதால் வான்கோழி எனப் பெயரிட்டான். இவையெல்லாம் மக்களே செய்து கொண்ட மொழிமாற்றங்கள்.

இப்போது 'Habeus Corpus Writ' என்றால் எவனுக்கு Writ விளங்குகிறது? ஆட்கொணர்விப்பு நீதிப் பேராணை என்றால் ஆளைக் கொண்டு வந்து நீதிமன்றத்தில் நிறுத்து என்று இரட்டை மாட்டு வண்டி ஓட்டுகிறவனுக்கும் புரியுமே!

Law of Diminishing Marginal Utility என்று பொருளாதாரம் படிக்கிற மாணவனைப் பயமுறுத்தாமல், குறைந்து செல் பயன் பாட்டு விதி என்று சொல்லிக் கொடுத்தால் அகமகிழ்ந்து புரிந்து படிப்பானே!

காலத்திற்கேற்றவாறு ஒரு மொழியில் அறிவியல், கணிதம், பொருளியல், சட்டம், பொறியியல், மருத்துவம் என்று துறை தோறும் புதிய சொற்கள் ஆக்கம் பெற வேண்டும். அப்போது தான் அது காலத்தோடு போட்டியிட்டு வாழும்! இல்லாவிடில் அது மிகச்சிறந்த பிறிதொரு மொழியான சமக்கிருதம்போல் வழக்கொழிந்து போய்விடும்!

மேலும் தமிழ் என்பது வெறும் ஒலிதான் என்று இளங்கோவன் கேவலப்படுத்துகிறாரே! இந்த ஒலியில் அயலொலி கலக்கக் கூடாது என்பதைத் தமிழன் வரம்பிட்டு வைத்திருந்தான். விஷம் என்று சொல்லக் கூடாது; நஞ்சு என்றுதான் சொல்ல வேண்டும். ஒருவேளை ஏதோ ஒரு நிலையில் சொல்ல நேரிட்டால், விடம் என்று தமிழ் ஒலிக்கு ஏற்ப மாற்றித்தான் சொல்ல வேண்டும்!

நம்முடைய காலத்தில் தமிழை அயல்மொழிக் கலப்பிலிருந்து காக்கும் பணியினைத் தனக்கு நிகரே இல்லாத மனோன்மணீயம் சுந்தரம் பிள்ளை, ஈடுஇணையற்ற மறைமலையடிகள், தமிழுக்குப் பெரியாழ்வாரான தேவநேயப் பாவாணர், பெருஞ்சித்திரனார், வ.சுப.மாணிக்கம், கி.ஆ.பெ.விசுவநாதம் போன்ற எண்ணற்ற சான்றோர்கள் செய்தார்கள். புலவர்கள் மட்டத்தோடு இந்தத் தூய தமிழ் சுருங்கிப் போகாமல் அதை மக்களியக்கமாக்கியவர் பெருந்தகை அண்ணாதான்!

ஈ.வே.கி.சம்பத் தன் மகனுக்கு இளங்கோவன் எனப் பெயரிட்டமைக்கும், வை.கோ. தன் மகளுக்குக் கண்ணகி எனப் பெயரிட்டமைக்கும், பழனியப்ப பிள்ளை மகன் கிருஷ்ணன் தன் தகப்பனார் சூட்டிய பெயரை வங்கக் கடலில் வீசி எறிந்துவிட்டு நெடுமாறன் ஆனதற்கும், மருத்துவர் இராமதாஸ் தன் பெயரை இராமதாசு எனத் தமிழ் ஒலிக்கேற்ப மாற்றிக் கொண்டதற்கும், தொல்.திருமாவளவனின் தூய தமிழ்ப் பெயர் மாற்றத்திற்கும் அவர்களின் ஈடு இணையற்ற தமிழ்ப் பற்றே காரணம்! தாயைப் போற்றுகிறவனெல்லாம் தாய்த் தமிழையும் போற்றுவான்!

தமிழ்ப் பற்றுடைய குமரி அனந்தன் தன்னுடைய பிறந்தநாள் விழாவுக்கு இளங்கோவனை அழைத்து வந்து பேச விட்டதற்குப் பதிலாகப் பிறந்தநாளே கொண்டாடாமல் இருந்திருக்கலாம்!

பக்தவத்சலங்கள் இன்னும் இருக்கிறார்களே!

தினமணி, 24.03.10

28

காலம் அறிந்து கூவிய சேவல்!

காலம் அறிந்து கூவிய சேவல் சுப்பிரமணிய பாரதி. ஒரு தலையாய பாவலன் தன்னுடைய காலத்தின் முரண்பாடுகளை அறிந்து, அவற்றில் உடனடியாகச் செயல்பட்டாக வேண்டிய தலைமை முரண்பாட்டை (prime contradiction) நுணுகி இனங்கண்டு, அதற்காகப் பாடும்போதும், அதன் வெற்றிக்காகப் பாடுகளைத் தாங்கிக் கொள்ளும்போதும்தான், அவனை மக்கள் உச்சிமேல் வைத்துக் கொண்டாடத் தலைப்படுகின்றனர். அவனுடைய சொற்களுக்குச் செவி மடுக்கின்றனர்; அவனைப் பின்பற்றவும் செய்கின்றனர்.

பாரதி தலையெடுத்த காலம் விடுதலைப் போராட்டக் காலம். மதுரையில் ஓர் உயர்நிலைப் பள்ளி ஆசிரியராய் நுழைந்து, ஏதோ ஓய்வு பெறும் காலம்வரை 'சோற்றுக்குப் பஞ்சமில்லை' என்று ஒரு குறைந்த அளவு பாதுகாப்பு வளையத்திற்குள் வாழ்ந்திருக்கப் பிறந்தவனில்லை பாரதி. ஆகவே அந்த வளையத்தைச் சில மாதங்களில் உடைத்துக்கொண்டு வெளியே வந்து விடுகிறான்.

1905-க்கும் 1910-க்குமிடையே இந்தியா கொதிநிலையில் இருந்தது. அதைக் கொதிநிலைக்குக் கொண்டு சென்ற பெருமை மகான் திலகரைச் சாரும். திலகரைத் தன் அரசியல் குருவாகக் கொண்டான் பாரதி. திலகரை எளிய மனிதர்கள் பின்பற்ற முடியாது; பாரதியை எளிய மனிதர்கள் வழிநடத்த முடியாது!

பாரதி தென்மொழியும் வடமொழியும் கற்றவன்; ஆங்கிலமும் தெரிந்தவன்; வேதத்திலும் உபநிடதங்களிலும் தோய்ந்தவன். சுதேசமித்திரனில் அவன் ஆற்றிய பணி உலகின் போக்குகளை மிக நெருக்கத்திலறியத் துணை புரிந்தது. அதனால்தான் அவனால் பெல்சிய நாட்டுக்கு வாழ்த்துக் கூற முடிகிறது. ருசியாவின் சார் மன்னனை இரணியனுக்கு ஒப்பிட்டு, அவனுடைய வீழ்ச்சியைக் கலியின் வீழ்ச்சி என்று குதூகலித்துப் பாட முடிகிறது. பராசக்தி கடைக்கண் வைத்தாள்; ருசியாவில் கொடுங்கோலன் வீழ்ந்தான் என்றால் அவள் பாரதத்தின்மீதும் பார்வையைப் பதிக்க மாட்டாளா? பரங்கியர் ஆட்சி வீழாதா? பாரதி பழைமையோடு இணைந்து நின்று புதுமை பேசியவன்; புதுமைப் பெண்ணுக்கு நல்வாழ்த்துக் கூறிய பாரதி அவளுக்கு விதித்த முதல் நிபந்தனை கற்பு! 'விடுதலையாங் காதல் எனில் பொய்மைக் காதல்!'

புதிய காப்பியம் படைக்கும் ஆற்றலிருந்தும் அவன் பழைய பாஞ்சாலியையே தன் குறுங்காப்பியத் தலைவியாக ஏற்றான். அவனுக்குப் பாஞ்சாலி பாரதத் தாயாகத் தெரிகிறாள். கட்டுப் பட்டுக் கிடக்கும் பாரதமாதாவை மானபங்கப் படுத்தப்பட்ட பாஞ்சாலியாகவே பார்க்கிறான். பாத்திரங்களின் வழியே கதை நடத்துவதே நல்ல கலைப்பாங்கு. கதை நடத்துகிற ஆசிரியன் காப்பியத்திற்குள் தலை நீட்டினால் காப்பிய அமைதி குலையும்! பாரதி இதை அறியாதவனல்லன்!

ஆனால், தருமன் நாட்டை வைத்துச் சூதாடித் தோற்றுவிட்டான் என்றவுடன், பாரதி தன்னை மறந்து கொதித்தெழுந்து நாடக அரங்குக்குள் நுழைந்து விடுகிறான். 'தேயம் வைத்திழந்தான்; சிச்சீ! சிறியர் செய்கை செய்தான்' என்று தருமனை வாயார வைகிறான்! அத்தோடு விட்டானா? தருமன் மட்டும்தான் மனிதனா? நாட்டிலுள்ளவர்களெல்லாம் ஆட்டு மந்தைகளா? நாடு என்பது வெறும் மண்ணும், மரங்களும் அல்லவே! மனிதர்களால் ஆனதல்லவா? அவர்களைச் சூதுப் பொருளாக ஆடுகளத்தில் வைப்பது என்ன நீதி? இதென்ன தருமம்? 'தருமத்தின் உறுதி கொன்றிடாமே, ஊரை ஆளும் முறைமை உலகில் ஓர் புறத்துமில்லை' என்றெல்லாம் ஆவேச உரை ஆற்றிவிட்டு, நாடக அரங்கை அதற்குரிய கதை மாந்தரிடம் விட்டுவிட்டு வெளியே வருகிறான்!

நாடக அரங்குக்குள் நுழைந்து, தருமனின் செவிளில் ஓங்கி அறைந்துவிட்டு வந்தால்தான் நாட்டை வைத்திழப்பது

எவ்வளவு பெரிய பாதகம் என்பது நம்மவனுக்குப் புரியும் என்று பாரதி நினைத்திருக்க வேண்டும்!

பாரதியின் அத்துமீறல்கள் கலைத்தன்மையைச் சிதைப்பன எனினும், அவையும்கூட நாட்டுப்பற்றை ஊட்டும் நோக்கம் கொண்டவையே! கலை என்பது அவனுக்கு இரண்டாவதுதான்! 'மண்வெட்டிக் கூலி தினலாச்சே' என்று தேவைப்பட்டால் எழுத்திலும் கொச்சை வழக்கைக் கையாள அவன் தயங்குவதில்லை. ஏற்படுத்துகின்ற உணர்ச்சி என்ன என்பதுதான் அவனுக்கு முக்கியம்!

'நாமிருக்கும் நாடு நமதென்பது அறிந்தோம் - அது
நமக்கே உரிமையாம் என்பதறிந்தோம்.'

நம்முடைய நாடு நமக்கு உரிமையானது என்றுகூடப் புரியாத ஒரு பெரும் மக்கட் கூட்டத்திற்குப் பாடம் சொல்ல வேண்டிய கட்டாயம் இருந்ததால்தான், சொன்னதையே திரும்பச் சொல்ல வேண்டிய நிலைகூட அவனுக்கு ஏற்பட்டது.

இந்திய விடுதலைப் போராட்டம் வேகங்கொண்டதே வங்காளத்தை இந்து வங்காளமாகவும், இசுலாமிய வங்காளமாகவும் தலைமை ஆளுநர் கர்சான் பிரித்ததனால்தான்! நாங்கள் இந்தியத் தாயின் மக்கள்; எங்களை மதரீதியில் பிரிப்பதற்கு நீ யார்? என்று இந்துக்களும் இசுலாமியர்களும் சேர்ந்து பேராடினார்கள். இது நடந்தது 1905-ல். வரலாற்றின் ஒளி மிகுந்த காலகட்டம் அது! உள்ளதற்கே பொறுக்க மாட்டான் பாரதி; இந்த வங்காள வங்கொடுமையைப் பொறுப்பானா? கர்சானைக் குரங்கு என்று வாயார வைது தீர்க்கிறான். அவனுடைய எல்லையிலாக் கொதிப்புணர்ச்சி அவனை அந்த அளவுக்கு இறக்குகிறது! கடைசியில் 1911-ல் ஐந்தாம் சார்ச் மன்னர் பாதுகாப்பாக இந்தியா வந்து செல்வதற்கு வசதியாக, அவர் வருகைக்கு முன்னர், அந்தப் பிரிவினைக் கட்டளை திரும்பப் பெறப்பட்டு, மீண்டும் வங்காளம் ஒரே மாநிலமானது!

ஆனால், 1947-ல் அதே கிழக்கு வங்காளத்தைப் பெருவாரியான முசுலீம்கள் மத அடிப்படையில் பிரித்து, மேற்கு வங்காளத்தை இந்துக்களிடம் விட்டுவிட்டுப் பாக்கிசுத்தான் என்னும் புதிய நாட்டை உருவாக்கிக் கொண்டனர் என்பது காலத்தின் கேலிதானே.

1905-ல் எங்களைப் பிரித்தால் இந்தப் பரங்கி அரசு தப்ப முடியாது என்றார்கள். 1947-ல் எங்களைப் பிரிக்காவிட்டால், பரங்கி அரசு கப்பலேற முடியாது என்றார்கள்!

இதற்காக எவ்வளவு கொலைகள்; இரத்தச் சிந்தல்கள்; சொத்து சுக இழப்புகள்; மதத்தின் பேரால் மண்ணில் புரண்டோடிய இரத்த ஆற்றை எம்மான் காந்தி தன் உயிரை வழங்கித்தான் வற்றச் செய்தார்.

'எங்கள் துருக்கர் இளம்பிறை ஓர்பால்' என்று பாரதி, தான் படைத்த தாயின் மணிக்கொடியில் இசுலாத்திற்கு ஓர் இடம் கொடுத்துச் சிறப்பித்ததெல்லாம், பிற்காலத்தில் வெறுப்பின் உச்சத்தில் நிகழ்ந்த பிரிவினையைத் தடுக்கப் போதுமானதா யில்லை!

நம்முடைய தேசிய கீதத்திலுள்ள பஞ்சாப, சிந்து, குசராத்த, மராட்டா, திராவிட, உத்கல, வங்கா என்னும் வரி விடுதலைக்கு முந்திய இந்தியாவுக்கு உரியது! அதையே இன்றும் பாடுகிறோம்.

சிந்து முற்றாக நம்மிடம் இல்லை. பஞ்சாபும், வங்காளமும் மதரீதியாகப் பிளக்கப்பட்டுப் பாதி பாதி பாக்கிசுத்தானுக்குப் போய் விட்டன! நாம் தேசிய கீதம் பாடும்போது ஏறத்தாழப் பாக்கிசுத்தானுக்கும் சேர்த்துத்தான் வணக்கம் செலுத்திக் கொண்டிருக்கின்றோம்.

முசுலீம் என்னும் மத அடிப்படை ஒன்றே ஒரு நாடு உருவாகி நிலைபெறப் போதுமானது என்பது காலத்தால் உடைபட்டுப் போய்விட்டது! பஞ்சாபியனும் வங்காளியும் மதத்தால் இசுலாமியர்கள் என்றாலும், இனத்தால் வேறு வேறு என்று யுத்தம் செய்து, இரத்தம் சிந்திப் பிளவு பட்டுத் தனி நாடுகளாகவும், ஒன்றுக்கொன்று பகைநாடுகளாகவும் ஆகிவிட்ட விந்தைகளெல்லாம் வரலாற்றில் நிகழ்ந்தேறின. வங்காள முசுலீம் வங்கதேசம் ஆகிவிட்டான்; பஞ்சாபிய முசுலீம் பாக்கிசுத்தானிலேயே நீடிக்கிறான். பட்டாணிய முசுலீம்கள் வாழும் பலுசிசுத்தானில் தனிநாட்டுப் போராட்டம்!

பாரதி தன்னுடைய பாடல்களில் முன்னிறுத்திய பாரதம் இன அடிப்படையை உடன்பட்டு ஏற்றுக் கொண்ட பாரதம்தான்! பல்வேறு இனங்கள், பல்வேறு மொழிகள், பல்வேறு பண்பாடுகள், பல்வேறு பழக்கவழக்கங்கள் என்று பல்வேறு நில அமைப்புகளில் வாழ்ந்த மொழிவழி இனங்கள் பாரதமாக ஒருமைப்பட்டது வெள்ளைக்காரனுடைய துப்பாக்கி முனையில்தான்!

ஆனால் அதற்கு முன்னரே ஒரு பொதுமையான பண்பாடு பல்வேறு இன மக்களை இணைத்தே வைத்திருந்தது! அந்தப்

பொதுமையான பண்பாட்டை உருவாக்கிய பெருமை, மனித வர்க்கத்தைத் துன்பச் சூழலிருந்து விடுவிக்கப் பிறந்த புத்தனுக்கும், மகாவீரருக்கும், ஆசீவகனுக்கும், வள்ளுவனுக்கும், மகாபாரதத்திற்கும், இராமாயணத்திற்கும் உண்டு. வடமொழி தமிழுக்குள் ஊடுருவுவதைத் தொல்காப்பியன் தடுத்தானே ஒழிய, வடமொழிக் கருத்துக்கள் ஊடுருவுவதைத் தடுத்தானில்லை! கருத்துக் கலப்பு பண்பாட்டுப் பொதுமைக்கு வழி வகுத்ததால், பாரதம் என்னும் உணர்வைக் கெட்டிப் படுத்துவது பிற்காலத்தில் எளிதாக இருந்தது.

விடுதலையின்போது என்னென்ன சமத்தானங்கள் என்னென்ன சிக்கல்களை உண்டாக்குமோ என்னும் அச்சம், மக்களைத் தயார் செய்துவிட்டால் தகர்ந்துவிடும் என்று எண்ணி இந்திய ஒருமைப் பாட்டின் அருமைப்பாடுகளைப் போதிக்கிறான் பாரதி!

'வங்கத்தில் ஓடி வரும் நீரின் மிகையால் மையத்து நாடுகளில் பயிர் செய்குவோம்' என்று முழங்குகிறான். நதிநீர் இணைப்புப் போன்ற நல்ல செயல்கள் நடந்து இயற்கை வளங்களைப் பங்கிட்டுக் கொள்ளவும், எதிரிகளை எதிர்கொள்ளவும், நவீன உலகில் நாம் பெரிய நாடாக இருப்பது இன்றியமையாததுதானே என்று பாரதி கூறுவது ஏற்கத்தக்க வாதம்தானே! வெள்ளைக் காரனுடைய துப்பாக்கி முனையில் ஒருமைப்படுத்தப்பட்ட நாடு தானாகவே நிலைபெற முடிந்ததற்குக் காரணம் ஒரு பெரிய நாடாக இருப்பதில் உள்ள வசதிகளைக் கருதித்தான்!

கடலில் சேர்ந்து வீணாகலாம்; ஆனால் நதிநீர் இணைப்பு என்பது ஓர் அழிவுக் கொள்கை என்று தலைமையமைச்சராகக் காத்திருப்போர் பட்டியலில் உள்ள ராகுல்காந்தி கூறும்போதும், அதை மைய அமைச்சர் உறுதிப்படுத்தும் போதும், அதை மைய அரசில் அங்கம் வகிக்கும் திராவிட இயக்கம் (தி.மு.க.) வாய்மூடிக் கேட்டுக் கொண்டிருப்பதைப் பார்க்கும்போதும் நாம் ஏமாற்றப்படுவதுபோன்ற உணர்வே மேலிடுகிறது! நமக்குப் பாத்தியப்பட்ட காவிரியையே விடமாட்டேன் என்கிறான். இவர்களெல்லாம் கங்கையை இணைப்பார்கள் என்பது வேலையற்றவன் காண்கின்ற வெட்டிக் கனவு!

பாரதியின் பங்களிப்பு பாரதமாதவைத் தெய்வநிலைக்குத் தூக்கி அவளுக்குத் திருப்பள்ளி எழுச்சி பாடி, ஒரு நாட்டின் புத்துருவாக்கத்திற்கு அடித்தளமிட்டதுதான்! பாரதமாதாவுக்கு அங்க லட்சணங்கள் கற்பித்ததோடு, அவளுக்குச் செப்புமொழிகள்

பதினெட்டு என்றும் பாடிப் பாரதி பாரதத்தின் தேசிய மொழிக் கொள்கையை வெளியிடுகிறான்!

பாரதியின் கொள்கையைப் புதைத்துவிட்டு, இந்திதான் தேசிய மொழி என்று அதற்குப் பாதபூசை செய்து, தமிழ்நாட்டு மாணவர்களைக் கொக்குச் சுடுவதுபோல் சுட்டு, 'பாறைபோல் நின்றவர்' என்ற கேவலமான பாராட்டை இந்திக்காரர்களிடம் பெற்று, தன் காலத்தோடு காங்கிரசு ஆட்சியைப் புதைத்த பெருமகனார் பக்தவத்சலனார் காலத்திற்குப் பிறகு, காமராசர் உட்பட யாரும் நாற்பதாண்டுகளாக அதை மீட்டெடுக்க முடியாமைக்குக் காரணம் அவர்களுடைய மலட்டு தேசிய மொழிக் கொள்கைதான்!

இன்றும் இந்தியப் பாராளுமன்றத்தில் நம்முடைய மைய அமைச்சர் அழகிரிக்குச் சட்டம் விதித்திருக்கிற செப்புமொழி இரண்டே இரண்டுதான்! ஒன்று இந்தி; இன்னொன்று ஆங்கிலம்! இரண்டுமே தெரியாது என்பதால் அவர் ஊமையாகிப் போனார்!

எதிர்கட்சித் தலைவர் செயலலிதாகூட அழகிரிக்காக மட்டு மில்லை; தமிழ் நிலையாக அந்த உரிமையைப் பெற்றாக வேண்டும் என்பதால், அதற்குத் தடையாக இருக்கும் மைய அரசை வன்மையாகக் கண்டித்தார்! தமிழ்நாட்டில் எந்தக் கட்சிக்கும் அழகிரி ஊமையாக இருப்பதில் இசைவில்லை. ஆனால் கருணாநிதியின் கவலை அதுவல்ல; ஆட்சிச் சுகம் அவரை இன்னொரு பக்தவத்சலம் ஆக்கிவிட்டது!

சொந்த மகனைப் பாராளுமன்றத்தில் தமிழ் பேசச் செய்ய முடியவில்லை! சப்பானியனையும், ருசியனையும் கூட்டிவந்து கோயம்புத்தூர் மாநாட்டிலே தமிழ் பேசச் செய்யப் போகிறாராம் முதலமைச்சர் கருணாநிதி!

'நெஞ்சில் உரமுமின்றி
நேர்மைத் திறமுமின்றி
வஞ்சனை சொல்வாரடி கிளியே
வாய்ச் சொல்லில் வீரரடி!'

தினமணி, 11.12.09

29

இன்னொரு தி.மு.க. மாநாடுதானே!

உலகத் தமிழ்ச் செம்மொழி மாநாட்டின் மைய நோக்க விளக்கப்பாடல் என்று முதல்வர் கருணா நிதி ஒரு வசன கவிதை எழுதி அத்தனை செய்தித் தாள்களிலும் முக்கால் பக்கம் விளம்பரமாகக் கொடுத்திருக்கிறார்.

அவருடைய எழுத்து தகுதியானது என்னும் நிலையில் அதை எந்தச் செய்தித்தாளும் வெளியிடுவது நியாயமானதே! அதை விட்டுவிட்டு மக்களுடைய வரிப் பணத்தில் கருணாநிதியின் கக்கல்களுக் கெல்லாம் விளம்பரப் புகழ் தேடிக் கொள்வதற்கும், செய்தித்தாள் முதலாளிகளைக் கட்டுக்குள் வைத்துக் கொள்ள 'விளம்பர தானங்கள்' செய்வதற்கும் அரசுக் கருவூலத்தைப் பாழடிப்பது முறையற்ற செயல்!

மனோன்மணீயம் சுந்தரம் பிள்ளையின் தமிழ் வாழ்த்துப் பாடல்களான 'நீராருங் கடலுடுத்த' என் னும் பாடலையும் 'பல்லுயிரும் பல உலகும்' என்னும் பாடலையும் நினைத்துக் கொண்டு தடுமாறித் தட்டழிந்த கருணாநிதிக்கு ஏற்பட்ட 'குறைப் பிரசவம் தான்' தமிழ் மாநாட்டு விளக்கப்பாடல்!

தமிழின் வயிற்றில் தோன்றிய கன்னடம், தெலுங்கு, மலையாளம், துளுவம் என்று பட்டியலிட்டு அதன் செம்மொழித் தகுதியை நிலைநாட்டிய சுந்தரம் பிள்ளையை நினைத்துக் கொண்டு,

எம்மதமும் ஏற்றுப் புகழ்கின்ற
எத்தனையோ ஆயிரம் கவிதை நெய்வோர் - தரும்
புத்தாடை அனைத்துக்கும்
வித்தாக விளங்கும் மொழி

என்று செம்மொழி என்பதற்குத் தானும் ஒரு விளக்கம் தந்ததாக இருக்க வேண்டாமா என்று தவித்துத் தடுமாறி இருக்கிறார் கருணாநிதி! பல ஆயிரம் கவிஞர்கள் நெய்யும் புத்தாடைகள் என்று அவர் நிகழ்காலப் புதுக் கவிதைகளையும் உள்ளடக்கிக் கொள்கிறார். ‘எம்மதமும் ஏற்றுப் புகழ்கின்ற’ என்று அடை கொடுத்துக் கருணாநிதி புதுக் கவிதைகளைப் பாராட்டுவது சிந்தித்துச் சொல்லப்பட்டதுதானா? அல்லது இடத்தை அடைப்பதற்குப் போடப்பட்ட வெற்றுச் சொற்களா?

எல்லா மதத்தினரும் தங்களுக்குள் உள்ள மாறுபாடுகளைத் துறந்துவிட்டுப் பாராட்டுதற்குரிய அம்சம் இன்றைய வசன கவிதைகளில் என்ன இருக்கிறது? தொல்காப்பியம் தொட்டு வசன கவிதைவரை, வாழும் தமிழ் என்று சொல்வதே கருணாநிதியின் உட்கோளாக இருக்க வேண்டும்!

அது அல்லாமல் எல்லா மதத்தினரும் ஏற்றுப் போற்றும் தமிழ் என்று சொல்வது நோக்கமானால், அடைமொழியை அடுத்துத் தமிழைப் பற்றிப் பேசுவதை விடுத்து, இடையில் புதுக் கவிதையைப் பற்றிப் பேசி, அந்த அடைமொழி யாரைக் குறித்தது என்று குழப்பத்தை உண்டாக்குவானேன்?

அதற்கு ஒரே காரணம் விருப்பமில்லாத பெண்ணைக் கட்டாயப் படுத்துவதுபோல, வசப்பட மறுக்கும் கவிதை அணங்கையும் தன்னுடைய அதிகாரத்தால் வசப்படுத்தி விட முடியும் என்று கருணாநிதி நினைப்பதுதான்! கருணாநிதியிடம் அதிகாரம் சிக்கிக் கொண்டால், மக்கள் மட்டுமில்லை; கவிதையும் இவ்வளவு பாடுகளைப் பட வேண்டியதிருக்கிறது!

அந்த மாநாட்டு விளக்கப் பாடலில் வள்ளுவனைப் புகழ்ந் திருக்கிறார் கருணாநிதி! வள்ளுவனைப் பாராட்டுவது தக்கதே! தமிழிலுள்ள எல்லாப் பாராட்டுச் சொற்களையும் பெய்து புகழ்ந்த பிறகும், வள்ளுவனின் புகழ் எஞ்சி நிற்கும்! எந்தப் புகழுக்குள்ளும் அடங்காமல் எஞ்சி நிற்கிறானே என்று அஞ்சி, அவனைத் ‘தெய்வப் புலமைத் திருவள்ளுவன்’ என்று பாராட்டி அமைதி கொண்டான் பல்துறை அறிஞன் பரிமேலழகன்!

வள்ளுவனை ஏற்கனவே பாராட்ட எண்ணிய கருணாநிதி, அவனுக்கு 'அய்யன் என்னும் பட்டத்தைச் சூட்டியிருந்தார்! 'ன்' என்பதில் மரியாதை இல்லை என்று நினைத்து 'ர்' போட்டு, வள்ளுவனை அய்யராக்கிக் கடைசியில் பூணூல் போட்டு, 'ஸ்மார்த்த பிராமணனாக்கி' விடுவார்களே; இதுதான் கருணாநிதி தமிழுக்குச் செய்யும் தொண்டா என்று அன்று கண்டனம் தெரிவித்தவர் திராவிடர் கழக வீரமணி! அப்போதெல்லாம் 'சமூகநீதியை' செயலலிதாதான் காக்க முடியும் என்று வீரமணி சொல்லிக் கொண்டிருந்த காலம்!

தமிழ் மாநாடு குறித்த பாடலில்,

போரைப் புறந்தள்ளிப்
பொருளைப் பொதுவாக்கவே
அமைதி வழி காட்டும்
அன்புமொழி
அய்யன் வள்ளுவரின் வாய்மொழியாம்!

என்று பொருளைப் பொதுவாக்கும் கொள்கை பேசியவன் வள்ளுவன் என்பது கருணாநிதியின் பாராட்டு! வள்ளுவனின் காலம் தனியுடைமைக் காலம்! சமதருமச் சமுதாயம் குறித்துக் கனவுகூடக் கண்டவனில்லை வள்ளுவன். பொதுவுடைமைக் கொள்கை தொழிற்புரட்சிக்குப் பிந்திய காலக் கொள்கை!

காரல் மார்க்சு வள்ளுவனின் காலத்தில் பிறந்திருந்தால், மோசேயின் பத்துக் கட்டளைக்குத்தான் மேல்விளக்கம் எழுதிக் கொண்டிருந் திருப்பார்! பேரளவு உற்பத்தி முறை (Large Scale Production) கண்டறியப் படாத ஒரு யுகத்தில் மூலதனம் குறித்தோ சமதருமம் குறித்தோ வள்ளுவன் என்ன, மார்க்சே எழுதியிருக்க முடியாது!

இரந்தும் உயிர்வாழ்தல் வேண்டின் பரந்து
கெடுக உலகியற்றி யான். (1062)

பிறரிடம் சென்று இரந்துதான் உயிர் வாழ வேண்டிய நிலையில் ஒருவனை இறைவன் படைத்திருப்பானேயானால், அந்த இறைவனும் அந்த இரப்போனைப்போல நிலையில்லாது எங்கும் அலைந்து திரிந்து கெட்டொழியட்டும் என்று இறைவனையே வாயார வைகின்ற அளவுக்கு இல்லாமையின் மீது கடுஞ்சினம் கொண்டிருந்தான் வள்ளுவன்!

ஆனால், அதற்குத் தீர்வு தனியுடைமை ஒழிப்பு என்றோ, சமுதாயம் உற்பத்திக் கருவிகளைக் கையகப்படுத்திக் கொள்வதன் மூலம்தான் உடையானும், இல்லானும் இல்லாத சமூக அமைப்பை உருவாக்க முடியும் என்றோ வள்ளுவன் அறிந்திருக்க நியாயமில்லை! கொடைதான் இல்லாமைக்கான தீர்வு என்று அன்றையச் சூழலில் இயலக்கூடிய தீர்வு ஒன்றை வள்ளுவன் கண்டறிந்து சொன்னான்!

நாட்டையே வேட்டைக்களமாக்கிக் கொண்டு, ஆசியாக் கண்டத்தின் குறிக்கத்தக்க பெருமுதலாளியாகி விட்ட கருணாநிதி, தன்னுடைய வீட்டை மருத்துவமனை ஏற்படக் கொடுத்து விடுகின்றபோது அவரும் கொடையாளியாகி விடுகிறாரே!

முற்றிலும் நேரிய வழியில் தேடியதை வீணான வழிகளில் அழிக்காமல், இல்லார்க்கு வழங்குவானேயானால் அவனே கொடைஞன்!

இதிலே பெரிய வியப்பு, ஒரு காலத்தில் சேலம் மாடர்ன் தியேட்டர்சுக்குச் செல்வதற்கு வழியில்லாமல் தடுமாறிய கருணாநிதி ஒருநாள் ஆட்சியதிகாரத்தை அடைந்து ஆசியாக் கண்டத்தின் தனிப்பெரும் முதலாளியான பிறகும், பொது வுடைமை பேசுவதுதான்! மஞ்சள் துண்டைப் போட்டுக் கொண்டு, மூடநம்பிக்கை ஒழிப்பைப்பற்றிக் கருணாநிதி பேசவில்லையா? அது போன்றதுதான் இதுவும்!

இரட்டை வாழ்க்கையின் மூலம் இல்லாத புகழைத் தேடுவது கருணாநிதியின் இயல்பு! வள்ளுவனுக்கு அது தேவையில்லை! வள்ளுவனைப் பொதுவுடைமைவாதி ஆக்காவிட்டால், அவனுடைய புகழ் மாசுபடும் என்பது அறியாமை! நல்லவேளை! ‘இட ஒதுக்கீட்டுக் கொள்கையை நீதிக் கட்சிக்கு வழங்கியவனே வான்புகழ் வள்ளுவன்தான்’ என்று சொல்லாமல் விட்டாரே கருணாநிதி! தப்பித்தான் வள்ளுவன்!

செம்மொழி மாநாட்டின் மைய நோக்க விளக்கப்பாடலே வள்ளுவனைப் பொதுவுடைமைவாதி ஆக்கினால், முதல்வருக்கு முதுகு சொறிவதற்கென்றே பிறப்பெடுத்த புதுக் கவிஞர்களெல்லாம் வள்ளுவனை நக்சலைட்டாகவே மாற்றி விடுவார்களே!

ஒரு பாடலுக்கு உள்ளடக்கம் இருக்க வேண்டும்; உள்ளடக்கம் சிந்தனை சார்ந்தது! கருணாநிதிக்கும் அவர் மகளுக்கும் தாம்

கவிஞராக ஏற்கப்பட வேண்டும் என்பதில் அடங்காத ஆசை! கவிதை உலகில் ஒரு காக்காய்க் கூட்டத்தை அவர்கள் வளர்ப்பதே அதற்காகத்தான்!

ஈழத்தை மயானமாக்கத் துணை போன இனத் துரோகத்தை மறைப்பதற்காகத்தான் கருணாநிதி செம்மொழி மாநாடு நடத்துகிறார்!

இந்த உண்மை யாருக்குத்தான் தெரியாது?

துக்ளக், 26.05.10

30

தமிழ்த்தாய் வர மாட்டாள்!

கோயம்புத்தூரிலே செம்மொழி மாநாடு நடத்து கிறார் கருணாநிதி! வழக்கமாக இதுவரை நடை பெற்று வந்திருக்கிற உலகத் தமிழ் மாநாடுகளுக் கெல்லாம் பொறுப்பு வகித்திருக்கிற உயர்மட்டக் குழு, இந்த மாநாட்டை அடுத்த ஆண்டு நடத்தலாம் என்று சொல்லிவிட்டது! அந்த உயர் குழுவின் தலைவர் தமிழறிந்த சப்பானியர்!

கொதித்துப் போனார் முதலமைச்சர் கருணாநிதி! ‘அடுத்த ஆண்டு ஆட்சிக்கு மறுபடியும் திரும்பு வோம் என்பதற்கு என்ன உறுதி இருக்கிறது? இப்போது அரசு இருக்கிறது; அதிகாரம் இருக் கிறது; பணத்தை வாரிவிடுவதற்கு அரசுக் கருவூலம் இருக்கிறது; இவற்றை எல்லாம் வெட்கத்தை விட்டு இந்தக் கிழக்காசியக் குள்ளர்களுக்குச் சொல்லிக் கொண்டிருக்க முடியுமா?’

வேறொரு பெயரில் ஒரு தமிழ் மாநாட்டை அறி வித்து விட்டார் கருணாநிதி! சப்பானியத் தமிழறிஞர் கள் வராவிட்டால் என்ன? நம்முடைய சப்பாணித் தமிழறிஞர்களுமா வரமாட்டார்கள்? போகிற நாள் ஒன்று; வருகிற நாள் ஒன்று; இடையில் ஐந்து நாள் என்று ஒரு வாரம் உல்லாசமாகக் கழிக்கலாமே!

47 நாடுகளிலிருந்து ஏழாயிரம் பேராளர்கள் (delegates) வருகிறார்களாம்! இவ்வளவு அறிஞர்கள்

இருக்கிறார்களா? விமானப் பயணச் சீட்டு; தங்குவதற்கு நட்சத்திர விடுதிகள்; ஊர்சுற்றிக் காட்டிவிட்டு வேறு அனுப்பி வைப்பார்கள்! கசந்தா கிடக்கும்?

இருக்கின்ற அறிஞர்களில் பாவாணர் விட்டுச்சென்ற வேர்ச் சொல் ஆராய்ச்சியைத் தொடரும் அருளி, வ.சுப.மாணிக்கத்தின் தமிழ் வாரிசு தமிழண்ணல், திருவள்ளுவர் தவச்சாலை இளங் குமரனார், செய்யுள் நாடகங்களையும் போற்றத்தக்க திறனாய்வு நூல்களையும் எழுதியுள்ள புலவர் ஆ.பழனி, தாழ்த்தப்பட்ட வகுப்பில் பிறந்து தமிழுக்கு ஒளியூட்டத் தக்க அளவுக்கு உயரறிவு பெற்ற பெங்களூர் குணா... இப்படி எண்ணற்றோர்! இவர்களில் பலர் அழைக்கப்படவே இல்லை!

புலவர் பழனியிடம் கேட்டேன்! அழைப்பில்லை என்றார்!

'ஏன்?'

'அது கொடி கட்டாத தி.மு.க. மாநாடுதானே!'

'நீங்கள் கருணாநிதிக்கு அன்பர்தானே?'

'ஈழ அழிவுக்கு முன்வரை!'

இந்த மாநாட்டில் கலந்து கொள்ளும் அறிஞர்கள் ஏற்றாக வேண்டிய எழுதப்படாத நிபந்தனை என்னவென்றால், தமிழைப் பத்துப் பக்கத்திற்கு ஒருமுறையும், கருணாநிதியை ஒரு பக்கத்திற்குப் பத்து முறையும் புகழ வேண்டும்; புதிது புதிதாகக் கற்பித்தாவது புகழ வேண்டும் என்பதுதான்!

வா.செ.குழந்தைசாமி துதி பாடுவதோடு நின்று கொள்ளாமல், எழுத்துச் சீர்திருத்தம் என்னும் பெயரால் ஏடாகூடமாக எதையாவது செய்து விடுவாரோ என்று அச்சமாக இருக்கிறது! பற்றற்ற வெறும் வறண்ட அறிவால், வையாபுரிகளும் தெ.பொ.மீ.க்களும் செய்த காரியங்கள் போதும்!

தன்னுடைய குடும்பத்தினர்க்கெல்லாம் இன்றும் தயாநிதி, கலாநிதி, உதயநிதி என்று கலப்பில்லாத வடமொழியில் பெயர் சூட்டி இன்பங் காணுகிற கருணாநிதி எங்கே? தனக்கிடப்பட்ட சூரிய நாராயண சாஸ்திரி என்னும் வடமொழிப் பெயரைத் தூக்கி எறிந்துவிட்டு, கலப்பில்லாத தமிழ் மொழியில் தன் பெயரைப் பரிதிமாற் கலைஞன் என்று மாற்றிக் கொண்டு தனித்

தமிழ் இயக்கத்திற்கு வித்திட்ட, அந்தப் பச்சைப் பார்ப்பனப் பெருந்தகையாளன் எங்கே? எதையும் வெற்றிகரமாக அறுவடை செய்வதற்கென்றே பிறந்தவர் கருணாநிதி.

தமிழின் வளர்ச்சிக்கு என்று சொல்லி, 400 கோடி ரூபாய் அரசுப் பணத்தைக் கோவைக்குக் கொண்டுபோய் வேட்டுவிடப் போகிறார் கருணாநிதி! இது போக வசூல் வேறு நடக்கிறது என்கிறார்கள்! கூட்டத்தைக் கொண்டுபோய்ச் சேர்க்க வேண்டாமா?

கருணாநிதி தன் மகன் அழகிரியை வெகு பாடுபட்டு மைய அரசிலே மந்திரியாக்கினார். ஆனால் பாராளுமன்றம் நடக்கிற போதெல்லாம் அழகிரி மாலத்தீவுக்குப் போய்விடுகிறார்! மந்திரிக்கான கொடி, அலுவலர்கள், ஒன்றன்பின் ஒன்றான கார்கள், விமானப் பயணங்கள் என்பவற்றில் எல்லாம் மந்திரி யாகத்தான் இருக்கிறார் அழகிரி! பாராளுமன்றத்தில் மட்டும் மந்திரியாக இல்லை; தீண்டத் தகாதவராக இருக்கிறார்! உள்ளே நுழைந்தவுடன் ஊமையாகி விடுகிறார்!

பாராளுமன்றத்தில் ஓர் அமைச்சர் இந்தியிலோ, ஆங்கிலத்திலோ தான் விடையிறுக்க வேண்டும்! அழகிரிக்கு ஆங்கிலமும் வராது; இந்தியும் தெரியாது! தான் ஓர் ஊமை என்னும் அசிங்கம் வெளிப்படாதிருக்க அவர் பாராளுமன்றத்திற்கே போவதில்லை!

அழகிரியின் இரங்கத்தக்க நிலையைக் கண்டு மட்டுமல்ல; அழகு தமிழின் இரங்கத்தக்க நிலையையும் கண்டு மனம் பதறி, பாராளுமன்றத்தில் அழகிரிக்குத் தமிழ் பேசும் உரிமை வேண்டும் என்று ஓங்கிக் குரல் கொடுத்தார் எதிர்க் கட்சித் தலைவர் செயலலிதா! கருணாநிதியின் மகனுக்குப் பேச்சு வரச் செய்ய செயலலிதா போராடுகிறார் என்பது அரசியலில் நயத்தக்க நாகரிகம் இல்லையா?

பாராளுமன்றத்தில் தன்னைச் சார்ந்து பன்னிரண்டு உறுப்பினர் களையும், மாநிலங்களவையில் ஐந்து உறுப்பினர்களையும் பெற்றுள்ள செயலலிதாவின் ஆதரவோடு, தமிழுக்காகப் பாராளுமன்றத்தையே நிலைகுலையச் செய்ய வேண்டியது தானே கருணாநிதி! செய்தாரா? ஒருவேளை அதற்கும் முடியா தென்றால், உதவத் தயாராக இருக்கும் செயலலிதாவைப் பயன் படுத்திக் கொண்டு, தெருக்களில் தமிழுக்காக மக்களைத் திரட்ட வேண்டியதுதானே?

மகன் ஊமையாக இருப்பதைப்பற்றி கருணாநிதி வெட்கப் படாமல் இருக்கட்டும்; பாராளுமன்றத்தில் தமிழ் ஊனப்பட்டு நிற்கிறதே! வெட்கப்பட வேண்டாமா? 'டெல்லியில் மகனைத் தமிழ் பேச வை' என்றால், 'கோவைக்கு வந்து பார்; பேசுவான்' என்கிறீர்களே! இதுதானே நீங்கள் தமிழ் வளர்த்த லட்சணம்?

'என்னைக் கடலில் தூக்கி வீசினாலும் கட்டுமரமாக மிதப்பேன்; உங்களை எல்லாம் கவிழ்த்து விட மாட்டேன்; கரை சேர்ப்பேன்' என்று உங்களுடைய சொந்த கலைஞர் தொலைக்காட்சியில் கொஞ்ச நேரத்திற்கொருமுறை விளம்பரம் போட்டுக் கொள் கிறீர்களே! ஈழத் தமிழர்கள் அதை நம்பி அந்தக் கட்டுமரத்தில் ஏறினார்களே! கவிழ்த்து அந்த இனத்தையே அழித்து விட்டீர்களே! இந்த இனம் உங்களை மன்னிக்குமா?

இந்த ஈழத் தமிழர்கள்மீது இராசபக்சே இந்தியாவின் துணை யோடு, இந்திய ஆயுதங்களையும் இந்திய ராணுவ நுட்பத்தையும் பயன்படுத்தி போர் புரிந்தபோது, கருணாநிதி நினைத்திருந்தால் ஈழம் அழிந்திருக்குமா? இந்தியா ராசபக்சேவுக்கு உதவக் கூடாது என்று தமிழ்நாட்டிலுள்ள கட்சிகளெல்லாம் செயலலிதா உட்பட ஒருமித்து நின்றபோது, கருணாநிதி மட்டும் சோனியாவின் பக்கம் நின்றாரே!

கருணாநிதி முன் இரண்டு நிலைகள் இருந்தன. தன் ஆட்சியை இழப்பதற்கு உடன்பட்டு, மன்மோகன் அரசைக் கவிழ்த்தோ, அச்சுறுத்தியோ ஈழத் தமிழர்களைக் காப்பது! அல்லது போர் உச்சநிலை அடைய வழிவிட்டு, ஒருவேளை உண்ணாநோன்பு போன்ற பல வஞ்சக நாடகங்களை அரங்கேற்றி, இறுதியில் ஈழத்தை மயானமாக்கக் காரணமாவது! தன்னுடைய ஆட்சியா, தமிழினத்தின் மீட்சியா என்னும் கேள்விக்கு, தமிழினத்தின் மீட்சிதான் என்று முடிவெடுக்கக் கூடிய தன்மை கருணா நிதியிடம் பிறவியிலிருந்தே இல்லை. அண்ணா ஆண்டிருந்தால் அந்த முடிவை எடுத்திருப்பார்!

தமிழினத்தின் மீட்சிக்காகத் தோன்றிய திராவிட இயக்கத்தின் ஒரு பாதி, அதற்கு எதிர்நிலையாய்த் திரிந்து, அழிவை நோக்கிய பயணத்தைத் தொடங்கி விட்டது. It has outlived its utility. இனி அந்த இயக்கத்தின் இருப்பு ஒரு சுமை! ஈழத்தில் ஐம்பதாயிரம் இளைஞர்கள் போரிட்டு மடிந்தார்கள்! அதனால் அங்கே இளம் பெண்களின் எண்ணிக்கை நான்கு மடங்கு கூடுதலாகிவிட்டது.

ஐந்து லட்சம் தமிழர்கள் அமெரிக்க, ஐரோப்பிய நாடுகளுக்குப் புலம் பெயர்ந்தார்கள்! ஒரு லட்சம் பேர் தமிழ்நாட்டில் தஞ்சம் புகுந்தார்கள்! இங்கே கருணாநிதி அரசின் புழுத்துப் போன ரேசன் அரிசியிலே முகாம்களிலே வாழ்ந்து கொண்டிருக்கிறார்கள்!

ஈழத்திலே அவர்கள் வீடுகளெல்லாம் குட்டிச் சுவர்களாக எஞ்சி நிற்கின்றன. வயல் வரப்புகளெல்லாம் அழிந்துவிட்டன. வசதி யாக வாழ்ந்தவர்கள் எல்லாம் பஞ்சைகளாய் பராரிகளாய் மாறி விட்டனர்! இன்னும் சிங்களவர்களின் முள்வேலிகளுக்குள்ளே மூன்று லட்சத்திற்கும் மிகுதியானோர் சிறைப்பட்டிருக்கின்றனர்.

இனி ஈழப் பகுதிகளிலெல்லாம் சிங்களக் குடியேற்றம் முழு வீச்சில் நிகழும்! ஈழம் என்பது தமிழ் மக்களின் தனி மண்ணாக இருக்கும்வரைதானே தனிநாடு கேட்பார்கள்! தமிழினத்தை அழிக்கத் தெரிந்தவர்களுக்குத் தமிழ் மண்ணைக் கூறுபோடத் தெரியாதா?

நீருள்ள அளவும் நிலமுள்ள அளவுமா ஆளப் போகிறார் கருணாநிதி? ஓராண்டு கூடுதலாக ஆள்வதற்கு அவர் கொடுத்த காவு ஈழத் தமிழினம்! ஈழம் இடுகாடாகக் காரணமான இரண்டு இனத் துரோகிகள் கோபாலபுரத்துக் கருணாநிதியும், ஈழத்துக் கருணாவும்! இவர்களை நினைத்த நெஞ்சு கடுக்கிறது!

ஒரு தாய்; அவளுக்கு இரு மக்கள்; ஒரு தாய் வயிற்று மக்கள் என்பதால், ஒரே நாகரிகம்; ஒரே பண்பாடு; ஒரே பழக்க வழக்கங்கள்; ஒரே மொழி! நிலம் மட்டும் வேறு வேறு!

இளையவனைப் பகைவன் அழிக்க, மூத்தவனே தன் சொந்த நன்மைக்காகத் துணை போனான் என்பதை எந்தத் தாய்தான் பொறுத்துக் கொள்வாள்? மொழி என்பது தனித்தன்மை வாய்ந்த ஒலிதான்! ஆனால் அதன் தூய்மையை நாம் பேணுவதற்குக் காரணம், அதில் ஏற்படும் சிதைவு இனச் சிதைவாகி விடும் என்பதால்தான்!

மொழி என்பது இனத்தின் அடையாளம்; நம்மை கூட்டமாக இணைத்து வைத்திருப்பது நம்முடைய மொழிதான்! தமிழ் இல்லாமல் தமிழன் இல்லை. தமிழ்ப் பற்றைத் தாய்ப்பால் பைத்தியம் என்று நகையாடிய பெரியாரின் இத்தகைய சொல் லாடல்கள்தாம் நகைப்புக்குரியவை! நாடு என்பது மண்ணா? நாட்டு மக்கள்தாமே! மக்களை எல்லாம் அழித்துவிட்டு, வெறும்

மண்ணை வைத்துக் கொண்டு என்ன செய்வது? இனத்தை அழிக்கப் பகைவனுக்கு துணை போய்விட்டு, தமிழுக்கு மாநாடு நடத்தி ஆகப் போவதென்ன?

ஈழத் தமிழினத்தை அழிக்கத் துணைபோன துரோகத்தை மறைக்கத்தானே இந்தச் செம்மொழி மாநாடு! தான் பெற்ற இளைய மக்களை, மூத்த மக்களில் ஒருவன் தன்னுடைய அதிகார ஆசையினால் காட்டிக் கொடுத்து அழித்ததை, நம்மை ஈன்ற தாய் பொறுப்பாளா? ஈழத்தைச் சுடுகாடாக்கிவிட்டுக் கோவையிலே என்ன கொண்டாட்டம் என்று கொதிக்க மாட்டாளா? தன்னுடைய துரோகத்தை மறைக்கக் கருணாநிதி நடத்தும் செம்மொழி மாநாட்டுக்கு உணர்ச்சியற்ற சிவத்தம்பிகள் வருவார்கள்!

தமிழ்த் தாய் வர மாட்டாள்!

துக்ளக், 30.6.10

பிற

31

அடிவயிற்றை முறுக்கவில்லையா?

ஒரு பெண் தன் தோளைத் தழுவச் சம்மதிக்காமல் தனித்தே வாழும் திருமாவளவன் இராசபக்சேயைப் போய்த் தழுவியிருக்கிறாரே! தழுவும்போது கம்பளிப் பூச்சி ஊர்வது போல் உணரவில்லையா? கட்சிகளெல்லாம் கிடக்கட்டும்! எழுபதாயிரம் ஈழத் தமிழர்கள் சாகவும், ஐந்து இலட்சம் தமிழர்கள் புலம் பெயரவும், மூன்று இலட்சம் தமிழர்கள் சிங்கள அரசின் முள்வேலிகளில் சிறை வைக்கப்படவும், இரண்டு இலட்சம் தமிழர்கள் அகதிகளாய்த் தமிழ்நாட்டில் கதிகெட்டு அலையவும் காரணமான இராசபக்சே வைத்த விருந்தை உண்ணவும், அவரோடு மனங் கொள்ளாமல் சிரித்துப் பேசி மகிழவும் டி.ஆர். பாலுவாலும், கனிமொழியாலும், திருமாவளவனாலும் எப்படி முடிந்தது?

'ஏன்டி உன் புருசனைக் கொன்னவனோடே உனக் கென்னடி சிரிப்பு வேண்டிக் கிடக்கு?' என்று தாய் மகளிடம் சினந்து கேட்டாளாம்.

'போனவன் போயிட்டான்; நான் இருக்கேனே!' என்று மகள் புன்முறுவலோடு விடை கொடுத் தாளாம்!

'கடைசி நேரத்தில் நீங்களும் பிரபாகரனுடன் இருந் திருந்தால் உங்கள் கதையையும் முடித்திருப்பேன்! என்று சிங்கள அதிபர் இராசபக்சே தமிழ்நாட்டில்

இருந்து சென்ற பாராளுமன்ற உறுப்பினர் திருமாவளவனிடம் நேருக்கு நேர் நின்று சொல்லியிருக்கிறார்! பாராளுமன்ற உறுப்பினர் என்றால் ஏதோ வாழைக்காய்ப் பச்சி, வெங்காயப் பச்சிபோல இராசபக்சேவுக்கு அவ்வளவு சாதாரணமாகத் தெரிகிறது. பச்சிமாவுக்குத் தனித்து எந்த மதிப்புமில்லை! அது வெங்காயத்தோடோ, வாழைக்காயோடோ சேரும்போதுதான் அதற்குப் பெயரும் கிடைக்கிறது; வடிவமும் கிடைக்கிறது! இந்தப் பச்சிமாவுக்கெல்லாம் வடிவம் கொடுப்பவர் கருணாநிதி என்பது இராசபக்சேயின் எண்ணமாக இருக்கலாம்!

அப்படிப்பட்ட கருணாநிதியின் உயிர்நாடியோ சென்னைக் கோட்டையில் இருக்கிறது. சென்னைக் கோட்டையில் கருணாநிதி நீடிப்பதோ சோனியாவின் தயவில் இருக்கிறது. சோனியாவோ சிங்களவர்களின் உற்ற நண்பர்; ஆகவே சோனியாவின் தோழமை இருக்கும்வரை இவர்களை எல்லாம் ஒரு பொருட்டாக நினைக்கத் தேவையில்லை என்பது இராசபக்சேவின் எண்ணம்!

ஆனாலும் விடுதலைப் புலிகளைப் பார்த்து விடுதலைச் சிறுத்தைகள் என்னும் அமைப்பைத் தோற்றுவித்துக் கொண்ட திருமாவளவன், இராசபக்சே சொன்னதைக் கேட்டுத் திகைத்துப் போய்த் திரும்பி வந்திருக்கலாமா? திருப்பிக் கொடுத்திருக்க வேண்டாமா?

'இராசபக்சே! உன் கதையை முடிப்பதற்குப் பதிலாகப் புத்தி கெட்டுப்போய் இந்தியா ஈழத்தின் கதையை முடித்து விட்ட காரணத்தால், உன்னால் இவ்வளவு எக்காளமாகப் பேச முடிகிறது. எந்த விடுதலை இயக்கத்திற்கும் பின்னடைவுகள் வருவது இயற்கை. ஆனால், ஒரு விடுதலை இயக்கம் என்றாவது ஒரு நாள் தன்னுடைய இலக்கை அடையாமல் முடிந்ததாக வரலாறு இல்லை' என்று சொல்லிவிட்டு வந்திருந்தால் திருமாவளவன் உலகத் தமிழினத்திற்கே தலைவராகி இருப்பாரே!

இராசபக்சேயின் நாட்டுக்கே போயும் இராசபக்சேயை நேருக்கு நேர் நின்று உலுக்குகின்ற வாய்ப்பைத் தவற விட்டுவிட்டாரே! அதுவும் இராசபக்சே அசிங்கப்படுத்திய பிறகும், அங்கு வாயை மூடிக் கொண்டிருந்துவிட்டு, இங்கே நம்முடைய மூலக்கடை முச்சந்தியில் நின்று கொண்டு, 'இரத்தம் கொதிக்கிறது' என்று திருமாவளவன் முழங்குவதை இனி யார் நம்புவார்கள்? அப்படி

நேருக்கு நேர் கேட்டிருந்தால் என்ன செய்திருப்பார் இராசபக்சே? கொழும்புச் சிறைக் கொட்டடியில் அடைத்திருப்பாரா? அடைத்திருந்தால் திருமாவளவனை விடுவிப்பது ஆறு கோடித் தமிழர்களின் கடமையாகி இருந்திருக்குமே!

இகழ்பவனின் பின்னால் போய்ப் பெறப் போவதென்ன என்று நம்முடைய அப்பனான வள்ளுவன் கேட்பான்! 'என்மற்று இகழ்வார் பின்சென்று நிலை (966).'

முன்பொருமுறை தமிழ்நாட்டில் இந்தி எதிர்ப்பு உச்சத்திலிருந்தபோது மாநிலங்களின் அமைச்சர்களெல்லாம் பங்கேற்ற கூட்டத்தில், செல்வாக்கு மிக்க மைய அமைச்சர் மொரார்சி தேசாய் 'இந்தி இல்லாமல் இந்தியா இல்லை' என்று பேச, 'இந்தி இருக்குமானால் இந்தியாவே இருக்காது' என்று அன்றையத் தமிழ்நாட்டு மந்திரி செ.மாதவன் பேசிவிட்டார் என்பதற்காக, ஊர் ஊராக நான்கு குதிரை பூட்டிய சாரட் வண்டியில் செ.மாதவனை உட்கார வைத்து ஊர்வலம் விட்டு, ஐந்து ஆண்டு அரசியலை இதைச் சொல்லியே ஓட்டினார்களே தி.மு.க.வினர்!

அன்று மாமன்னன் அசோகன் இலங்கைக்குத் தன்னுடைய மகள் சங்கமித்திரையை அனுப்பி பௌத்தத்தை வளர்த்ததுபோல, இன்று தன்னுடைய மகள் கனிமொழியை அனுப்பிச் சிங்களவர்களோடு நேசத்தை வளர்க்கும் கருணாநிதி, இராசபக்சேயை எதிர்த்துத் திருமாவளவன் பேசுவதை ரசிக்க மாட்டார் என்றாலும், கருணாநிதி ரசிக்காததை எல்லாம் செய்யாமலிருப்பதற்குத் திருமாவளவன் என்ன தி.மு.க.வின் ஆயிரம் விளக்குப் பகுதிச் செயலாளரா? தமிழுக்கும் தமிழனுக்கும் கேடு என்றால் சீறி வரும் சிறுத்தையாக இருந்தவரை, நாடாளுமன்றப் பதவியைக் கொடுத்து அடங்கிப் போகும் நிலைக்கு ஆளாக்கி விட்டாரே கருணாநிதி!

முள்வேலி முகாம்களைப் பார்வையிட, அவற்றின் உண்மை நிலையைக் கண்டறிய மனித உரிமைப் பாதுகாப்புக் கழகத்தினரையும் செய்தியாளர்களையும் அனுமதிக்காத இராசபக்சே காங்கிரசையும் தி.மு.க.வையும் மட்டும் அழைத்தாராம்! ஈழத்தைச் சுடுகாடாக்கிய இராசபக்சே, சோனியா, கருணாநிதி என்னும் முக்கூட்டணி தங்களின் சிதைந்துபோன முகங்களைச் சீர்படுத்திக் கொள்ளும் முயற்சிதானே இது!

முள்வேலி முகாம்களில் ஈழத்தமிழர்களை ஆடுமாடுகளைப் போல் அடைத்து வைத்துக் கொடுமைப் படுத்துவதை ஓர் அமெரிக்கப் பெண்மணி சத்தம் போட்டு உலகுக்குச் சொல்லிக் கொண்டிருப்பதைத் தமிழ்நாட்டுக்கும் வந்து சொல்ல விரும்பிய போது, அவருக்கு விசா வழங்கவிடாமல் தடுத்து நிறுத்தியவர் தானே இந்தக் கருணாநிதி! அந்தப் பெண்மணியின் வருகை தன்னுடைய சாயத்தை வெளுக்கச் செய்துவிடும் என்னும் அச்சம் தானே காரணம்!

இந்தப் பத்துப் பாராளுமன்ற உறுப்பினர்களின் 'உல்லாசப் பயணத்தில்' இங்கிருந்தே இலங்கை அதிகாரிகள் உடன் வந்தார்களாம். கொழும்பில் சிவப்புக் கம்பள வரவேற்பு அளிக்கப்பட்டதாம்; எலிகாப்டர்களில் பறந்தார்களாம்; ஐந்து நட்சத்திர விடுதிகளில் தங்கினார்களாம்; முப்பொழுதும் முப்பழங்களோடும் விருந்துகளாம்; வேதமே பாராட்டிய சோமபானங்களுக்கும் குறைவில்லையாம்! கூட்டி வைத்த கூட்டத்தில் கலந்துரையாடினார்களாம்! இதற்குச் சிங்களர் வர்களோடேயே உரையாடியிருக்கலாமே!

நேற்றுவரை சிங்களத்திற்கு நிகராகத் தமிழுக்கு ஆட்சி மொழி உரிமை வேண்டும்; அரசு வேலைகளில் உரிய பங்கு வேண்டும்; இலங்கையின் வடக்கு கிழக்கு மாகாணங்களை உள்ளடக்கிய ஈழத்திற்குச் சுயநிருணய உரிமை வேண்டும் என்றெல்லாம் போராடியவர்கள் இன்று முள்வேலிச் சிறைகளில் இருந்து கொண்டு குடிக்கவும், குளிக்கவும் தண்ணீர் வேண்டும் என்று கண்ணீர் விடும் நிலைக்கு ஆளாகி விட்டார்களே! பிள்ளைக்குப் பாலில்லை; முதியோர்க்கு மருந்தில்லை; கர்ப்பிணிப் பெண்கள் பிள்ளை பெற வசதியில்லை!

ஈழத்திற்கு முற்றாக விடுதலை கேட்டவர்கள் இன்று வீட்டுக்குப் போக மட்டும் விடுதலை கொடுத்தால் போதும் என்று கேட்கி றார்கள்! இந்த நிலைக்கு இவர்களை ஆளாக்கிய சோனியா காந்தி, கருணாநிதி கட்சிகளின் நாடாளுமன்ற உறுப்பினர்கள் ராசபக்சேயைச் சந்தித்து, 'நாட்டுக்கு விடுதலை கேட்க வில்லையே; வீட்டுக்குப் போகத்தானே விடுதலை கேட்கி றார்கள்; கொடுத்து விட்டுப் போங்களேன்' என்று எடுத்துச் சொல்லப் போயிருக்கிறார்கள்! தமிழனின் தலைவிதியைப் பார்த்தீர்களா?

இவர்கள் போனதன் விளைவாக 50,000 தமிழர்கள் முள்வேலி முகாம்களிலிருந்து மறுநாளே விடுவிக்கப்படுவார்கள் என்னும் அறிவிப்பு இலங்கையில் வெளியாகவில்லை; கோபாலபுரத்தில் வெளியாகிறது. இராசபக்சேயும் கருணாநிதியும் வேறு வேறல்லவே; யார் வெளியிட்டால் என்ன? ஆனால் வெளிவிடப் பட்டவர்கள் ஐம்பதினாயிரம் பேரா? ஐயாயிரம் பேரா? அல்லது வெறும் அறிவிப்போடு முடிந்து விட்டதா என்பதெல்லாம் யாருக்குத் தெரியும்? யார் இதை அந்த அரக்கர் நாட்டில் சரிபார்க்க முடியும்?

இப்படிக் கருணாநிதி அறிவித்த மறுநாளே சிங்காரச் சென்னை யில் சுவரொட்டிகள் மின்னின: 'நான்கே நாளில் ஈழத் தமிழர் களுக்கு விடுதலை வாங்கிக் கொடுத்த கலைஞரை வணங்கு கிறோம்!' அண்ணா விடுதலை இயக்கமாகத் தோற்றுவித்த ஒரு கட்சியில் விடுதலை என்பதை எவ்வளவு கொச்சையாகப் புரிந்து கொண்டிருக்கிறார்கள் என்பதுதான் இதிலுள்ள அவலம்! அதையும் ரசிக்கிறார் கருணாநிதி என்பதுதான் அதைவிடப் பேரவலம்!

உலகத் தமிழ் மாநாடு நடத்த முற்பட்டிருக்கிறார் முதலமைச்சர் கருணாநிதி. ஈழப் பேரழிவுகளுக்குப் பிறகு உலகத் தமிழர்கள் இந்த மாநாட்டைக் கருணாநிதி நடத்துவதை ஏற்கவில்லை! சில மாதங்களுக்கு இந்த மாநாட்டைத் தள்ளி வைத்து அவர்களை அமைதிப்படுத்தலாம் என்னும் கருணாநிதியின் எந்த முயற்சியும் எடுபடவில்லை. இப்போது உலகத் தமிழ்ச் செம்மொழி மாநாடு என்று பெயரை மாற்றி நடத்தப் போகிறார்கள். உலகத் தமிழர்களின் சினம் நியாயமானதுதானே!

மேலும் தமிழ்நாட்டில் அகதிகளாய் வாழும் ஈழத் தமிழர்களுக்கு இந்தியக் குடியுரிமை அளிக்கப்பட வேண்டும் எனக் காஞ்சிபுரத்தில் தீர்மானம் போட்டிருக்கிறார் கருணாநிதி! சென்ற மைய ஆட்சிக் காலகட்டத்தில் சோனியாவோடு சேர்ந்து கொண்டு ஈழத்தைச் சுடுகாடாக்கியதை இதுபோன்ற தீர்மானங்களால் ஈடுகட்டிவிட முடியும் என்று கருதுகிறார் கருணாநிதி.

'ஈழத் தமிழர்க்கு எந்தச் சலுகைகள், உரிமைகள் அளித்தாலும் எனக்கு உடன்பாடே! ஆனால் இங்கே ஈழத் தமிழர்கள் மட்டும் அகதிகளாய் இல்லை: திபேத்தியர்கள், பர்மியர்கள், வங்க தேசத்தினர் என்று ஏராளமானோர் அதிகளாய் இருக்கிறார்கள்:

ஈழத் தமிழர்களை மட்டும் மைய அரசு தனித்துப் பிரித்துப் பார்க்குமாறு கருணாநிதியால் செய்ய முடியுமா?'

'ஈழத் தமிழர்க்குக் குடியுரிமை என்றால் அவர்களுக்கு உயர் கல்வி, அரசு வேலை வாய்ப்பு எல்லாம் உண்டா? அப்போது தானே அது முற்றான குடியுரிமையாய் இருக்க முடியும்' என் றெல்லாம் அடுக்கி அடுக்கி எதிர்க்கட்சித் தலைவர் செயலலிதா கேட்டாரே! ஒன்றுக்காவது விடை சொன்னாரா முதலமைச்சர் கருணாநிதி?

கருணாநிதி தான் அங்கம் வகிக்கும் மைய அரசை ஏற்கும்படி செய்ய வேண்டும்; அல்லது அரசைவிட்டு வெளியே வந்து அதற்காகப் போராட வேண்டும்! அப்படியெல்லாம் இல்லாமல் ஏதோ ஒரு பேச்சுக்குப் போட்டு வைப்போம் என்று தான் நம்பாததையே தீர்மானமாக்குவது முழு மோசடி இல்லையா?

ஈழத் தமிழர்க்கு மைய அரசிலிருந்து என்ன உரிமைகள் பெற்றுக் கொடுத்தாலும் அனைவர்க்கும் இசைவே! கருணாநிதியும், சோனியாவும் அந்த இனத்திற்குச் செய்த கொடுமைகளை ஈடு கட்டவும், பாவங்களுக்குக் கழுவாய் தேடவும் எந்தச் சலுகை வேண்டுமானாலும் அளிக்கட்டும்; அளிக்க வேண்டும்! வெறும் 500 கோடி ரூபாயை அளித்துக் கைகழுவி விடும் ஏமாற்று வேலை வேண்டாம்!

ஆனால் அவர்கள் பிறப்பால் ஈழத் தமிழர்கள்; ஈழம் அவர்களின் தாயகம்! அங்கே அவர்களுக்கு வீடு வாசல், நிலம் கரை அனைத்தும் உண்டு; அவர்களுக்குச் சொத்துகளும் அங்கேதான்; சொந்தங்களும் அங்கேதான்! என்றோ ஒரு நாள் தாங்கள் விரும்பும் வண்ணம் தங்கள் தாயகத்தை ஈழத் தமிழர்கள் உருவாக்கிக் கொள்வார்கள்!

தமிழர்களுக்கு இரண்டு தாயகங்கள் உண்டு. ஒன்று தமிழ்நாடு; இன்னொன்று ஈழம்! போர்த் தோல்வி காரணமாகச் சோர்வுற் றிருக்கும் தமிழர்களை விரட்டி விட்டால், இலங்கை முற்றாகச் சிங்களவர்களின் நாடாகி விடும் என்பது இராசபக்சேயின் எண்ணம்! கனடா, அமெரிக்கா, பிரிட்டன், பிரான்சு, செருமனி, நார்வே, தமிழ்நாடு என்று போனபோன இடங்களில் ஏதாவ தொரு உரிமை பெற்று அவர்கள் அங்கங்கே இருந்துவிட வேண்டும் என்பதுதான் இராசபக்சேயின் விருப்பம்! அவர்கள்

ஈழத்திற்குத் திரும்பி விடும் எண்ணத்தைக் கைவிடச் செய்வ தற்காகத்தான் கொடுமைகள் மிகுந்த முள்வேலிச் சிறை முகாம் களின் காலத்தை நீட்டித்துக் கொண்டே போகிறார் ராசபக்சே!

இறைமகன் ஏசுவைச் சிலுவையில் அறையக் காரணமான யூத மதபோதகர்கள் யாரையாவது, ஏசுவின் உண்மைச் சீடர்கள் பதினொரு பெயரில் எவனாவது கட்டிப் பிடித்ததுண்டா? யூத இனத்தையே கருவறுத்த மனநோயாளி இட்லருக்கு எந்த யூதனாவது பட்டாடை போர்த்திப் பாராட்டியதுண்டா?

கல்தோன்றி மண் தோன்றாக் காலத்தில், முன் தோன்றிய மூத்த தமிழினத்தைக் கருவறுத்த ராசபக்சேயுடன் பத்து பாராளுமன்ற உறுப்பினர்களும் சிரித்து மகிழ்வதையும் சிலர் கட்டித் தழுவிக் கொள்வதையும் நிழற்படங்களில் பாருங்கள்!

அடிவயிற்றை முறுக்கவில்லையா?

தினமணி, 21.10.09

32

ஈழத்தின் தீயூழ்!

மாவீரன் பிரபாகரன் மாண்டான் என்னும் செய்தி தொலைக்காட்சிப் பெட்டிகளைத் துளைத்துக் கொண்டு வெளிப்பட்டபோது, அடிவயிற்றை முறுக்கிக் கொண்டு, இனம் புரியாத பீதி யாவரையும் ஆட்கொண்டது. தமிழ்நாடு இழவு வீடாக மாறியது!

'ஈழம் எங்கள் தாகம்' என்று போர் முரசு கொட்டியவன்; தன்னுடைய தாய்நாட்டு விடுதலைக்காகப் பதினெட்டு வயதில் களம் புகுந்தவன்; களத்தில் செயல்பட்டு, களத்திலேயே உண்டு, களத்திலேயே உறங்கி, சிங்களக் காடையர்களுக்கு முப்பதாண்டு காலம் சிம்ம சொப்பனமாக விளங்கியவன்; களத்திலேயே நீடு துயில் கொண்டுவிட்டான் என்று சிங்களச் செய்திகள் சொல்லுகின்றன!

ஒரு புறநானூற்றுத் தாய் சொன்னாள். 'அவனை ஈன்ற வயிறு இதுதான்; அதன் பிறகு அவனை நான் எங்கே அறிந்தேன்! பகைவர்களின் கருவறுக்கப் போர்க்களங்களில் தென்படுவான்! அங்கே போய்ப் பாருங்கள்!' ஈராயிரம் ஆண்டுகளுக்குப் பிறகு அப்படி ஒரு மகனை ஈழத் தாய் ஒருத்தி அந்த மண்ணின் விடுதலைக்காகச் சுமந்தாள்!

என்ன பிழை செய்தார்கள் ஈழத் தமிழர்கள்? உலகம் முழுவதும் சாப்பிடுவதற்கு மட்டுமே வாயைத்

திறந்து கொண்டிருந்த காட்டுமிராண்டிக் காலத்தில், பேசுவதற் காகவும் வாயைத் திறந்த ஒரு மூத்த இனத்தின் மொழி இலங்கையின் ஆட்சி மொழிகளில் ஒன்றாக வேண்டும் என்று சொன்னது குற்றமா? ஈழ மக்களுக்கு அரசு அலுவல்களில் உரிய பங்கு வேண்டும் என்று கேட்டது குற்றமா? ஒரே தீவாக இருக்கட்டும்; ஒரு மெல்லிய இறையாண்மைக்குள் குறுக்கீடுகள் இல்லாத வகையில், அவரவர் மண் தன்னுரிமை பெற்ற மண்ணாகத் திகழ வேண்டும் என்று சொன்னது குற்றமா?

இலங்கை மக்கள் ஒரே நாட்டின் மக்கள் என்று முழங்குகிறாயே இராசபக்சே! சிங்கள இராணுவக் குண்டு வீச்சுக்கு அஞ்சி ஈழ மக்கள் ஊர்களைக் காலிசெய்து கொண்டு போன பிறகு, அந்தப் பகுதியிலேகூட அன்று; தமிழர்களின் வீடுகளிலேயே சிங்களவர் களைக் கொண்டு வந்து இராணுவப் பாதுகாப்போடு குடியேற்று கிறாயே ஏன்? வஞ்சகம்தானே!

தமிழினத்தை முற்றாக அழித்து, அந்தப் பகுதிகளையும் சிங்களப் பகுதிகளாக்கும் உன்னுடைய வஞ்சகச் செயலை அறிந்தும், மன்மோகன்சிங் - கருணாநிதி கூட்டணி அரசு உனக்கு வகை தொகை இல்லாமல் போர்க் கருவிகளை வழங்கியதே! போரால் உன்னுடைய கருவூலம் வறண்டு விட்டது என்று வகைதொகை இல்லாமல் கடன் கொடுத்து உதவியதே!

தேர்தல் நெருக்கடியில் தலைமையமைச்சர் மன்மோகன்சிங் சொன்னார். 'இந்தியா வழங்கிய ஆயுதங்கள் தாக்குவதற்கு அல்ல; தற்காத்துக் கொள்வதற்காக!' இந்த விளக்கத்தைக் கேட்டு, இராசபக்சேயே சிரிப்பாய்ச் சிரித்திருப்பார்.

நடந்து முடிந்த தமிழினப் பேரழிவு குறித்து சிங்களக் காடையர் கள் ஆர்ப்பரிக்கிறார்கள். தமிழினத்தைச் சின்னாபின்னப் படுத்தி விட்டதாகக் குதூகலிக்கிறார் இராசபக்சே! மண்டியிட்டு மண்ணை முத்தமிடுகிறார்! அந்தக் குறியீட்டின் மூலம் அவர் சிங்கள இனத்திற்குச் சொல்லும் செய்தி இந்த மண்ணை உங்களுக்கு மட்டுமே உரித்தாக்கி விட்டேன் என்பதுதானே!

சிறுபான்மை, பெரும்பான்மை என்பதெல்லாம் கிடையாது; ஒரு பான்மைதான் உண்டு என்று வெற்றிக்குப் பிந்திய பாராளு மன்றத்தில் விளம்பி இருக்கிறார் இராசபட்சே! அதனுடைய பொருள் இதுவரை இருந்து வந்த, இடையில் கேள்விக்குள்ளான

ஒற்றையாட்சி முறையை மீண்டும் உறுதிப்படுத்தி விட்டேன் என்பதுதானே!

குடியாட்சிமுறை சிறுபான்மை மக்களுக்கு நன்மை வழங்காது என்று தெளிவாகத் தெரிந்துதான் முகமதலி சின்னா பாக்கிசுத் தானைப் பிரித்துக்கொண்டு போனார்! மனித குலத்தை உய்விக்க வந்த காந்தி தன்னை எண்ணிக் கொண்டு பிரிவினையை மறுத்தார்! நாளைய இந்தியாவைக் காந்தி அல்லாத காந்திகள் ஆள்வார்கள் என்றெண்ணிப் பிரிவினையை வலியுறுத்தினார் சின்னா! ஈழத் தமிழர்களின் அவலம் முகமதலி சின்னாவின் சிந்தனைகளையும், செயல்களையும் நியாயப்படுத்த வில்லையா?

ஆளும் இனத்திடம் அடிபணிந்து போய்விட வேண்டும் என்பது தானே இராசபக்சேயின் அறிவுரை! ரோமாபுரியில் அடிமைகள் உரிமை கோரியபோது ஆண்டைகள் உடன்பட்டார்களா? குனிந்தவனெல்லாம் நிமிர்வதற்கு உரிமை கேட்டால், சவாரி செய்து இன்பங் கண்டவன் ஒப்புக் கொள்வானா? சவாரி செய்தவனைத் தள்ளி விட்டு விட்டு, குனிந்தவன் நிமிர்ந்தால், இறையாண்மையின் பெயரால், பயங்கரவாதத்தின் பெயரால் அவன் ஒடுக்கப்படுவான்! ரோமாபுரி தொடங்கி இலங்கைவரை ஏதாவது மாறியிருக்கிறதா?

இலங்கையை ஆண்ட அத்தனை சிங்கள அதிபர்களும் தங்கள் தங்கள் பங்குக்குத் தமிழின அழிப்பு வேலையை மேற்கொண்ட வர்கள்தான்! ஆனால், கடைசியாக ஒரு கசாப்புக் கடைக் காரனிடம் அந்தப் பதவி சிக்கிக் கொண்டதுதான் பேரவலம்! இந்தியா அந்தக் கசாப்புக்கடைக்காரனுக்கு வெட்டுக் கத்தி கொடுத்து உதவியது அதைவிடக் கொடுமை! கருணாநிதியோ, ஒரு பக்கம் அவர்களோடு சேர்ந்து கொண்டு, இன்னொரு பக்கம் ‘ஐயோ! ஆடுகள் வெட்டுப்படுகின்றனவே’ என்று நீலிக் கண்ணீர் வடிக்கிறார். வஞ்சகத்திலெல்லாம் வஞ்சகம்!

கொடுஞ்செயல்கள் செயவர்த்தனே காலத்திலேயே தொடங்கி விட்டன! ஆனால், அவருடைய கழுத்தை அப்போதைக் கப்போது பிடித்துக் கட்டுக்குள் வைக்க இந்திரா காந்தி போன்ற வீராங்கனைகளும், MGR போன்ற பொன்மனச் செம்மல்களும் ஆட்சிகளில் இருந்தார்கள்! ஈழப் போராளிகளை இராணுவ ரீதியாக வளர்த்தவர்கள் அவர்கள்தான்!

முதல் மூன்று ஈழப் போர்களிலும் மூன்றில் இருபகுதிச் சிங்களவர்கள், மூன்றில் ஒருபகுதித் தமிழர்களிடம் மண்ணைக் கவ்வியதன் விளைவாக தமிழீழம் அறிவிக்கப்படாத விடுதலை பெற்ற நாடாகச் செயல்பட்டது!

ஈழத்தில் போராளிகளிடம் தரைப்படை இருந்தது; சிறு கப்பல் களும் விமானங்களும் இருந்தன. ஈழத்தின் 16,000 சதுர கிலோ மீட்டர் பரப்புப் போராளிகளின் ஆளுகைக்கு உட்பட்டிருந்தது. அவர்களின் நாடு ஐக்கிய நாடுகள் அவையில் உறுப்பினராக இல்லையே தவிர மற்ற எல்லாம் நடந்தேறின.

ஈழத்தில் வரி வசூல் நடந்தது. வெளிநாடுகளில் வாழும் வசதி மிக்க ஈழத் தமிழர்கள் நன்கொடைகளாக அன்னியச் செலா வணியைக் குவித்தார்கள். அதைக் கொண்டு மேலை நாடுகளில் நவீன ரக ஆயுதங்கள் வாங்கப்பட்டன. ப.சிதம்பரம் போன்ற நிதியமைச்சர்கள் ஈழத்தில் இல்லாததால் நிதி நிர்வாகத்தில் குளறுபடிகள் இல்லை! துறைதோறும் திட்டமிட்ட வளர்ச்சி மேற்கொள்ளப்பட்டது! ஈழத்தில் காவல்துறை இருந்தது. மக்களுக்கிடையே தோன்றும் பிணக்குகளைத் தீர்க்க நீதி மன்றங்கள் இருந்தன! ஒரு முதலமைச்சரோ அமைச்சரவையோ இல்லாமல் நாடு செம்மையாக ஆளப்பட்டது!

இதற்கிடையே ரணில் விக்கிரமசிங்கே வரவேண்டிய இடத் திற்கு இராசபக்சே வருவதற்குத் தங்களை அறியாமலேயே ஈழப் போராளிகள் உதவி விட்டார்கள்! ரணிலுக்குப் பதிலாக ராசபக்சே வருவதற்குக் காரணமானது தமிழின அழிவுக்கு முதற் காரணம்.

இராசீவ் காந்தியைக் கொல்வது பயங்கரமான விளைவுகளை ஏற்படுத்த வல்லது என்பதைச் சிந்திக்கும் திறனில்லாதது ஒரு பிழை! இராசபக்சேக்கு முந்திய அரசுகள் ஈழப் போராளிகளோடு ஓர் உடன்பாட்டுக்கு வந்தாக வேண்டிய பலவீனமான கட்டத்தில் இருந்தபோது அதைப் பயன்படுத்தி அரசியல் தீர்வு வழியாகக் கிடைத்ததை உறுதிப்படுத்திக் கொண்டிருக்க வேண்டும். மக்களை மூச்சுவிடச் சிறிது காலம் அனுமதித்து, இறுதிக் கட்டத்தை நோக்கி நகர்ந்திருக்க வேண்டும்.

சோனியாவின் 'ரப்பர் முத்திரை' என்று புகழ்கொண்ட மன் மோகன்சிங் தலைமையமைச்சரான காலமும், சொல் வேறாகவும், செயல் வேறாகவும் வாழ்ந்து பழக்கப்பட்ட கருணாநிதி தமிழ்

நாட்டின் முதலமைச்சரான காலமும் இராசபக்சேயின் ஆட்சிக் காலத்தோடு பொருந்தி அமைந்து விட்டதை ஈழத்தின் தீயூழ் என்றுதான் வள்ளுவ மொழியில் சொல்ல வேண்டும்!

இவ்வளவு கொடுமைகளுக்கும் ஈழம் கசாப்புக்கடை ஆனதற்கும் இராசபக்சே முதற்காரணம்! ஆயுதம் வழங்கிய மன்மோகன்சிங் துணைக் காரணம்! மன்மோகன் சிங்கை முடக்குகின்ற அதிகாரம் முற்றாக வாய்த்திருந்தும், அந்த அதிகாரத்தை உரிய வழியில் பயன்படுத்தி இந்தியாவின் அயல் விவகாரக் கொள்கையையே மாற்றுவதை விடுத்து, நாளைக்கொரு மனிதச் சங்கிலி, ஒரு வேளை தொடங்கி மறுவேளை வரும்வரை உண்ணா நோன்பு என்று பல்வேறு கபட நாடகங்களை அரங்கேற்றிக் கொண்டு இருந்த கருணாநிதி இன்னொரு துணைக் காரணம்!

இராசபக்சே என்னும் முதற் காரணமும் மன்மோகன்சிங், கருணாநிதி என்னும் துணைக் காரணங்களும் பல்லாயிரக் கணக்கான தமிழர்கள் பிணமாவதற்கும் நான்காம் விடுதலைப் போர் முடிவுக்கு வரவும் காரணங்களாயின!

ஆக நான்காம் ஈழ விடுதலைப் போர் முடிவுற்று விட்டது. அதனுடைய பொருள் ஐந்தாம் விடுதலைப் போர் அடுத்துத் தொடங்கும் என்பதே!

நான்கோடு எண்ணிக்கை முடிந்து விட்டதாக இராசபக்சேயோ, மன்மோகன் சிங்கோ, கருணாநிதியோ, கருணாவோ கருத மாட்டார்கள். நான்கின் வளர்ச்சி ஐந்து என்பதை அவர்கள் அறியாதவர்களில்லை! எந்த விடுதலைப் போராட்டமும் இலக்கை அடையாமல் முற்றுப் பெற்றதாக வரலாறு கிடையாது.

பிரபாகரன் சிங்கள நரிகளால் வீழ்த்தப்படக் கூடிய எளிய ஆளில்லை. பின்னடைவு ஏற்படும்போது பின்வாங்கவும், தன்னை மறைத்துக் கொள்ளவும், தன்னுடைய படையைப் பரவலாக்கிப் பொதுமக்களிடையே கரையச் செய்யவும், மீண்டும் வெளிப்பட வேண்டிய வேளையில் வெளிப்பட்டு ஐந்தாம் ஈழப்போரை வெற்றிக்கு இட்டுச் செல்லவுமான விவேகமுடையவன் அந்த மாவீரன்!

ஆகவே அவன் உலகை விட்டு மறைந்திருக்க மாட்டான்; சிங்களப் படையின் கண்ணை விட்டு மட்டுமே மறைந்தி

ருப்பான் என்று நம் உள்மனம் சொல்லுகிறது! உள்மனத்தின் குரல்தான் உண்மையின் குரலாக இருக்க வேண்டும்!

ஒருவேளை அந்த ஒற்றைப் பிரபாகரன் இல்லையென்றே ஆகிவிட்டாலும், ஓராயிரம் பிரபாகரன்களை காலம் உடனடியாக உருவாக்கும்! ஈழத்தின் தேவைக்கேற்பக் காலத்தால் வடிவமைக்கப்பட்டவன்தானே பிரபாகரன். ஈழம்தான் அற்றுப் போய்விட்டதா? அல்லது காலம்தான் அற்றுப்போய் விட்டதா?

உலகின் மூத்த இனம், சிந்து சமவெளி நாகரிகம் கண்ட இனம், தெய்வப் புலமைத் திருவள்ளுவனைப் பெற்ற இனம் நாதியற்றுப்போக இயற்கை அனுமதிக்காது.

தினமணி, 26.05.09

33

அடையாளங்களின் நாடு இந்தியா!

அண்மையில் சென்னை உயர்நீதிமன்றம் தீர்ப்பு ஒன்றினைக் கூறியிருந்தது. ஈழத் தமிழர்களின் பாடுகளைப் பொறுக்க முடியாமல் தேசியக் கொடியை அவமதித்துவிட்டதாகக் குற்றம் சாட்டப் பட்ட சில தமிழர்கள் ஒவ்வொரு நாளும் ஒரு குறிப்பிட்ட காலத்திற்குத் தங்கள் வீடுகளில் தேசியக் கொடியை ஏற்ற வேண்டும் என்று நீதி மன்றம் ஆணையிட்டுள்ளது!

தான் துப்பிய எச்சிலைத் தானே எடுத்து விழுங்க வேண்டுமென்றால் எவன்தான் கண்டபடி எச்சிலைத் துப்புவான்? இதுதான் தீர்ப்பின் நோக்கம்!

சட்டத்தில் இத்தகைய தீர்ப்புகளுக்கான அடிப் படைகள் இல்லையெனினும் இத்தகைய தீர்ப்புகள் கற்பனைத் திறனும் நெறிப்படுத்தும் நோக்கமும் கொண்டவை! இது தீர்ப்பை வழங்கிய நீதிபதியின் தனித்தன்மையினைப் பறைசாற்றுகின்றது.

தேசியக் கொடி என்பது தேசத்தின் அடையாளம். அதை அவமதிப்பது சட்டக் குற்றம். நம்முடைய தேசியக் கொடி தியாகத்தையும் வளமையையும் சமாதானத்தையும் குறிக்கோளாகக் கொண்டது. இவைபோன்ற விளக்கங்கள் உலகிலுள்ள எல்லா நாட்டுக் கொடிகளுக்கும் இருப்பவைதாம்!

ஆனால், இந்திய தேசியக் கொடியின் உயிர் அதிலுள்ள நிறங்களில் இல்லை. பிற நாட்டுக் கொடிகளில் காணப்படாத, அந்நாடுகள் கற்பனைகூடச் செய்து பார்க்க முடியாத உயிர்த் துடிப்புள்ள ஒரு சிறப்பம்சம் நம் தேசியக் கொடிக்கு உண்டு.

அது அந்தக் கொடியின் நடுவே பொறிக்கப்பட்டுள்ள ஒரு சக்கரம். ஒரு மனித யோனியில் பிறந்தவன்தானா என்று நாமெல்லாம் எண்ணிப் பார்த்துத் திகைத்து, எந்த வகையிலும் மலைப்படங்காத மாபெரும் பிறப்பினனான பேரறிவுப் புத்தன் அதனைத் 'தருமச் சக்கரம்' என்று கூறுவான். மனித குலத்தை உய்விப்பதற்கு அவன் கண்டறிந்த நெறியினைத் தருமச் சக்கரமாக அவன் உருவகித்தான். அதனை அப்படியே வான்புகழ் வள்ளுவன் அற ஆழி என வழிமொழிந்தான்! இந்தத் தருமச் சக்கரம் இந்தியாவைப் பன்னெடுங்காலம் நெறிப்படுத்தி நடத்தியது.

எளியவர்களை எல்லாம் மிதித்து, அவர்களின் நாட்டைத் தன் னுடைய நாட்டோடு பிணைத்துக் கொள்வதையே ஒரு பெரும் வெளிநாட்டுக் கொள்கையாக வரித்துக் கொண்டு பேரரசுக் கோட்பாட்டை வகுத்துக் கொண்டவன் மௌரியப் பேரரசன் அசோகன்!

தன்னுடைய நாடு பிடிக்கும் ஒருமுனைக் கொள்கையால் கலிங்கம் வெல்லப்பட்டாலும், பல இலட்சம் பேர் கொல்லப்பட்டதையும் அதனினும் கூடுதலான பேர் கைகால் இழந்ததையும் எண்ணிப் பார்த்து நொந்து போகிறான். ஒரு பிறப்பிலேயே இன்னொரு தூய பிறப்பு எய்தி, தலைகீழ் மாற்றம் உறுகிறான். இது ஒரு வரலாற்று வியப்பு!

உடனடியாகப் பேரரசுக் கோட்பாடு கைகழுவப்படுகிறது. வெற்றிக்குப் பிறகு போரை வெறுத்துக் கைவிட்ட ஒரே மன்னன் உலகத்திலேயே அசோகன் ஒருவன்தான்! அவன் தன்னுடைய ஆட்சிக்கு அறத்தை அடிப்படையாக்கிக் கொண்டான். நம்முடைய தேசியக் கொடியிலுள்ள தருமச் சக்கரத்தை நாடெங்கும் பொறித்துப் பரப்பியவன் அவனே! பிற்கால வரலாற்றில் அது 'அசோகச் சக்கரம்' என்றே அழைக்கப்படலாயிற்று.

நான்கு சிங்கங்கள் நான்கு திசைகளிலும் தருமத்தை முழங்குவ தாக வடிவமைத்து அவற்றை உயரமான தூண்களில் பதித்து வைத்தான்!

விலங்குகள் கொல்லப்படுவதைத் தடுத்து நிறுத்தினான். எளிய மக்களிடம் பரிவு, அறம் இவையே அவனுடைய ஆட்சியின் அடிப்படைகள்! பாதிக்கப்பட்டவர்கள் பாதி ராத்திரியிலும் அந்தப்புரத்திலிருக்கும்போதும் தன்னை எழுப்பி நீதி கோரலாம் என்று நாடு முழுவதும் அறிவித்தான்!

ஒவ்வொரு நாட்டுக்கும் அசோகனைப்போன்ற அரசன் கிடைப் பதற்கு உறுதி இருந்தால் பணநாயகத்தையும் சாதிநாயகத்தையும் இலஞ்சநாயகத்தையும் உள்ளடக்கிய இந்தப் பாழாய்ப்போன சனநாயகத்தைக் கண்டு பிடித்திருக்க வேண்டிய தேவையே ஏற்பட்டிருக்காது!

இவ்வளவு சிறந்த ஆட்சி முறை விடுதலை பெற்ற இந்தியாவில் நிலவ வேண்டும் என்னும் விருப்பத்தின் பேரில்தான் காந்தியும் நேருவும் தேசியக் கொடியின் நடுவில் தருமச் சக்கரத்தையும் பொறித்தார்கள்!

நான்கு சிங்கங்களின் அற முழக்கத்தை இந்திய நாட்டின் அரசு இலச்சினையாக ஆக்கினார்கள்! அசோகனைப்போல் வரலாற் றில் பெயர் எடுக்கவேண்டும் என்று நேரு உள்மனத்தில் ஆசை வைத்திருந்தாராம்! எவ்வளவு உயரிய ஆசை!

சீனா அட்டூழியமாக திபெத்தை அடிமைப்படுத்தி அதன் மக்களைப் படுகொலை செய்தபோது, அதன் தலைவரான தலாய்லாமாவும் திபெத்திய நாட்டின் மக்கள் திரளில் ஒரு பகுதியினரும் உயிருக்கு அஞ்சி நாட்டை விட்டு வெளியேறிய நிலையில் அவர்களுக்கு அடைக்கலம் கொடுத்த நாடு நேருவின் இந்தியா!

திபெத்தியர்கள் தனிப் பண்பாட்டினர்; அவர்கள் தங்கள் நாட்டுக்கு உரிமை பெற்றுத் திரும்பும் காலம்வரை இங்கு அமைதியாக வாழக் கருநாடகத்தின் மலைப்பகுதியில் குசால் நகரையும் அதுபோல் வட இந்தியாவில் பல நகர்களையும் திபெத்தியக் குடியேற்றத்திற்காக உருவாக்கியது நேருவின் நேரிய இந்தியா!

சீனாவுக்கும் இந்தியாவுக்கும் பகை நேரிடக் காரணமே திபெத்து தான்; திபெத்தின் தலாய்லாமாதான்! ஆனாலும், சீனாவின் வன்மம் குறித்துக் கவலைப்படவில்லை நேரு; ஆட்டைக் காப்பாற்ற விரும்புகிறவன் ஓநாய்க்கு அஞ்ச மாட்டான்! ஒரு நாட்டின் ஆதிக்கவெறி காரணமாக இன்னொரு நாட்டின் எளிய

மக்கள் பாதிக்கப்படும்போது அவர்களுக்கு இரங்காவிட்டால், சீனாவால் வரும் இலாப நட்டக் கணக்கைப் பார்த்துக் கொண்டிருந்தால், அது தருமச் சக்கரத்தைக் கொடியில் பொறித்துள்ள ஒரு நாட்டுக்கு இயைந்த செயலாகாது என்று எண்ணினார் நேரு! ஆகவே விளைவுகளை இந்தியா தாங்கிக் கொண்டது!

தருமம் வெற்றி பெற எப்போதும் ஒரு விலை கொடுத்தாக வேண்டும்! தன்னுடைய உயிரை எம்மான் காந்தி வழங்கிய பிறகுதானே இந்து - முசுலீம் இரத்தக் களரி நின்றது!

இதேபோல் வங்கத்து முசுபிர் இரகுமான் பாக்கிசுத்தானில் ஆட்சி அமைக்கும் அளவுக்குப் பெரும்பான்மை பெற்றும் அவரை ஆட்சி அமைக்கவிடாதபடி இராணுவத் தளபதி யாயா கானும் பூட்டோவும் வங்கதேசத்தையே சுடுகாடாக்கினார்கள். இராணுவம் வெறியாட்டம் போட்டது! வீதிகளில் பிணங்கள் மொத்த மொத்தமாக வெந்து கருகின. வங்கதேசத்து மக்கள் திக்கற்றவர்களாக இந்தியாவை நோக்கி ஓடிவந்தார்கள்! மேற்கு வங்காளம் அகதிகளின் வருகையால் மூச்சுவிட முடியாமல் திக்குமுக்காடியது!

இது அவர்களுடைய உள்நாட்டுச் சிக்கல் என்று இந்திராவின் இந்தியா எண்ணவில்லை. அந்த எளிய மக்களைக் காப்பாற்ற இந்திய இராணுவம் புறப்பட்டது. பெரும்போர் மூண்டது. பாக்கிசுத்தான் துண்டாடப்பட்டது. வங்கதேசம் என்னும் புதிய நாடு பிறந்தது! இந்தியாவைச் சரணடைந்த வங்க மக்கள் வாழ்வுரிமை பெற்று தங்களின் புதிய தாயகத்திற்குத் திரும்பினர். அதேவேளையில் பாக்கிசுத்தானின் வன்மத்திற்கும் மாறாப் பகைக்கும் இந்தியா ஆளாக நேரிட்டது! நிகழ்கால இந்தியாவில் இசுலாமியத் தீவிரவாத வெடிகுண்டு வெடிப்புகளுக்கும் இசுலாமியரையும் உள்ளிட்ட உயிர்ச் சேதங்களுக்கும் பாக்கிசுத்தானின் இந்தப் பகையே பெருங்காரணம்!

ஆனால் அதே தலிபான் பயங்கரவாதம் பாக்கிசுத்தானை இன்று சூறையாடிக் கொண்டிருக்கிறது. அது வளர்த்த தீமைக்கு அதுவே இரையாகிக் கொண்டிருக்கிறது. தலிபான்களை ஒடுக்கப் பாக்கிசுத்தானின் குடியாட்சியால் முடியவில்லை என்று அமெரிக்கா நினைக்கும்போது சர்தாரி வீட்டுக்கு அனுப்பப்படுவார். இராணுவம் நாட்டின் தலைமையை மீண்டும் ஏற்கும். அறப் பார்வை இல்லாத ஒரு நாடு இப்படித்தான் சின்னாபின்னமாகும்!

சீனாவின் நிலையும் இதுதானே! திபெத்தை விழுங்க வேண்டும்; அருணாசலப் பிரதேசத்திற்கு அடிப்போட வேண்டும். இந்தியா எளிய நாடு இல்லை என்பதால், தமிழினத்தை அழிக்கச் சிங்களக் காடையர்களுக்கு உதவி, இந்துமாக்கடற் பகுதியில் இலங்கையில் பாடிவீடு கட்டிக் கொள்ள வேண்டும்.

நாடு பிடிப்பது எதற்கு? மார்க்சின் மூலதனத்தைப் போதிப்பதற்கா? மாவோவிலிருந்து இன்றுவரை அவர்கள் பழைய மஞ்சு வம்சத்தின் தொடர்ச்சி என்பதுபோலத்தானே செயல்படுகிறார்கள்!

சீனாவைப்போல் ஆதிக்கப் பேராசை கொண்ட நாடில்லை இந்தியா! அது ஏன் ஈழத் தமிழினத்தை அழிக்கச் சிங்களக் காடையர்களுக்கு உதவவேண்டும்?

பாதிக்கப்பட்டவர்களுக்கு உதவுவதுதானே இந்தியாவின் பழக்கம்? திபெத்தியரும் வங்கதேச மக்களும் வேட்டையாடப் பட்டவர்கள் என்னும் அடிப்படையில்தானே அண்டை நாடுகளின் கடுமையான பகைக்கிடையே இந்தியாவின் பரிவைப் பெற்றார்கள்! அறவழி இந்தியா ஆடுகளுக்கு உதவாமல் ஓநாய்களுக்கு உதவுவது எப்போது தொடங்கியது?

தனியொரு பெண்மணியின் உணர்ச்சிகளின்வழியே இந்தியா வழி நடத்தப்படுமானால் இந்தியக் கொடிக்குத் தருமச் சக்கரம் எதற்கு?

காந்தி சுட்டுக் கொல்லப்பட்டார். அவருடைய இறுதிச் சிந்தனை சுட்டவன் யார் என்பது குறித்தன்று! அது இராமனைக் குறித்தது! மூன்று சொற்கள் சொல்வதற்கு மட்டுமே அவருடைய உடலில் ஆற்றல் எஞ்சி இருந்தபோது மூன்று முறையும் இராமனையே அழைத்துவிட்டுத் தலைசாய்த்தார் காந்தி!

அவரைச் சுட்டவனைத் தூக்கில் போட்டார்கள். சுட்டவன் அங்கம் வகித்த ஆர்.எசு.எசு. இயக்கத்தினர் அனைவரும் வளைத்து வளைத்துக் கொல்லப்பட்டார்களா? இல்லையே!

இந்திரா காந்தியை ஒரு சீக்கியக் காவலாளி கொன்றான். பழி வாங்குவதற்காக தில்லியில் நான்காயிரம் அப்பாவிச் சீக்கியர்கள் படுகொலை செய்யப்பட்டார்கள். ஒரு பெரிய ஆலமரம் வேரோடு சாயும்போது நிலத்தில் அதிர்வு இருக்கத்தான் செய்யும் என்று இராசீவ் காந்தி அந்தப் படுகொலைகளை நியாயப் படுத்தினார். இந்தியா சரியத் தொடங்கிவிட்டது!

இராசீவ் காந்தியை விடுதலைப் புலிகள் ஈனத்தனமாகக் கொன்றார்கள்! அந்தப் பேதைமைக்குப் பிரபாகரன் கொடுத்த விலை அவரைச் சார்ந்ததாக மட்டும் இல்லாமல் தமிழினத்தின் பேரழிவாக முடிந்துவிட்டதே!

ஒரு பெரிய நாட்டின் தலைவனைக் கொல்வதற்குக் காரணமாய் இருந்தவனைச் சும்மா விட்டுவிட முடியுமா என்னும் கேள்வி எழுப்பப்படுகிறது. அதற்காகத் தமிழினத்தையே அழிக்க முற் படலாமா? அவர்களுடைய சுதந்திர வேட்கையை அவித்துவிடலாமா? தமிழர்களைக் கொன்று தமிழ்ப்பகுதிகளில் சிங்களவர்களைக் குடியேற்றி அதை முற்ற முழுக்கச் சிங்கள நாடாக்கும் முயற்சிக்குத் துணை போகலாமா?

பிரபாகரனே இந்திய உருவாக்கம்தானே! இன்னொரு பிரபாகரனை அந்த இயக்கத்துக்குள்ளேயே பிரித்தெடுத்து உருவாக்கியிருக்க முடியாதா இந்தியாவால்? தவறிழைத்தவனைத் தனிமைப்படுத்தி அழிப்பதென்பது வேறு! தமிழினத்தையும் அவனோடு சேர்த்து அழித்து, ஈழத் தமிழர்களைக் காலகாலத்திற்கும் கொத்தடிமைகளாக்குவது என்பது வேறு!

வேண்டாத தலைமையை அகற்றி அல்லது அதற்கு எதிர்த் தலைமையை உண்டாக்கி, அந்தத் தலைமையை இராணுவ ரீதியாக வலிமைப்படுத்தி, சிங்களக் காடையர்களைக் கட்டுக் குள் வைத்து, குறைந்த பட்சமாக சுய நிருணய உரிமையோடு கூடிய ஈழத்தை இந்தியா உருவாக்கி இருந்தால் இந்தியாவின் பிரபாகரன் குறித்த பகை ஏற்கப்பட்டிருக்கும்! அதன்பிறகு இந்துமாக்கடல் பகுதியில் இலங்கையில் சீனனும் பாடி வீடு அமைக்க முயலமாட்டான்! ஈழத் தமிழ் மக்கள் விசுவாசத்தின் உச்சத்தில் இந்தியாவைத் தங்கள் இரண்டாம் தாயகமாகக் கொண்டாடி இருப்பார்கள்!

பாக்கிசுத்தானின் தலைமையைப் பாக்கிசுத்தானா தீர்மானிக் கிறது? அமெரிக்காதானே தீர்மானிக்கிறது! ஈழ விடுதலை இயக்கத்தின் தலைமையை இந்தியா தீர்மானிக்கக்கூடாதா? நம்முடைய நோக்கத்தில் தூய்மை இருந்தால், நம்முடைய தீர்மானங்களை உவப்போடு ஈழத் தமிழர்கள் வழிமொழி வார்களே!

இதற்கெல்லாம் ஒரு சத்திய ஆவேசம் வேண்டும். தேர்தலில் அடைந்த தோல்வியையே வெற்றியாக மாற்றி அறிவிக்கச் செய்த ப.சிதம்பரத்திடம் எந்தச் சத்திய ஆவேசம் இருக்கும்? 'ஐயோ, நீ சரியான கொள்கைத் தடத்தில் பேசுகிறாயே; என் கதி என்னாவது?' என்று செயலலிதாவின்மீது புழுதியை வாரி இறைத்து, தில்லியின் ஈழத் தமிழின அழிவுக் கொள்கைக்குப் பக்கபலமாய் நின்று, தன்னுடைய பிறப்பின் நோக்கத்தை நிறைவேற்றிக் கொண்டார் கருணாநிதி!

அயல்நாட்டுக் கொள்கை ஆலோசகர்களாவது இந்தியாவிற்குச் சரியாக வாய்த்தார்களா? நேபாளம் பகை; பாக்கிசுத்தான் பகை; வங்கதேசம் பகை; இலங்கை நாளைக்குப் பகையாகும்!

நேற்று இந்தியாவை எதிர்த்து, அந்த நாட்டின் அமைதிப் படையைக் கேவலப்படுத்தித் திருப்பி அனுப்ப, தன்னுடைய பிறவி எதிரி பிரபாகரனுக்கு ஆயுதங்களும் பணமும் கொடுத்து உதவியவர்தானே சிங்களத் தலைமையமைச்சர் பிரேமதாசா! இதையே சீனனோடு சேர்ந்துகொண்டு இந்தியாவுக்கு எதிராக இராசபக்சே செய்ய எவ்வளவு நேரமாகும்?

இவ்வளவு நெஞ்சு நடுங்கும் தமிழின அழிவுக்குப் பிறகும், உலகத்தின் சில ஓரங்களில் இந்தக் கொடுமைகளைப் பொறுத்துக் கொள்ள முடியாமல் மனித உணர்வுகள் கசிந்து ஐ.நா. சபையில் இராசபக்சேவைப் போர்க் குற்றவாளியாக விசாரித்துத் தண்டனை விதிக்க வேண்டும் என்று ஐரோப்பிய நாடுகள் முனைந்து நின்ற போது, இந்த இராசபக்சேவைக் காப்பாற்றிய சில நாடுகளில் இந்தியாவும் சீனாவும் முக்கியமானவை! ஈனத்தனமான இராசபக்சேவுக்கு ஆதரவாக வாக்களித்ததற்குப் பதிலாக இந்தியா இந்துமாக்கடலில் மூழ்கிப் போகலாம்!

மன்மோகன்-சோனியாவின் மைய அரசை அசோகன் மன்னிக்க மாட்டான்; காந்தி மன்னிக்க மாட்டார்; நேரு மன்னிக்க மாட்டார்; வரலாறு மன்னிக்காது!

தேசியக் கொடி வெறும் அடையாளம்தான். அதை அவமதிக் கிறவர்கள் அடையாளத்தை அவமதிக்கிறார்கள். ஆயினும் கடவுளையே நாம் அடையாளங்களின் வழியாகத்தான் அறிந்து கொள்ளப் பழக்கப்பட்டிருப்பதால், தேசியக் கொடி அவ மதிப்பை ஏற்க முடியாதுதான்!

ஆனால் கடவுளைக் காலால் மிதித்து அசையவிடாமல் பிடித்துக் கொண்டு தன் கண்ணைத் தோண்டிக் கடவுளுக்கு வைத்த கண் ணப்பன் கடவுளை அவமதித்தவனாகக் கருதப்படுவதில்லை.

தேசியக் கொடி வெறும் துணியாலானதுதான். ஆனால், அதன் சாராம்சம் அறம்! அறத்திற்கு மாறுபாடாக நடக்கும் ஆட்சியினர் தான் தங்களின் இழிசெயல்களால் தேசத்தைத் தாழ்த்தி விடுகிறார்கள். தேசம் தாழ்ந்த பிறகு கொடி பட்டொளி வீசிப் பறந்துதான் என்ன பயன்?

காந்தி இறந்தபோது கொடியை இறக்கினோம்; நேரிய நேரு இறந்தபோது கொடியை இறக்கினோம். இராசபக்சேவுக்கு ஆதரவாக இந்தியா வாக்களித்துத் தருமம் படுகொலையான அன்றும் தேசக் கொடியைப் பாதியில் இறக்கிப் பறக்க விட்டிருக்க வேண்டும்!

தேசத் தந்தையை நமக்கு அடையாளம் தெரிகிறது; தேசத்தின் சாராம்சமான அறத்தைத்தான் நமக்கு அடையாளம் தெரிய வில்லை! ஆகவே அது படுகொலையானதை நமக்கு அறியத் தெரியவில்லை! நம்முடைய அறிவு அவ்வளவுதான்! அடை யாளங்களின் நாடு இந்தியா!

தினமணி, 20.06.09

34

பாரதம் வழக்கற்றால், பாரதம் நிலைகுலையும்!

இரண்டாயிரத்தி ஐநூறு ஆண்டுகளுக்கு முன்னர் சீனத்தில் ஒரு மெய்யியல் பள்ளி தோன்றியது. அதற்குத் தாவோயியம் (Taoism) என்று பெயர். அதைத் தோற்றுவித்தவன் லாவோட்சே (Lao-Tse). மனித அறிவுக்கு இயலக்கூடியதுதானா என்று வாய் பிளக்கச் செய்யும் தாவோயியத்தை நீக்கி விட்டுப் பார்த்தால், சீனா மனிதர்களும் பன்றிகளும் பல்கிப் பெருத்த நாடு என்ற அளவோடு முடிந்து விடும்!

அதுபோல் இந்தியாவின் வியப்பு புத்தன்! பொருள் களெல்லாம் சார்புக் காரணங்களால் தோன்றுவன. Dependent Origination என்னும் கொள்கையைக் கண்டறிந்து நம்முடைய துயரங்களுக்கெல்லாம் முடிவு தேடினான் அப் பேரறிவாளன்! ‘செய்வோ னில்லை; செயல் உண்டு’ என்றும் ‘ஓடுவோ னில்லை; ஓட்டம் உண்டு’ என்றும் புத்தன் சொல்வதைப் புரிந்து கொள்ள முடியுமானால், எல்லா முடிச்சுகளும் அவிழ்ந்து விடும்!

அதே காலகட்டத்தை ஒட்டிப் படைக்கப்பட்ட இதிகாசங்கள்தாம் மகாபாரதமும் இராமாயணமும். இவை இரண்டையும் மிஞ்சி ஒரு கதை உலக மொழிகள் எதிலும் இல்லை. தருமத்தை நிலை நாட்டப் பண்டைய முனிவர்கள் கேட்பதற்கும் படிப்பதற்கும் இன்பம் தரக்கூடிய கதை வடிவங் களைத் தேர்வு செய்து கொண்டார்கள்.

தாவோயியம் என்பதன் சாரமே எதிர்எதிர்க் கூறுகளின் ஒத்திசைவில்தான் (Harmony of Opposites) உலகத்தின் இயக்கம் நிகழ்கிறது என்பது! முழுக்கத் தூய்மையானதும் இல்லை; முழுக்கத் தூய்மையற்றதும் இல்லை என்று தாவோயியம் கூறும். ஒரு வட்டத்தின் நடுவே S வடிவு எழுதி அதை இரண்டாகப் பிளந்தால், இரு சமபகுதிகளில் ஒரு பகுதி முழு வெள்ளை; ஆனால் அதில் ஒரு சிறு கருப்பு வட்டம்; இன்னொரு பகுதி முழுக் கருப்பு; ஆனால், அதில் ஒரு சிறு வெள்ளை வட்டம்! இதைத்தான் சீன அரசு இலச்சினைகளில் பொறித்துத் தன்னுடைய மண்ணின் அறிவு மேம்பாடு என்று உலகுக்குத் தம்பட்டமடித்துக் காட்டிக் கொள்கிறது. இது நியாயமான தம்பட்டமே!

ஆனால் தாவோயியம் முழுமை பெற்ற தத்துவமாக இந்தியாவில் வளர்த்தெடுக்கப்படவில்லையே தவிர, அதன் கூறுகள் பட்டினத்தாரிலிருந்து மகாபாரதம்வரையிலும் ஆங்காங்கே வெளிப்படுகின்றன.

மகாபாரதம் படைக்கப்பட்ட காலத்தில் தாவோயியத்தின் கூறுகள் இந்தியாவில் அறியப்பட்டிருக்கவில்லை! ஆனால், மகாபாரதத்தின் பாத்திரப் படைப்புகளில் தாவோயியத்தின் கூறுகள் முற்றாக வெளிப்படுகின்றன.

துரோணர் எல்லாருக்கும் ஆசிரியர். துரியோதனின் படைகளுக்குத் தலைமை தாங்கி, களத்தில் பாண்டவர்களுக்கு எதிராக அணி வகுத்து நிற்கிறார். தயரதன் இராமனின்மீது கொண்ட புத்திர பாசத்திற்கு இணையானது துரோணர் தன் மகன் அசுவத்தாமனின்மீது கொண்ட புத்திர பாசம்!

பீமன் அன்றைய போரில் அசுவத்தாமன் என்னும் பெயருடைய ஒரு போர் யானையைக் கொன்று விட்டான். துரோணர் அருகில் சென்று, 'அசுவத்தாமனைக் கொன்றேன்' என்று சொன்னான். அந்தப் பெருந்தீனிக்காரன் சொன்னதைத் துரோணரும் பொருட்படுத்தவில்லை; தருமமும் பொருட்படுத்தவில்லை!

பிரும்மாத்திரத்தை எடுத்து வில்லில் பொருத்துகிறார் துரோணர். கிருட்டிணனைக் கவலை ஆட்கொள்ளுகிறது. பிரும்மாத்திரம் புறப்பட்டு விட்டால் பாண்டவர்களுக்கு அழிவு உறுதி. இந்தச் சமயத்தில்தான் அசுவத்தாமன் இறந்ததாகச் சொல்லப்பட்டது. ஒருவேளை உண்மையாய் இருந்து விட்டால் என்று அச்சப்பட்ட

துரோணர் இதைக் குறித்து யாரிடம் கேட்கலாம் என்று பார்க்கிறார். தேவைப்பட்டால் பொய் சொல்லக் கூடிய திருடர்களே எல்லாரும் என்று எண்ணிய துரோணர், எதிரே நின்ற தருமரைப் பார்க்கிறார். மூன்று உலகங்களுக்கும் முடிசூடிக் கொள்ளும் வாய்ப்பு ஒரு பொய்யால் வரும் என்றாலும், பொய் சொல்லாதவர் தருமர்! துரோணர் தருமரைப் பார்ப்பதன் நோக்கத்தின் அறிந்து கிருட்டிணனும் ஆழ்ந்த கவலையோடு தருமரைப் பார்க்கிறான். எந்த நிலையிலும் மலைபோய் அசைவற்றவராயிற்றே தருமர்!

'இது உண்மையா? அசுவத்தாமன் இறந்து விட்டானா?' என்று தருமரைப் பார்த்துக் கேட்கிறார் துரோணர்.

'அசுவத்தாமன் இறந்து விட்டான்' என்று உரக்கச் சொல்லிய தருமர், 'அசுவத்தாமன் என்கிற யானை' என்று மிகத் தாழ்ந்த குரலில் சேர்த்துச் சொல்கிறார்.

அதற்குப் பிறகு துரோணர் புத்திரபாசத்தால் நிலை குலைந்து போகிறார்; அன்றையப் போர் துரியோதனனுக்குத் தோல்வியில் முடிந்தது என்பதெல்லாம் பின் விளைவுகள். அவை கிடக்கட்டும்!

தருமர் இப்படி ஒரு பொய்யைச் சொன்னதும், அதுவரையில் மண்ணின்மீது படாமல், அதற்குச் சிறிது மேலே சென்று கொண்டிருந்த தருமரின் தேர், ஒரு விமானம் கீழிறங்கி ஓடு பாதையைத் தொடும்போது, உள்ளிருப்பவர்களுக்கு ஒரு அதிர்வைத் தருவது போல, திடீரென்று மண்ணைத் தொட்டு அதிர்வைத் தந்து விட்டு, தொடர்ந்து தரைமீதே ஓடியதாம். தருமனின் வாய்மைக்காக அளிக்கப்பட்ட சலுகையைத் தருமம் ரத்து செய்து விட்டது. தருமத்திற்கு மனிதர்களைப்பற்றிக் கவலை இல்லை; செயல்களைப் பற்றித்தான் கவலை!

சஞ்சயன் போர்க்கள நிகழ்வுகளைக் கண் தெரியாத திருத ராட்டினனிடம் சொல்லும்போது, இந்த நிகழ்ச்சியைப் பற்றிப் பதறிப்போய், 'அரசே! இப்படியாக அதருமம் நடந்து விட்டது' என்று கலங்குகிறான்.

தருமமே வடிவான தருமன் போர் வெற்றிக்காகப் பொய் யுரைத்தது தாவோயியக் கோட்பாட்டின்படி வெள்ளைத் தாளில் ஒரு கறுப்புப் புள்ளி!

துரியோதனன் தீமையே வடிவானவன்; கயவன்; அயலார் மனைவியை அவைக்கு இழுத்து வந்து அசிங்கப்படுத்தியவன். அவன் தேரோட்டி மகனான கருணனை அங்கதேசத்திற்கு மன்னனாக முடி சூட்டி, அரச கௌரவத்தை வழங்கி, தனக்குச் சமமாக்கி நட்புப் பூணுகிறான்.

ஒரு நாள் துரியோதனின் மனைவியும் கருணனும் சொக்கட்டான் ஆடிக் கொண்டிருக்கும்போது, கருணனுக்குப் பின்னாலிருந்த வாயிலின் வழியாகத் துரியோதனன் வருவதைப் பார்த்துவிட்ட மனைவி எழுந்திருக்க, ஆட்டத்தில் தோல்வியடையும் நிலையில் அவள் எழுந்திருக்கிறாள் என்று எண்ணிய கருணன், 'எங்கே ஓடப் பார்க்கிறாய்?' என்று அவளுடைய சேலையைப் பிடிக்க, அதிலுள்ள மணிகள் அறுந்து உருண்டோடின. பதறிய துரியோதனின் மனைவி ஒருபுறம்; துரியோதனனைப் பார்த்து திகைத்துத் தவித்த கருணன் இன்னொருபுறம். துரியோதனனோ, 'எடுக்கவோ? கோக்கவோ?' என்று கேட்டுச் சூழலை எளிதாக்கி, நட்புக்கு இலக்கணம் வகுக்கிறான். தாவோயியம் கூறும் கறுப்புத் தாளில் வெள்ளைப் புள்ளியல்லவா இது!

பீசுமர், துரோணர், கர்ணன் என்று எல்லாருடைய கதையும் முடிந்து விட்டது. இந்த நிலையில் கிருபர் துரியோதனனிடம் கூறுகின்றார்: 'பாண்டவர்களோடு சமாதானம் செய்து கொள்!'

துரியோதனன் அளித்த பதில் இது. 'இது என்ன பேடித்தனம்? பிழைப்பது எந்த சுகத்தை அனுபவிக்க? பீசுமர், துரோணர், கர்ணன், உடன் பிறந்தோர்கள், உறவினர்கள் என்று அனைவரும் மாண்டுவிட்ட பிறகு இந்த நாட்டைச் சமாதானத்தின்பேரில் காப்பாற்றிக் கொண்டு நான் யாரோடு அனுபவிப்பது? அது எந்த விதத்தில் பெருமையானது?'

இவ்வாறு துரியோதனன் பேசியபோது எஞ்சிய படைவீரர்கள் கைதட்டி ஆர்ப்பரித்துப் பாராட்டுகிறார்கள்! வானம் பூமாரி பொழிகிறது!

தனக்காக எல்லாரும் தங்களின் உயிரையும் நல்க வேண்டு மென்று எதிர்பார்த்த துரியோதனன், அவர்கள் இல்லாத பூமி தனக்குத் தேவையில்லை என்று நினைப்பதும், அவர்கள் போன வழியிலேயே தானும் இறுதிவரை போரிட்டு மரிக்க நினைப் பதும் மிக உன்னதமான மனநிலை!

மேற்கண்ட இரண்டு நிகழ்வுகளும் தாவோயியம் கூறும் கறுப்புத் தாளில் வெள்ளைப் புள்ளிகள்!

முற்றிலும் நல்லவனும் இல்லை; முற்றிலும் கெட்டவனு மில்லை. அதில் ஒரு சிறு புள்ளி அளவாவது எதிர்க்குணம் இருக்கும்! அதனால்தான் பாண்டவர்கள் சில பொழுது நரகத்திலும் கௌரவர்கள் சில பொழுது சொர்க்கத்திலும் வசிக்க நேரிடுகிறது. தருமர் மற்றும் துரியோதனின் பாத்திரப் படைப்பில் தாவோயியத்தை நம்மால் உணர முடிகிறது.

லியோ டால்சுடாய் புத்துயிர்ப்பு (Resurrection) என்றொரு புதினத்தை எழுதினார். உலக அளவில் போற்றப்படும் நூல் அது! காரணம் அந்தக் கதையின் தலைவன்! மிக உன்னதமாக வாழ்ந்த ஒரு கதாசிரியனால்தான் அவ்வளவு உன்னதமான ஒரு தலைவனைப் படைக்க முடியும்!

அது போல் தருமத்தையே அடிப்படையாகக் கொண்டு வாழ்ந்த அனுபவமுடைய ஒரு கதாசிரியனால்தான் தருமனைப் படைக்க முடியும். வியாசன் போன்ற நிகரற்ற பேரறிவும், கற்பனை வளமும், மொழித் திறனும், பற்றற்ற வாழ்க்கையும் கொண்ட முனிவனுக்கே அது இயலக்கூடியது.

மகாபாரதமும் இராமாயணமும் கடந்த பல நூறு ஆண்டுகளாகப் பல நாடகங்களுக்கும், கதைகளுக்கும், நவீனத் திரைப்படங் களுக்கும் உந்து விசையாக இருந்து வந்துள்ளன!

முறைகேடாகப் பிறந்துவிட்ட மகன் கர்ணனைக் கூடையில் வைத்து குந்தி ஆற்றில் விட்டாள். மணிரத்தினம் எடுத்த தளபதி படத்தில் முறைகேடாகப் பிறந்த மகனாக நடித்த ரசினிகாந்த் சரக்குத் தொடர்வண்டியில் கைவிடப்படுவார். அதில் மம்முட்டி துரியோதனின் பாத்திரத்தை வகிப்பார். மகாபாரதக் கதை அது. ஆயினும் மணிரத்தினம் இறுதியில் ஒரு மாற்றம் செய்தார்! துரியோதனனான மம்முட்டி உச்சகட்டத்தில் கருணனான ரசினிகாந்திற்காக உயிரை விடுவார். படம் தோல்வி அடைந்தது.

செஞ்சோற்றுக் கடன்பட்டவன் கருணன்தான். துரியோதனன் கரு ணனுக்காகச் சாவதை நியாயப்படுத்த முடியாது! அது மனத்தினில் ஒட்டாது! வியாசன் எழுதிய இதிகாசம் மூவாயிரம் ஆண்டுக் காலச் சோதனையைத் தாங்கி நிற்பது! வியாசன் எழுதியதை மாற்றி எழுத வியாசன்தான் மீண்டும் பிறந்து வர வேண்டும்!

இராமாயணமும் மகாபாரதமும் ஆரியர்கள் இந்தியாவுக்கு அளித்த இணையில்லாத கொடை! இன்னொரு கொடை இதிகாசங்கள் பேசும் தருமத்தை நவீன அரசியலில் இணைத்து நடைமுறைப்படுத்திக் காட்டிய மூதறிஞர் இராசாசி!

இரண்டாயிரத்தைநூறு ஆண்டு காலமாக ஒவ்வொரு தாயும் தன் பிள்ளையை மடியில் கிடத்திக் கொண்டு, பாரதக் கதையைப் பகுதி பகுதியாகச் சொல்லி வருகிறாள்! இதனால் பிள்ளையின் ஆழ்மனத்தில் தருமம் குறித்த சிந்தனைகள் தன்னை அறியாமல் சென்று படியும்!

அவன் வளர்ந்து பின்னாளில் நீதிபதியாக வருவான்; நீதி வழுவாது நடப்பான்! ஒரு பொறியாளனாக வருவான்! அவன் வளர்ந்து வழக்கறிஞனானால், எதிரியோடு கள்ள நட்பு வைத்துக் கொண்டு சொந்தக் கட்சிக்காரனைக் கவிழ்க்க மாட்டான்! ஆட்சியாளனானால் சுரண்டுவதே பிறப்பின் நோக்கம் என்று அலைய மாட்டான்! ஆசிரியனானால் வகுத்து வைத்த பாடத் திட்டத்திற்கு ஒரு படி மேலே மாணவர்களை அழைத்து சென்று, அவர்களை அறிவு நாட்டமுடையவனாக ஆக்குவான்!

இப்போது பிள்ளையும் கதை சொல்லச் சொல்லி அம்மாவைப் பிறாண்டுவதில்லை. அம்மாவும் கதை சொல்லத் தயாராக இல்லை! பிள்ளை கேலிப்படம் பார்க்கின்றது; அம்மா நெடுந் தொடர்கள் பார்க்கிறாள்.

பாரதம் வழக்கற்றுப் போகும் ஒரு காலகட்டத்தில் பாரதம் நிலைகுலைந்து போகும்!

துக்ளக், 21.04.10

www.ingramcontent.com/pod-product-compliance
Ingram Content Group UK Ltd.
Pitfield, Milton Keynes, MK11 3LW, UK
UKHW042102021026
15589UKWH00001B/139

9 788184 936513